விபரீத ராஜ யோகம்

விபரீத ராஜ யோகம்
கல்யாணராமன் (பி. 1972)

பழந்தமிழிலும் நவீனத்தமிழிலும் பயிற்சியுள்ளவர். அரசு கல்லூரி ஒன்றில் தமிழ்ப் பேராசிரியராகப் பணியாற்றுகிறார். 'நரகத்திலிருந்து ஒரு குரல்' (1998), 'எப்படி இருக்கிறாய்' (1999), 'ஆரஞ்சாயணம்' (2017) ஆகிய மூன்று கவிதைத் தொகுப்புகள் வெளிவந்துள்ளன. தி. ஜானகிராமனின் நாவல்களை ஆராய்ந்து, முனைவர் பட்டம் (2001) பெற்றுள்ளார். ஆத்மாநாம் பற்றிக் 'கனல் வட்டம்' (2016) என்ற விமர்சனநூலை எழுதியுள்ளார்.

கல்யாணராமன்

விபரீத ராஜ யோகம்

காலச்சுவடு பதிப்பகம்

● அன்பார்ந்த வாசகருக்கு,
வணக்கம்.

காலச்சுவடு நூலை வாங்கியமைக்கு நன்றி.

நூலின் உள்ளடக்கம், உருவாக்கம், அட்டைப்படம் இன்ன பிற அம்சங்கள் பற்றிய உங்கள் கருத்துகளையும் ஆலோசனைகளையும் காலச்சுவடு வரவேற்கிறது. தகவல், எழுத்து, வாக்கியப் பிழைகள் தென்பட்டால் கட்டாயம் தெரிவித்து உதவுங்கள். நூல் தயாரிப்பில் கடும் குறைபாடு இருப்பின் மாற்றுப் பிரதி உங்களுக்குக் கிடைக்கக் காலச்சுவடு ஏற்பாடு செய்யும்.

மின்னஞ்சல்: publisher@kalachuvadu.com

காலச்சுவடு நாகர்கோவில் தலைமையகத்துக்கும் கடிதம் அனுப்பலாம்.

தங்கள்
எஸ்.ஆர். சுந்தரம் (கண்ணன்)
பதிப்பாளர்: நிர்வாக இயக்குநர்

விபரீத ராஜ யோகம் ◆ சிறுகதைகள் ◆ ஆசிரியர்: கல்யாணராமன் ◆ © கல்யாணராமன் ◆ முதல் பதிப்பு: டிசம்பர் 2019 ◆ வெளியீடு: காலச்சுவடு பப்ளிகேஷன்ஸ் (பி) லிட்., 669, கே.பி. சாலை, நாகர்கோவில் 629001

காலச்சுவடு பதிப்பக வெளியீடு: 917

vipariita raaja yookam ◆ Short Stories ◆ Author: Kalyanaraman ◆ © Kalyanaraman ◆ Language: Tamil ◆ First Edition: December 2019 ◆ Size: Demy 1 x 8◆ Paper: 18.6 kg maplitho ◆ Pages: 176

Published by Kalachuvadu Publications Pvt. Ltd., 669, K.P. Road, Nagercoil 629001, India ◆ Phone: 91-4652-278525 ◆ e-mail: publications @kalachuvadu.com ◆ Printed at Compuprint Premier Design House, Chennai 600086

ISBN: 978-81-943027-2-8

12/2019/S.No. 917, kcp 2454, 18.6 (1) ass

குறமகள் இளவெயினிக்கும்
எருக்காட்டூர்த் தாயங்கண்ணனுக்கும்

கரிச்சான்குஞ்சுவுக்கும்
ப. சிங்காரத்திற்கும்

...ஒன்றையே பற்றி ஊசல் ஆடுவாய்
அடுத்ததை நோக்கி அடுத்தடுத்து உலவுவாய்
நன்றையே கொள்ளனில் சோர்ந்து கைநழுவுவாய்
விட்டுவிடு என்றதை விடாது போய்விழுவாய்
தொட்டதை மீள மீளவும் தொடுவாய்
புதியது காணில் புலன் அழிந்திடுவாய்
புதியது விரும்புவாய் புதியதை அஞ்சுவாய்
அடிக்கடி மதுவினை அணுகிடும் வண்டுபோல்
பழமையாம் பொருளில் பரிந்துபோய் வீழ்வாய்
பழமையே அன்றிப் பார்மிசை ஏதும்
புதுமை காணோம்எனப் பொருமுவாய் சீச்சீ
பிணத்தினை விரும்பும் காக்கையே போல
அழுகுதல் சாதல் அஞ்சுதல் முதலிய
இழிபொருள் காணில் விரைந்துஅதில் இசைவாய்
...இன்பமேநாடி எண்ணிலாப் பிழை செய்வாய்...
இன்பம்என்று எண்ணித் துன்பத்து வீழ்வாய்...
...சகத்தின் விதிகளைத் தனித்தனி அறிவாய்
பொதுநிலை அறியாய் பொருளையும் காணாய்...

பாரதியார்

பொருளடக்கம்

என்னுரை	11
அணிந்துரை	17
மனோநிலைகள்	25
ஆயிரம் மைல்	30
பிம்பங்கள் மாயைகள் லீலைகள்	37
ஜல சமாதி	55
பெர்னாட்ஷா பிறந்தார்	63
ஒரு பூனையும் சில மழை நாள்களும்	73
கழுத்துப்பிடி	83
பிரும ஞானம்	94
இமய விடியல்	103
ஏழாம் பிறை	114
மனுஷ்யன்	125
விபரீத ராஜ யோகம்	133
சிரிப்பு	145
எதிரி	152
மூளைப்பிளிறல்	162

நன்றி

கோமல் சாமிநாதன் *(சுபமங்களா)*
சுந்தரபுத்தன் *(தமிழரசி)*
அழகியசிங்கர் *(நவீன விருட்சம்)*
ம. செந்தில்குமார் *(ஆனந்த விகடன்)*
மணா *(புதிய தலைமுறை)*
கண்ணன், சுகுமாரன் *(காலச்சுவடு)*
சிபிச்செல்வன் *(மலைகள்.காம்)*
ஜெயகாந்தன், எஸ். செந்தில்குமார் *(பேசும் புதிய சக்தி)*
வெய்யில் *(விகடன் தடம்)*

என்னுரை

பெருங்கடலோரம் சிறுநடையாடும் விருப்ப மறதியின் அடியாழங்கள்

சமகாலப் படைப்புத்தொனியிலிருந்தும் மொழியிலிருந்தும் பிரக்ஞைபூர்வமாக நான் வேறு பட்டிருக்கிறேன்.தொண்ணூறுகளின் முன் பாதியோடு உறவுடையது என் மொழி; உணர்வுத்தெறிப்புடன் அறிவார்த்தமும் இணைந்தியங்குவது. *Sensibility of fiction mingled with academic nuances in such a way that it leads to my own way of natural expression and free narration.* கிரிக்கெட் மேட்ச் பார்த்துவிட்டு, ஒரு பிரத்தியேக ஞாயிறு இரவில், ஆங்கிலத் தொலைக் காட்சி விவாதங்களைச் செவிமெடுத்ததின் விளைவோ என்னவோ, என் நள்ளிரவுக்கனவில் முளைத்த ஓர் ஆங்கில வாசகம் இது. இந்த என் சுயமொழியும் கதையாடலும் குறையாவதும் நிறையாவதும் வாசகர் ஒண்மையையும் ஓர்மையையும் சார்ந்ததாகும். வடிவங்களிடையிலான ஓர் ஒருங்கிணைவே,இங்கு இயல்வதாகும். கோட்பாடுகளுங்கூட அப்படித்தான். ஒருவகையில் கோட்பாடே வாழ்வு; வாழ்வே கோட்பாடு! அப்படியெனில் கருத்தே உருவம், உருவமே கருத்து! அபேத வெறுமையாகவே, நான் பன்மையைக் காண்கிறேன். செவ்வியலின் சாராம்ச ஒழுங்கும், புனைவியலின் அழகுணர்ச்சி மிகையும், நடப்பியலின் நம்பகத்தன்மை நகலும், இலட்சியவாதத்தின் விழுமிய ஆர்ப்பரிப்பும், நவீனத்துவத்தின் மீறல் பாவனையும், பின்நவீனத்துவ எதிர்க்கலக மாயையும்... இவை எல்லாமுமான

புனைவு விரிவைத் தேடியே நகர்கிறேன். சிலபோது தோன்றுகிறது: தரை தட்டி நிற்கும் நங்கூரம்போல் தடைப்பட்டுத் தேங்கும் நிலை கொள்ளலிலிருந்தே என் மேலெழும்பல் சிறகடிக்குமென்று.

அடித்துத் திருத்தாது ஆற்றொழுக்காகப் பொங்கி வழிவதில் மட்டுமில்லை; பல நேரம் அடித்துத் திருத்திக் கரையடங்குவதிலும் ஓர் அழகிருக்கத்தான் செய்கிறது. பிரதிக்குப் பின்னணியுண்டு. அதை மீள மீள எட்டிப் பார்த்துக் குறுகுறுப்பதைக் காட்டிலும், அப்பிரதிக்குள்ளேயே எவ்வளவு முடியுமோ அவ்வளவுக்கு ஆழ்ந்து முங்கிவிடுவதுதான் மேலானது. மனிதன் மிருகமாகப் பின்னுக்குப் போவதிலும், மிருகங்கள் மனிதர்களாகப் பரிணாமமுறுவதிலும் வியப்பில்லை. இச்சிதைவுக்குள்ளோடும் அந்தச் செழுமையையும், இன்னாமைக்குள் இயையும் இனிமையையும் கையகப்படுத்தியாக வேண்டும். எல்லைக்குட்பட்டவன், எல்லையின்மையின் வசீகரம் கண்டேங்குவது பற்றி என்ன சொல்ல? புனைவே மனிதனுக்குப் பாவனை விடுதலை! அதுவுமில்லாவிடின், ஐயோ பாவம்! இந்த மனிதன்தான் என்னவாவான்? வகைப்படுத்த முடியாதவனாகத் தன்னைக் காட்டிக்கொள்வதிலே, இவனுக்கு ஏன் இத்தனை குஷி! மக்களே போல்வார் மக்களாகார்; கயவரே போல்வாரும் கயவர் ஆகார்; இதை அறியாத மனிதர் என்று இன்று எவரும் இல்லை; இதுதான் இக்கணத்தின் பெருங்காட்சி! இதற்குச் சாட்சியாகப் பிரதி நிற்பதுடன், இதைக் கடப்பதற்கான வேட்கையையும் அது உள்வாங்கியாகவேண்டும்.

புதுமைப்பித்தனின் ‘சிற்பியின் நரகம்’, மௌனியின் ‘அழியாச் சுடர்’, கு.ப.ரா.வின் ‘ஆற்றாமை’, கரிச்சான்குஞ்சுவின் ‘விஷவேகம்’, ஜெயகாந்தனின் ‘சிலுவை’, பிரபஞ்சனின் ‘பிருமம்’ … போல் எல்லையின்மையைக் குறிகளால் காட்டிடும் எழுத்தில் யாருக்குத்தான் ஆசை தூர்ந்து போகும்?அம்மாதிரி ஒன்று, ஒன்றே ஒன்று, என்றாவது எனக்கும் வசப்படாதா? அப்படி ஓர் ஒளியுடன் கூடிய திறமான எழுத்து, எனக்கு வாய்க்காமலேயே கூடப் போகட்டும்; அதைப் பற்றிக் கவலையில்லை. ஆனால், அந்த வேட்கையை, என் ஆயுள் தீரும்வரை ஓயாது என் நெஞ்சில் தாங்குவதல்லாமல், சும்மாவா நான் மூச்சுவிட்டுக் கொண்டிருப்பேன்? நோவெடுத்துச் சிரம் இறங்கும் அந்த வேளையிலா தொடைகளைப் பிணைத்துக் கட்டுவேன்? என் இருதயத்தில் விடுதலையை இடையறாது மீட்டிக் கூர்தீட்டுவதன்றிச் செய்ய வேறு என்னதான் இங்குண்டு? என் பார்வை வலுவாலேயே என் நகர்வுகள் தீர்மானிக்கப்படுவதாகக் கருதுகிறேன். அலைக்கழிதல் எவ்வளவு முக்கியமோ, அவ்வளவு இன்றியமையாதது அடைதலும் என்பது, என் திடமான பிடிமானம். யோசிக்கும்வேளையில், தன் எழுத்தைத் தானே வாசித்துக்

குமைந்து நோகும் அயர்விலிருந்து வெளியேறும் ஓர் உள்மன ஆறுதலின் பொருட்டே, அடுத்தது பிரசவிக்கும் உந்துதல் தலை எடுப்பதாக அவதானிக்கிறேன். இப்பேதைமைக்கு, வேறு மாற்று இல்லை. இது என் வாழ்தலுக்குத் தக்க நியாயம் கற்பிப்பதுடன், எனக்குப் பித்துப் பிடிக்காமலும் தடுக்கிறது. மண்ணும் விண்ணும் அவாவி நிற்பதாகப் போதையூட்டிக் கட்டுந்தளைகளைத் தன் மயப்பட்டு லயப்படுத்துகிறது. இந்த லயத்துக்கும், பூரணமாய்ப் பொலிந்துருகி அது வசப்படாமைக்குமான முடியாத சமன்தான், சிருஷ்டி! என் கதைகள்வழி, எனக்கு நானே பேசிக்கொள்வது என்பதோர் உடனடி உண்மையானாலும், என் சக மனிதர்களின் அந்தரங்கத்தோடு உரையாடுவது என்பதுமோர் இணைநிகர் உண்மை! இப்படி நானும் நாமுமாகக் கட்டவிழும் இரட்டையைப் பலவாகப் பெருக்கியுண்டே, என் ஜீவத் திசுக்கள், அநித்தியத்தை நித்தியமாய்ச் சூலுறுகின்றன.

நிறைய எழுதுவது என்பது காணாமல் போய்விடுவோமோ என்ற உள்பயத்தின் வெளிப்பாடு. குறைவாக எழுதுவது என்பது லௌகீகக் கடலின் வெளியொதுங்கிப் பிறவியமுதைக் குடிப்பதாகப் பாவித்துக்கொள்ளும் தப்பித்தல்! இடைப்பட்டிருப்பதே இயல்பு. எழுத்துப்பித்திலிருந்தும் பேச்சுநோயிலிருந்தும் முற்றாக நீங்கிச் சொல்லும் பொருளும் தொடா முழு ஆரோக்கியம் என்றேனும் எனக்கு வாய்க்குமா? அல்லது அதுவுமே ஒரு வெறும் தியான மயக்கம்தானா? தானெழுதியது பற்றித் தானே பேசக்கூடாது; விமர்சகர்களும் வாசகர்களுமே பேச வேண்டும் என்பதில் எனக்குப் பரிபூரண நம்பிக்கையுண்டு. என் படுதோல்வியை விமர்சகர்கள் அறிவிக்கட்டும். தீராத சுயவெறுப்புடன் ஏற்றுக்கொள்கிறேன். மற்றபடி நம்மெழுத்தை நாமே வியக்கும் ஒவ்வொரு சொல்லும் நமக்கெதிராகத்தான் திரும்பும். எவ்வளவு பெரிதாகக் கூப்பாடு போட்டுப் படைகள் திரட்டி மோதினாலும், அந்த மெய்ம்மையைக் கொன்றுவிட முடியாது. என் எண்பத்தாறு வயதான தாயாருக்கு, என்னைப் பற்றிய தீராக்கவலைகள் இன்னும் மிச்சமிருக்கின்றன. என் பத்து வயதில் அவள் புகட்டிய திவ்ய பிரபந்தமே, இங்கே என் சொற்களை வழிநடத்துகிறது. உடனே மரபின் சுமையைக் கண்டு பிடித்துவிடாதீர்கள். இது மரபுமில்லை; மீறலுமில்லை; இரண்டின் அபத்தத்தையும் விடுபட்டுவிட்ட ஒருபாவனா சுதந்திரத்துடன் மீட்டி முடுக்குவதாகும். அதேவேளை, வேர்ச்சிடுக்கை முன்னவிழ்த்துப் பின்னிறுக்கிவிடும் சிதைவின் சாரமுமாகும்.

முன்னுரையைப் படைப்பாளியின் உளறலாக வரம்புகட்டி வெளிநிறுத்துகிறான் விமர்சகன். இதை நேர்மையாக ஒப்புக்கொள்ளும்போது, தற்சார்பை உதறிவிட்டுப் புறமாகிப் பொலிகிறது அகம் என்பது என் சமாதானம். ஆனால், நனவிலி

நனவாவது முடிந்து, நனவே நனவிலியாகி விடும்போது, இந்த 'உடைமை கொள்ளல்கள்' யாவும் சலிக்கின்றன. இங்கெதையும் மாற்றும் பிரயத்தனமின்றித் தொடர்ந்து தன்மறதியில் அமிழ்ந்துவிடும்போது, ஒரு பெருங்குற்றவுணர்வு கிளம்பி மூளையெங்கும் பரவிச் சுயந்தின்னியாய் நின்று நிலைக்கிறது. ஆத்மாநாம் சொன்னதுபோல், ஒரு பிச்சைக்காரனாகப் போய்த்தான், இந்தக் குற்ற உணர்வின் நிலைத்த உறுத்தலைப் பெருவெளிக்காற்றில் உதறியாகவேண்டும் போலும். நம் நல்லிருப்பே நம் சக ஜீவனுக்குத் தீயகேடாகிச் சூழும்போது, பழையபடி காடு மலை கடல் தேடி மனம் மீள ஓடுகிறது...

ஒன்று சிருஷ்டிக்கப்படும்போது அது சிருஷ்டியாக முளைத்து விடினும், அதை மிகப்பலரும் சரியாகக் கவனங்கொள்வதில்லை. அக்கரட்டுவடிவிலேயே அதனுள் திமிறும் ஒரு கட்டுக்கடங்காமை மீது ஒளியூட்டித் தணியா உணர்வின் லயத்தோடு அதை மீட்டிச் சிருஷ்டிகர்த்தாவுக்குப் பெருந்திறப்பொன்றை விட்டுக்கொடுத்துத் தூண்டுகோலாகிக் கொண்டு செலுத்துபவர்கள் மிகச்சிலர்தாம். இவ்விதப் 'பிரதி கிரகிப்பாளர்கள்' மூவர், எனக்குச் சந்தர்ப்பவசமாய் வாய்த்துள்ளார்கள். சுகுமாரன், ஸ்ரீநேசன், பெருமாள்முருகன் என்ற இவர்களே இக்கதைகளுக்கு உயிர்த்தண்ணீர் அளித்தவர்கள். என் மாணவன் தனசேகர் உடனுக்குடன் வழிமறித்துச் செழுமைகள் சேர்த்திருக்கிறான். சுந்தரபுத்தன், இல. சைலபதி, கு. பத்மநாபன், பேராசிரியர் கதிரவன், 'தமிழ்ப் பரிதி' ப. சரவணன், ரகுராமன், கமலா மேடம், கடற்கரய், பிரவீண், இலட்சுமிபதி, சேலம் சங்கர் சார், சீமானம்பலம், வசுமித்ர எனத் தோழர் பலரின் கனிவாலேயே என் வன்பாலையூற்றுத் திறந்திருக்கிறது. என் மனைவி முனைவர் தா.அ. சிரிஷா, கீழே நான் விழுந்துவிடாமல், எப்போதும் என்னைத் தாங்கிப்பிடிக்கிறாள். இப்படி எதையாவது பிதற்றியே, நான் அவளுக்கு இளைப்பாறுதல் தரவேண்டியிருக்கிறது.

தி. ஜானகிராமன், கு. அழகிரிசாமி, ப. சிங்காரம், ஆதவன், கந்தர்வன் ஆகிய பஞ்ச விருட்சங்களின் நிழலில் ஒதுங்கியவன் நான். இவர்களோடு சூடாமணியின் ஒளியும் என்மீது அவ்வப்போது விழுவதுண்டு.கதையிலிருந்து கதையை வெளியேற்றக் கோரும் வாசிப்பதிகாரத்தைக் கட்டுடைத்துக் கதையின் கட்டொருமையைப் பன்மையாக்கிக் கதைக்குள் கதைகளைக் கொட்டிக்கவிழ்க்கும் பிரதித்தேவையை இனங்கண்டவை என் கதைகள். இடையறாத தொடர்ச்சியான பயிற்சிகளால் உலக அறிவு நுட்பம் யாவையும் வெல்ல வேண்டும் என்பார் பாரதி. படைப்பும் அப்படித்தான். ஏதோ ஆவேசத்தால் தூண்டப்பட்டு ஆடுவதும் பாடுவதும்போல்தான்

எழுதிப்பார்ப்பதும். எழுதிப்பார்ப்பதிலும் எழுத்து வருவதுமுண்டு; வராது போவதுமுண்டு. அவ்விதத்திலேயே, இங்குச் சிலவற்றை எழுதிப் பார்த்திருக்கிறேன். இதன் மீதான தீர்ப்பைப் பிரதியின் வாசகர்களே சொல்லவேண்டும். ஆனால், எனக்குத் தோல்வி பயம் இல்லை; தேறிவிடுவேன் என்றோர் உறுதியுள்ளது. உள்ளூறியும் வெளிவழிந்தும் என் ஆர்வம் ஓரளவுக்கு விநயப்பட்டிருப்பதாக நினைக்கிறேன். காலம் விடுக்கும் சவால்முன், இவை எதிர்நிற்பது பற்றி எனக்குத் தெரியாது. என்னளவில், இவற்றைக் கூடுதல் பொறுப்புணர்வுடனேயே நான் எழுதியுள்ளேன். இந்தச் சுயத்தின் வலுவில் நின்றே, என் விபரீத ராஜ யோகத்தை வெளியிடுகிறேன்.

இந்நூலிலுள்ள ஐந்து கதைகள் ('மனோநிலைகள்', 'எதிரி', 'ஒரு பூனையும் சில மழைநாள்களும்', 'ஆயிரம்மைல்', 'பிம்பங்கள் மாயைகள் லீலைகள்') 1993 – 1998க்குள்ளும், பிற பத்தும் 2018 – 2019க்குள்ளும் எழுதப்பட்டவை. பத்திரிகைகளில் பிரசுரமான இரு கதைகளின் தலைப்பைச் சமகால வாசிப்பனுபவத்தின் செறிவை உத்தேசித்து மாற்றியிருக்கிறேன். இதே காரணத்திற்காகவே, நிறையச் சொற்களிலும் தொடர்களிலும் பல திருத்தங்களையும் உரிய மாற்றங்களையும் செய்துள்ளேன். பத்திரிகைகளில் வெளிவந்தவையல்ல; இந்நூலில் உள்ளவையே இக்கதைகளின் இறுதி வடிவங்கள். இப்புனைவு மனிதர்கள் பலரும், என்னோடு ஓரளவுக்குப் பந்தப்பட்டவர்களாயினும், புனைவுநெறிக்குட்பட்டு உருத்தெரியாதவர்களாய் அவர்களை நான் சின்னாபின்னமாக்கிச் சிதறடித்துள்ளேன். அல்லது அப்படி நினைத்துக்கொள்கிறேன். இந்த என் பிரமை, முழு மெய் என்கிறார் ஒரு நண்பர். புனைவினும் பெரிய பொய்யாக வாழ்வும், வாழ்வினும் ஏமாற்றாகப் புனைவும் தொழிற்படுவதுதானே நடப்புண்மை? என்றும் அவர் கேட்கிறார். யாருக்குத் தெரிகிறது இதெல்லாம்? அது எப்படியோ போகட்டும். என் தெரிவு செய்யப்பட்ட சில சுகந்த நினைவுகளே, அவற்றின் தெரிவு செய்யப்படாத விருப்ப மறதியின் பல அடியாழங்களே என் கதைகள் என்று அறிவிக்க எனக்கும் ஆசைதான். ஆனால், 'அப்படியா நீ சொல்கிறாய்?' என ஒரு குரல், எனக்குள்ளேயே அலைமோதுகிறதே, அதை நான் என்ன செய்யட்டும்!

மாற்றுக்குரல்கள் ஓங்கத் தொடங்கிய தொண்ணூறுகளின் ஒருவகை எதிர்வெறுமையிலிருந்து உருவாகி, ஆரம்ப அலுப்பின் பின், சற்றே லயப்பட்ட ஒரு 'சுய மைய' மொழியே என்னுடையது. இதன் மௌடீகத்தை முடிந்தவரையில் கலைத்துச் சிதைத்துக் காலவெளி உடைத்துப் பிரக்ஞை அறுந்த ஸ்திதிக்குள் கூட்டிவர யத்தனித்திருக்கிறேன். நேர்க்கோடல்லாத சம்பவத்தெறிப்புகளின் மெய்ம்மைத் தருணங்களைக் கதைப்புனைவு ஜாலங்களினூடாக

ஆனால் நேர்க்கோட்டு மொழிவழிக் கைப்பற்றப் பார்த்திருக்கிறேன். சொற்கள்! சொற்கள்! சொற்கள்! ஒழிவில் காலம் எல்லாம் உடனாய் மன்னும் பெருஞ்சொல் வெள்ளம், இங்கே இருளாய் ஒளியாய்ச் சூழ்கிறது. எப்படியோ இப்படியாக உருக்கூடிவிட்ட இச்சிறுகதைகள் பற்றி, நான் சொல்ல, இன்னும் வேறென்ன மிச்சமிருக்கிறது? இவை நானில்லை; ஒருவேளை இவை என் பதிலீடுகளாயிருக்கலாம்!

என் நூல்களுக்குப் பெருமாள்முருகன் முன்னுரை என்பது, சவலைக்குத் தாய் காட்டும் உயிர்ப் பரிவாகும். இனி நான் எழுதப் போவதற்கும், அவரே என் சமன்செய்து சீர்தூக்கும் துலாக்கோல்! அவர் எழுத்து நிறைமொழி. எடைபோடும் பிரதியின் உள்ளீட்டைப் பொக்கென ஓர் கடிகையில் அது உருவெளிக்காட்டிவிடும்! என் நூல் முகப்புகளுக்குத் தம் ஓவியங்களால் எழில் கூட்டும் பின்நவீன மரபு ஓவியர் கே. முரளிதரனுக்கும், பேராசிரியர் மு. சுதந்திரமுத்துவுக்கும், என்னைக் கதையெழுதச் சொல்லித் தூண்டிவிட்ட எழுத்தாள நண்பர் எஸ். ஷங்கரநாராயணனுக்கும், எங்கள் குடந்தைக் கவிஞர் ரவிசுப்பிரமணியனுக்கும், நாவலாசிரியக் கவிஞர் ஆனந்துக்கும், என் கவித்தோழர் ராணிதிலக்குக்கும், என் இந்நூலுக்கு அழகிய அட்டை வடிவமைத்து உதவிய பா. கலா முருகன், ஜெபா மற்றும் வே. பிரேமாவுக்கும் என் நன்றி.

தொடர்ந்து உற்சாகமளிக்கும் மாணவன் வெ. எத்திராஜையும், நண்பன் முனைவர் சீதாபதி ரகுவையும், என் எட்டுக்கால்பூச்சிக் கிறுக்கல்களைக் கணினி எழுத்தாக்கிய முனைவர் ஏ. கீதாவையும், பேராசிரியர் சுப்பிரமணி இரமேஷையும், என்னுடன் மூளை உரசி மகிழும் முனைவர் மு. ரமேஷையும், முழுதாய் என்னை நம்பும் மாமனார் அங்கிநீடுவையும், அரவணைக்கும் சரத் – சுதாகரையும், என் அண்ணன் கிருஷ்ணனையும், என் அக்காக்கள் உஷாவையும் ராதாமணியையும், இன்றில்லாத மூத்தவள் ஜானகியையும், என் வாழ்வில் ஒளி ஏற்றிய அமரர் ராஜகோபாலனையும், அமரர்கள் ஜெகந்நாதனையும் ஸ்ரீநிவாசனையும் நினைத்துக்கொள்கிறேன்.

உரித்த வாழைக்கும் மாதுளைக்கும் வாய்திறக்கச் சுணங்கும் இந்தச் சோம்பேறியைக் கருக்கிருட்டுத் துலக்கும் வெள்ளி காட்டி, விழிப்புத் தூண்டி வழிநடத்தும் அந்தக் கதிரொளித் தீபங்களைக் கலசமுடன் ஏந்திப் பேயவள் காண் எனக் கோதையின் திருநாமம் அரற்றிப் பெருங்கடலோரம் சிறுநடையாடத் துணிகிறேன்.

கல்யாணராமன்

அண்ணாநகர்,
சென்னை – 40.
02.10.2019 (காந்தியின் 150ஆம் பிறந்தநாள்)

அணிந்துரை

வழிகளைத் திறந்திருக்கும் கதைகள்

நண்பர் கல்யாணராமனின் இரண்டு நூல்களுக்கு ஏற்கெனவே முன்னுரை எழுதி இருக்கிறேன். ஆத்மாநாமின் கவிதைகளைக் குறித்து அவர் எழுதிய விமர்சன நூலாகிய 'கனல் வட்டம்' ஒன்று. அவரது கவிதைத் தொகுப்பான 'ஆரஞ்சாயணம்' அடுத்தது. இந்தச் சிறுகதைத் தொகுப்பு மூன்றாவது. மூன்றும் வெவ்வேறு வகைமையிலானவை. 'நான் எத்தனை நூல் எழுதினாலும் நீங்கள்தான் முன்னுரை எழுத வேண்டும்' என்ற அவர் பிடிவாதத்தின் பின்னிருக்கும் அன்பை உணர்ந்திருப்பதால், முன்னுரை எழுதும் இந்த விருப்பமில்லா வேலையில் ஈடுபடுகிறேன்.

பொதுவாகவே முன்னுரை எழுதுவது எனக்குப் பிடித்தமான விஷயமல்ல. என் நூல்களுக்கும் அப்படித்தான். நூலுக்கு விஷயம் பிடிபட்டுவிடும்; முன்னுரைக்கு விஷயம் கிடைக்காது. நூலை எழுதிய அல்லது படித்த ஆயாசத்தின் முன்னால் இந்த முன்னுரை என்னும் சிறுவேலை மலையாகி நிற்கும். எத்தனை தவிர்த்தாலும் பாராட்டுச் சொற்களைக் கருமியின் கைக்காசு போலவேனும் பயன்படுத்தித்தானாக வேண்டும். சில சமயம் சமாதானங்களைக் கூற நேரும். ஆக, முன்னுரையைத் தவிர்க்கவும் தள்ளிப்போடவும் இப்படி எத்தனையோ காரணங்கள். ஆனால் நான் கற்ற தமிழ் மரபிலக்கணம், 'பாயிரம் இல்லது

பனுவல் அன்றே' என்றுரைக்கிறது. ஆசிரியரைப் பற்றியும் நூலைப் பற்றியுமான தகவல்களை வழங்குவது மரபுப் பாயிரம். பாயிரத்திற்கு முகவுரை, தந்துரை, புனைந்துரை என எத்தனையோ பெயர்கள். இப்போது அவற்றுடன் அணிந்துரை என்பதும் சேர்ந்திருக்கிறது. நூலாசிரியரே எழுதுவது முன்னுரை; வேறு ஒருவர் எழுதுவது அணிந்துரை என்று வேறுபாடும் கூறப்படுகிறது. அவ்வகையில் இது அணிந்துரை ஆகிறது.

மரபான பாயிரத்தின் தன்மையிலிருந்து இன்றைக்கு வெகு தூரம் நகர்ந்து வந்தாயிற்று. விமர்சனமாகவும் திறனாய்வாகவும் முன்னுரை அமையலாம். நூலாசிரியரோடு முரண்பட்டும் பேசலாம். நூலை விடுத்துப் பிறவற்றையும் பேசலாம். எல்லாம் நூலாசிரியருக்கும் முன்னுரையாளருக்கும் இருக்கும் புரிதலையும் மனவிரிவையும் பொருத்து அமைவன. நண்பர் ராமனைப் பொருத்தவரைக்கும் நான் என்ன எழுதினாலும் கவலைப்படாத மனம் கொண்டவர்தான். எனக்கான சுதந்திரத்தில் எந்தத் தலையீடும் செய்யாதவரே. எனினும் இந்த வேலையில் ஈடுபடத் தயாராவதற்குச் சில மாதங்களை என் மனம் எடுத்துக்கொண்டது. அதற்குக் காரணம் இப்போது 'மதிப்பிடுதல்' என்னும் விமர்சன முறையியலில் எனக்கு நம்பிக்கை அற்றுப் போய்விட்டது. கறாரான மதிப்பீடுகள் பலவும் பொலபொலவென்று சரிந்து கிடப்பதைப் பார்க்க நேர்கிறது. மதிப்பீடுகளின் ஒற்றைத்தன்மையில் போதாமை நிறைந்திருப்பதைக் காண முடிகிறது. மதிப்பீடுகள் அதிகாரத்தின் விஷச்சுவையில் ஊறித் திளைத்திருப்பதை உணர வாய்க்கிறது. ஆகவே இன்றைக்கு ஏதேனும் ஒரு மதிப்பீட்டுக் குரல் விடைத்துக்கொண்டு எழுந்து நிற்பதைப் பார்த்தால் பொங்கும் சிரிப்பை என்னால் கட்டுப்படுத்த முடிவதில்லை. மதிப்பீட்டை முன்னிறுத்தாமல் ஒரு முன்னுரையை அல்லது விமர்சனத்தை எப்படி எழுதுவது என்பது இப்போது பிடிபடவில்லை. மதிப்பீட்டைத் துறந்து இலக்கியத்தைக் காண்பதற்கான ஏதேனும் வழி கிடைக்குமா என முட்டித் தவிக்கிறேன். இந்நிலையில் இந்த முன்னுரையில் என்ன சொல்லப்போகிறேன்?

1990களில் சில சிறுகதைகளை எழுதிய ராமன் கிட்டத்தட்ட இருபது ஆண்டுகளுக்குப் பிறகு மீண்டும் இப்புலத்திற்குள் நுழைந்து புதிய கதைகள் சிலவற்றை விரைவில் எழுதி முடித்தது ஆச்சரியமான விஷயம்தான். எழுத்தும் நீச்சல் போலத்தானோ? நீரையே காணாமல் பல்லாண்டுகள் கழிந்த பிறகு, திடுமென ஒரு நாள் நீருக்குள் விழுந்துவிட்டால், தாமாகக் கைகள் சட்டென நீந்தத் தொடங்கிவிடுமே. கல்யாணராமன் தம் முன்னுரையை இப்படித் தொடங்குகிறார்: 'சமகாலப் படைப்புத்தொனியிலிருந்தும்

மொழியிலிருந்தும் பிரக்ஞைபூர்வமாக நான் வேறுபட்டிருக்கிறேன். தொண்ணூறுகளின் முன்பாதியோடு உறவுடையது என் மொழி; உணர்வுத்தெறிப்புடன் அறிவார்த்தமும் இணைந்தியங்குவது.' இது தன் எழுத்தைப் பற்றி அவருக்கு இருக்கும் சுய மதிப்பீடு. அவர் மொழியிலும் சொல்முறையிலும் பழைய வாடையிருப்பதை அவர் தவிர்க்கவில்லை; பூசி மெழுகவும் இல்லை. ஒத்துக்கொள்கிறார்.

அதேபோல ராமனின் பெரும்பாலான கதைகள், கூற்று முறையில் அமைபவை. அதாவது தன்மை நோக்கில், கதையின் மையப் பாத்திரம் ஒன்று நம்மை முன்னிலையாக்கிச் சொல்லும் முறையில் எழுதப்பட்டவை. இதுவுமே பழைய சொல்முறைதான். பழைய வாடை அடிக்கிறது எனத் தவிர்த்தால், முன்னோடி எழுத்தாளர்கள் பலருடைய கதைகளை எளிதாகக் கடக்கநேரும். அப்படி நாம் செய்வதில்லை. அந்தக் காலகட்டத்திற்கு நம்மைப் பொருத்திக்கொண்டு வாசிக்கிறோம். அவற்றில் நம் காலத்திற்கான விஷயம் என்ன இருக்கிறது என்று தேடிக் காண்கிறோம். இல்லை, எல்லாக் காலத்திற்குமான ஏதோ விஷயம் இருப்பதால்தான் இலக்கியமாகியிருக்கிறது என்னும் உணர்வோடு காண்கிறோம். மனித வாழ்வின் சாசுவதப் பண்புகளைப் பிடித்து வைத்திருக்கும் இலக்கியத்தில் அது உருவான காலத்துச் சாயைகள் சில படிந்திருப்பது பெரிய பிரச்சினையா என்ன? இந்த எண்ணத்தோடு கல்யாணராமனின் கதைகளுக்குள் சிறிய உலாவல் போக விரும்புகிறேன்.

அவரது தொடக்கக் கதைகளான 'மனோநிலைகள்', 'ஆயிரம் மைல்', 'பிம்பங்கள் மாயைகள் லீலைகள்', 'ஒரு பூனையும் சில மழை நாள்களும்', 'எதிரி' ஆகியவற்றில் ஒத்த தன்மை இருக்கிறது. அக்கதைகளின் மையப் பாத்திரங்கள் யாவும் நடுத்தர வர்க்க இளைஞர்கள். அவர்களின் முக்கியப் பிரச்சினை வேலை, வேலையில் பொருந்துதல், சம்பாத்தியம் ஆகியவையே. வேலை இல்லாத இளைஞனைக் குடும்பம் எவ்விதம் காணும், அவனுக்கு எத்தகைய மனப் பிரச்சினைகள் உருவாகும் என்பதை உணர்வுபூர்வமாகக் கையாண்டுள்ள கதைகள் 'மனோநிலைகள்', 'ஆயிரம் மைல்', 'ஒரு பூனையும் சில மழை நாள்களும்' ஆகியவை.

1990க்கு முந்தைய காலத்தில் வேலையின்மை பெரிய பிரச்சினையாக இருந்தது. பல எழுத்தாளர்கள் இப்பிரச்சினையை மையமாகக் கொண்டு கதைகள் எழுதியிருக்கிறார்கள். வண்ண நிலவனின் 'கரையும் உருவங்கள்' போலச் செவ்வியல் தன்மை பெற்ற சில கதைகளும் அவற்றில் உண்டு. உலகமயமாக்கலுக்குப் பிறகு நடுத்தரவர்க்கக் குடும்பங்களின் வேலையின்மைப் பிரச்சினையில் மாற்றம் ஏற்பட்டிருக்கிறது. ஏதோ ஒரு வேலை

கிடைத்துவிடுகிறது. ஆகவே, 'நல்ல ஊதியத்துடனான வேலை' என்பதுதான் இன்றைக்குப் பிரச்சினை. அவ்வகையில் இம்மூன்று கதைகளையும் ஒருகாலத்தின் தொடர்ச்சி என்று சொல்லலாம். அவற்றில் கையாளப்பட்டிருக்கும் மன அவஸ்தைகள் மிகுந்த கரிசனத்துடன் வெளிப்பட்டிருக்கின்றன.

'ஒரு பூனையும் சில மழை நாள்களும்' கதையில், பூனை குறியீடாகி, அதன் தளத்தை உயர்த்தியிருக்கிறது. மழைநாளில் வெளியே போக வழியற்று வீட்டுக்குள் வந்து சில நாட்களைக் கழிக்கும் பூனை, வீட்டார் கொடுக்கும் பழஞ்சோற்றைத் தின்கிறது. பழஞ்சோறு அதற்குப் பிடித்தமானதல்ல. ஆனால் வேறுவழியில்லை. மழைவிட்டதும் பழஞ்சோற்றைப் புறக்கணித்து வெளியோடிப் போகிறது பூனை. 'வெயில் வந்த உடன பழஞ்சோறு தின்றதுலயிருந்து இந்தப் பூனைக்கு விடிவு வந்திடுச்சி' என்னும் அம்மாவின் சொற்கள் பூனையைப் பற்றியதல்ல. பூனையைப் போல வீடடங்கிக் கிடக்கும் மகனைப் பற்றியது என்பது வெளிப்படை. பூனையையும் அவனையும் பொருத்தும் பல்வேறு சந்தர்ப்பங்களைக் கதைச் சம்பவங்களும் உரையாடலும் கொண்டிருக்கின்றன. அவற்றைக் குறைத்திருந்தால் பூனைக் குறியீடு இன்னும் வலுவாகியிருக்கும்; மன அதிர்வைக் கொடுத்து முடிந்திருக்கும்.

'எதிரி' கதையும், இத்தகைய இளைஞனின் பார்வையைக் கொண்ட கதைதான். ஆனால் பேசும் விஷயம், நடைபாதை வியாபாரி ஒருவரைப் பற்றியது. இளைஞனின் இயலாமையை வெளிப்படுத்தி முடிகிறது இக்கதை. எனினும், இதற்குள் பல்வேறு அடுக்குகள் இருக்கின்றன. பழ வியாபாரியின் துடுக்குத்தனமும் பேச்சும் அவற்றை எதிர்கொள்ளும் அதிகாரமும் சக மனிதர்களும் எனப் பேச விஷயங்கள் இருக்கின்றன. பழ வியாபாரியின் ஒவ்வொரு சொல்லும் சமூகத்தின் பல தரப்பையும் குறிவைத்துத் தாக்குகின்றது. அவனது கலகக் குரலுக்குப் பதில் சொல்ல முடியாமல் வன்முறையை ஏவிவிடுவதுதான் நடக்கிறது. எல்லாவற்றையும் பார்க்கும், கேட்கும் இளைஞன், 'தம்பி வந்தவுடன், அவன் கழுத்தைத் திருகணும். குறைந்தபட்சம் இடி போல் கன்னத்தில் ஓர் அறையேனும் விடணும்' என்று வேகம் கொள்கிறான். அவ்விளைஞனின் எண்ணம் வேறு வழியற்ற இயலாமையின் கோபக்குரல். அது எங்கெங்கும் எதிரொலித்துத் துக்கத்தையும் எரிச்சலையும் நம்மிடமும் உருவாக்குகின்றன.

'பிம்பங்கள் மாயைகள் லீலைகள்' என்னும் கதை, பிள்ளைக்காதல் அல்லது இனக்கவர்ச்சி என்னும் விஷயத்தைப் பற்றியது என்னும் வகையில், இதுவும் பதின்பருவத்தினர்

குறித்ததே. எனினும், பிறவற்றிலிருந்து வேறுபட்டுப் பலவிதமான கோணங்களில் விரியும் கதையாகி இருக்கிறது. இதன் களமும் காலமும்கூடச் சற்றே விரிந்தவை. அத்தையின் பாத்திரம் கதையை வேறொரு தளத்திற்கு எடுத்துச் செல்கிறது. எந்தப் பக்கத்து நியாயத்தையும் நின்று பேசாமல், எல்லாவற்றையும் அப்படி அப்படியே வைத்துவிட்டுக் கதை முடிந்துவிடுகிறது. ஒவ்வொருவருக்கும் அவரவர் நியாயம். எதை எந்தத் தராசில் எப்படி வைப்பது, நிறுப்பது என்னும் பெரிய கேள்வியை எழுப்புகிறது கதை. ஒருவகையில் வாழ்வை விசாரத்திற்கு உட்படுத்தத் தூண்டும் கதை இது. இதன் தொடர்ச்சியாகவே ராமன் இப்போது எழுதியுள்ள பத்துக் கதைகளும் அமைந்திருக்கின்றன.

ஆம். தற்போது ராமன் எழுதியுள்ள இக்கதைகளைக் குறித்து, ஒற்றை வார்த்தையில் சொல்வதென்றால், 'விசாரம்' என்பதே பொருத்தம் எனப் படுகிறது. இந்த விசாரத்தின் தன்மைகள் ஒருபடித்தாக இல்லை. அப்படி இருக்கவும் முடியாது. ஒவ்வொரு கதையிலும் அதன் பாத்திரங்களின் இயல்புகளும் சம்பவங்களும் இணைந்து வெவ்வேறு கோண விசாரத்தைச் சாத்தியப்படுத்தி நிற்கின்றன. 'பிரும ஞானம்', 'இமய விடியல்', 'மனுஷ்யன்','சிரிப்பு' ஆகிய கதைகள் சுவாரசியத்தோடு படிப்பதற்கு உகந்தவை. இவை எளிமையாகவும் மெல்லிய எள்ளலோடும் எழுதப்பட்டவை. 'பின்னென்ன, அவருக்கு எய்ட்ஸ் என்றா போட்டுடைப்பார்கள்' என அடைப்புக்குறி வாசகத்திற்குள் முடியும் 'மனுஷ்யன்' என்ற கதை, எள்ளலின் உச்சம்! 'அம்மாவா இது? அடடா, எப்படிப் பேசுகிறாள் அவள்! இது போதும் எனக்கு. இனி எனக்குக் கல்யாணமானால் என்ன, இல்லை, ஆகாவிட்டால்தான் என்ன?' என முடியும் 'பிரும ஞானம்' கதையும் ஒருவகை எள்ளல்தான். சாதிய மனோபாவம் பற்றிய எள்ளல். 'சிரிப்பு', 'இமய விடியல்' ஆகியவற்றிலும் இந்தத் தன்மையைக் காணலாம். இக்கதைகள், 'விசாரம்' என்னும் என் ஒற்றை வார்த்தை வரையறைக்குள் அடங்க மறுப்பவை; அடக்கலாம். கொஞ்சம் வலிந்து அடக்குவதுபோலத் தோன்றக் கூடும். ஆகவே, அவரவர் மனோநிலைக்குத் தட்டுப்படுவதைப் பெற்றுக்கொள்ளட்டும் என விட்டுவிடுகிறேன்.

'பெர்னாட்ஷா பிறந்தார்' கதையில், தன் மகளுக்கு வைத்திருக்கும் 'குருவி' என்னும் பெயருக்குக் குறிப்பான காரணம் இருப்பினும், அதற்குச் சொல்லப்படும் பல கதைகள் சுவாரசியமாக இருப்பதோடு, விசாரத்தின் வெவ்வேறு தன்மைகளை உணர்த்துவனவாகவும் இருக்கின்றன. 'கழுத்துப்பிடி' கதை, பல பாத்திரங்களைக் கொண்டு எங்கெங்கோ அலைகிறது. ஒரு

நேர்க்கோடாகக் கதை இல்லாமைதான் இதன் பலம் என்றும் சொல்லலாம். பழிவாங்கல் கதைபோலத் தொடங்கி, இறுதியில் பகடியில் கதை முடிகிறது. 'நான் ஒன்றும் அம்மா பையனில்லை, 'அப்பா பையன்தான்' என்பது அவருக்கும் புரிந்துவிட்டதுபோலும்' என்னும் வாசகத்தில் இருக்கும் அந்தப் பகடிதான் அதன் விசாரம்.

'ஏழாம் பிறை' கதை நெடிய வாழ்வு வாழ்ந்த ஜீவன் ஒன்றின் விசாரம். வாழ்வனுபவம் எத்தனை சாதாரண ஜீவனையும் விசாரத்துக்குள் கொண்டுபோய்த் தள்ளிவிடும் என்பதில் மிகையில்லை. ஏழைப் பெற்று ஐந்தை வளர்த்துக் காலத்தின் போக்குகளை எல்லாம் கண்டுவிட்டுத் தன் கிராமத்தில் தனித்து ஒதுங்கிக் கிடக்கும் பெருந்தாய் அவர். தம் வாழ்விலிருந்து மின்னல் போலச் சில கீற்றுகளை விண்டு காட்டுகிறார். அவை எத்தனையோ எண்ணங்களைக் கிளர்த்துகின்றன. குழந்தைப் பேறற்ற தன் தங்கை மகள் வந்து தன்னுடன் சில நாட்கள் தங்கியிருந்தபோது கேட்கிறாள், 'பெரீம்மா! எதுக்குக் கல்யாணம் பண்றாங்க? இப்ப நீயும் நானும் நல்லாத்தானே இருக்கோம். ஒம் பொண்ணு பையனுங்களால ஒனக்குப் பிரயோஜனமில்ல. என்னால, ஏக்கத்தோட செத்த எங்கம்மாவுக்கு, என்ன செய்ய முடிஞ்சிது?' இது வாழ்வின் சாரம் பற்றிய கேள்வி. இதற்கு மிக எளிய பதில்களிலிருந்து, கடினமான தத்துவார்த்தப் பதில்கள்வரை, பலவும் சொல்ல முடியும். ஆனால் எல்லாப் பதில்களும் ஏதோ ஒருவகையில் குறையுடையவையாகவே அமையும். இந்தக் கேள்விகள் ஆண்டாண்டுக் காலமாக இருந்து வந்தபோதும், அதேவிதமான வாழ்க்கைக்குள் எல்லோரும் திரும்பத் திரும்பச் சென்றுவிழுவது ஏன் என்பது புறத்தே எழும் கேள்வி. அமெரிக்காவிலிருந்து வந்து பாட்டியை ஆவணப்படப் பொருளாகக் காணும் பேரனில் முடிகிறது கதை. 'சுருண்டிருந்த மரவட்டை மீண்டும் நிமிர்ந்துவிட்டது' என்பது இக்கதையின் முடிவு வாசகம். இதுவும் ஒரு எள்ளல் வாசகம்தான். காலத்தை எள்ளுவது யார்? கதையின் பாத்திரமா, கதாசிரியரா?

'மூளைப்பிளிறல்'என்னும் கதை, கடித வடிவத்தைக் கொண்டது. எனினும், ராமனின் ஆதர்சமான தன்மைக்கூற்று முறை, தூக்கலாக அமையப் பெற்ற கதை. இக்கதையும், ஒருவன் தன் ஐம்பதுவயது வாழ்வைத் திரும்பிப் பார்க்கும் விசாரத்தைக் கொண்டிருக்கிறது. அதுவும் அவன் கொஞ்சக்காலம் துறவியாகவும் திரிகிறான். தன் வாழ்விலிருந்து தேர்ந்தெடுத்த சில நினைவுகளை, சம்பவங்களை நம்மிடம் பகிர்கிறான். அவற்றில் தன்னை மறைத்துக்கொள்வதும், சில நியாயங்களை மட்டுமே சொல்வதும் என அவன் கையாளும் நூதனமான ஒரு 'மன

விலகல்' நுட்பமாகப் பிடிபட்டுவிடுகிறது. ஒருவகையில், இதைக் கேலிசெய்யும் பாவனை விசாரம் என்றோ, முனைப்புற்றெழும் விசாரப் பாவனை என்றோ சொல்லிவிடலாம். 'மூளைப்பிளிறல்' என்னும் தலைப்பும்கூட, இந்தப் பாவனையை மையப்படுத்தியதே.

'விபரீத ராஜ யோகம்' கதையைக் குறித்தும் எழுத நிறைய இருக்கிறது. இந்தத் தலைப்பில் ராமன் கதை எழுதுவதற்கும் இதைத் தொகுப்பிற்குச் சூட்டுவதற்கும் நானே காரணம். இருக்கட்டும். கல்யாண நரசிம்மன் ('கல்யாண ராமன்' என்றும் கொள்ளலாமோ?) வாழ்க்கையைச் சுவாரசியமில்லாதது என்று எப்படிச் சொல்ல முடியும்? இரண்டு வயதோடு விபரீத ராஜ யோகம் முடிந்துவிடுகிறது; மீண்டும் நூற்றுப் பதினாலாவது வயதில்தான் அது வரும் என ஒருவனுக்கு ஜாதகப்பலன் இருக்கும் என்றால் அதுவே சுவாரசியத்தைக் கூட்டிவிடுகிறது. இரண்டுமே வந்தாலும் பயனில்லாதவை. இப்படிப்பட்ட ஜாதகம் அமைவதும்கூட ஒரு விபரீதமே. இப்படி ஒரு ஜாதகக் கலைச்சொல் உருவான காரணம் பற்றியும் யோசிக்கிறேன். ஒரு மனிதரின் எதிர்பாராத உயர்வுகளைச் சீரணித்துக்கொள்வது பிற மனிதர் அனைவருக்குமே கஷ்டமானதுதான். அதைச் சீரணித்துச் சற்றே மனதை அமைதிப்படுத்த, இந்த 'விபரீத ராஜ யோகம்' பிறந்திருக்கவேண்டும். ஆனால், அதைக் கல்யாண நரசிம்மன் பொருட்படுத்தவில்லை. எல்லாவற்றையும் செய்து பார்த்தும் பெரிய வெற்றிகளைப் பெறாத அவனுக்கு, ஒரு தரிசனம் இருக்கிறது. 'காமாட்சி யோகத்தைவிடப் பெரிசு ஒன்னுமில்ல' என்பது அது. காமாட்சிக்கும் பெரிய சந்தோசம் கொடுக்கிற மந்திரமாகிறது அது. இனி மிச்சக்காலத்தையும் மகிழ்ச்சியாகக் கழிக்க இருவருக்கும் அதுவே போதுமானது. பாலவிநாயகத்தின் வாழ்வையும் புறமொதுக்கி நகையாடவில்லை அவன். 'உழைச்சு ஜெயிச்சவன் ஓய்வெடுக்க நெனைக்கிறப்ப இதெல்லாம் தோணும்' என்று அருமையாகக் கணிக்கிறான். தொண்ணூற்றாறு வயது அம்மாவைக் கைப்பற்றிப் பூங்காவுக்கு நடைக்கு அழைத்துச் செல்லும் வாய்ப்பைப் பெற்ற கல்யாண நரசிம்மனின் வாழ்வு உன்னதமானதுதான். தாய் இருந்தபோது காமாட்சி அவனுக்குப் பொருட்டாக இல்லை. தாயின் இறப்புக்குப் பிறகுதான் காமாட்சியைத் தனக்குக் கிடைத்த யோகம் என அவன் உணர்கிறான். இப்படி இக்கதைக்குள் விரிவான பயணத்தைச் செய்ய முடிகிறது.

ராமனைப் பற்றி ராமன் எழுதிய 'ஜல சமாதி' கதையைக் குறித்துப் பேச எனக்குத் தயக்கமாக இருக்கிறது. ஆனால் ராமனோ தைரியமாக எழுதியிருக்கிறார். இதைப் பற்றிய யோசனையின்

போது, 'ராமன் ராமனைப் பற்றிப் பேசலாம்; முருகன் பேச முடியுமா?' என்றொரு எண்ணமும் எனக்குள் ஓடியதை மறைக்க விரும்பவில்லை. இது ஒருவகையில் அபத்த எண்ணம்தான். யாராக இருப்பினும் இன்றைக்கு எச்சரிக்கை உணர்வோடும் அச்சத்தோடுமே பேச வேண்டியிருக்கிறது. ராமன் பாதுகாப்பான எல்லைக்குள் நின்றுகொண்டு விசாரத்தை நடத்துகிறார். அதனால் பிரச்சினையில்லை. இதிகாசக் கதையின் ஒட்டுமொத்தத்தையும் மறுபரிசீலனைக்கு உட்படுத்தும் நோக்கில் ராமனின் இறுதிநாள் கதைக் கருவாகிறது. எத்தனை விதமான சம்பவங்கள், எத்தனை மனிதர்கள், ஏதேதோ சூழல்கள். முடிந்துபோன வாழ்க்கை நிகழ்வு ஒன்றைப் புரட்டிப் பார்க்கும்போது, பின்விளைவு முன்வந்து நின்று, அப்போது இப்படிச் செய்திருக்கலாம், நடந்திருக்கலாம் என்றெல்லாம் சிந்திக்கும் மனிதரின் விசார மனநிலையே ராமனுக்கும் வாய்த்திருக்கிறது. சரயு நதிக்குள் இறங்கித் தன்னை மாய்த்துக்கொள்ளும்முன், ராமனின் மனம், தன் வாழ்க்கையை, விதவிதமான கோணங்களில் நினைவுத் திரையில் ஓட்டிப் பார்க்கிறது. அந்த விசாரம், 'யாராய் வேண்டுமானாலும் பிறக்கலாம்; ஆனால் ராமனாய் மட்டும் பிறக்கவே கூடாது' என்னும் முடிவுக்கு ராமனை இட்டுச் செல்கிறது. ராமனைக் கடவுளாகவும் மனிதனாகவும் ஒரே சமயத்தில் இருத்திவைத்து எழுதப்பட்ட கதை. யாருக்குமே தம் வாழ்வைத் திரும்பிப் பார்க்கும்போது இப்படித்தான் தோன்றும் எனக் கருதுகிறேன். மகிழ்ச்சியும் நிம்மதியுமான வாழ்க்கை சித்திக்கப்பெறும் சூழல், எந்த ஜீவனுக்கும் இங்கே வாய்ப்பதில்லை. மகிழ்ச்சிக்கணங்கள் நீர்க்குமிழியாகித் துக்க நினைவுகளே பூதாகரம் கொள்கின்றன. இதிகாச நாயகனின் வாழ்க்கையை ஒரு சிறுகதைக்குள் இருத்திப் பார்க்கும் சாதனைக் கதை இது. இவ்விதம் கல்யாணராமனின் இந்தத் தொகுப்புக் கதைகளுக்குள் என்னால் பயணம் செய்ய முடிகிறது. பயணத்திற்கு வழிகளைத் திறந்திருக்கும் கதைகள் சிறந்தவை எனக் கருதுகிறேன். மேலும் மதிப்பிடுதலை விடவும், பயணம் செய்தலே சிறந்தது என்றும் நினைக்கிறேன்.

நாமக்கல்
15-10-2019

பெருமாள்முருகன்

மனோநிலைகள்

இவன் படித்துக்கொண்டிருந்தான். ஆழ்ந்து ஊன்றியிருந்த நிலையில், யாரோ கூப்பிட்டார்கள். காதில் வாங்காமல் இருந்துவிடவே விரும்பினான். திரும்பவும் கூப்பிட்டார்கள். இவனுடைய கவனம் பிசகியது. வேறு வழியில்லை. வேண்டா வெறுப்பாகப் புத்தகத்திலிருந்து பார்வையை வலுக்கட்டாயமாகப் பிரித்தெடுத்து வீட்டினுள்ளே செலுத்தினான்.

"சித்தியைக் கொண்டுபோய் விட்டுட்டு வா"

வாசல்படியில், இவனுடைய அக்கா நின்று கொண்டிருந்தாள். அவள் விழிகள், இவனுடையதை நேருக்கு நேராகச் சந்திக்க மறுத்துத் தரை நோக்கித் தாழ்ந்திருந்தன. அடுத்த வார்த்தையை அவள் உதிர்த்துவிடக்கூடாதே என்ற எச்சரிக்கையோடு, இவன் "சரிக்கா" என்று சொன்னான். வெற்றி பெற்றுவிட்ட தோற்றத்தோடு, அக்கா உள்ளே போனாள்.

இவன் வீடு இருக்குமிடத்திலிருந்து, ஒரு மைல் தொலைவில் பஸ் ஸ்டாப் இருக்கிறது. நடந்து சென்றால் அதிகப்பட்சமாக இருபது நிமிடமாகலாம். ஆனால், இவன் குடும்பத்தாரின் தயாளக்குணம் காரணமாக, விருந்தினராக யார் வந்தாலும் இவன் அவர்களோடு கூடச்சென்று, ஒவ்வொருவரையும் சைக்கிளில் ஏற்றிப் போய், பஸ் ஸ்டாப்பில் விட்டுவிட்டு வர வேண்டியிருக்கிறது. வீட்டிலிருந்து பஸ் ஸ்டாப் செல்கிற அப்பாதை, அத்தனை

நேர்த்தியானதாக இல்லை. மேலும், இருப்புப்பாதையை வேறு தாண்டிப் போயாக வேண்டும். குறுக்கே வருகிற லெவல் கிராஸிங்கைக் கடந்து போவதற்குள், ஒரு பிறவியின் அலைச்சலை, துயரத்தை முதுகில் சுமந்த வேதனை இவன் முகத்தில் அப்பட்டமாகத் தெரியும்.

வெளியே செல்வது என்பதே, இவனுக்குத் தாங்க முடியாத எரிச்சலைக் கிளப்பிவிடும். ஓரறைக்குள் வாழவே பழகியவன் இவன். இது தெரியாதவள்போல் இப்போது அக்கா, சித்தியை பஸ் ஸ்டாப்பில் கொண்டுபோய்விடச் சொல்கிறாள். இவனுக்கு மிகவும் ஆயாசமாயிருந்தது. தனக்குச் சைக்கிள் ஓட்டத் தெரியாமல் இருந்திருக்கக்கூடாதா என்று நினைத்துக் கொண்டான். வாசல்புற வராண்டாவில் நிறுத்தி வைக்கப்பட்டு இருந்த சைக்கிளைப் பார்க்கப் பார்க்க இவனுக்கு எரிச்சல் மிகுதிப்பட்டது. பேசாமல் காற்றைப் பிடுங்கி விட்டுவிட்டுச் சைக்கிள் பஞ்சராகிவிட்டதென்று சொல்ல, இவனுக்கு மிகவும் ஆசையாகத்தான் இருந்தது. ஏனோ இவனால், அவ்வாறு செய்ய இயலவில்லை.

பாதித் தூக்கத்திலிருந்து எழுப்பப்பட்ட குழந்தை போல, தான் கொண்டுபோய் விடவேண்டிய சித்தியை, இவன் ஏறிட்டுப் பார்த்தான். கூடத்தில் நின்றுகொண்டு சித்தி, இவன் அக்காவோடு பேசிக்கொண்டிருந்தாள். இவன் அவர்களைப் பார்ப்பது தெரிந்த உடனே அக்கா, சைக்கிள் சாவியை எடுத்துக் கொண்டுவந்து இவனிடம் தந்தாள். அதை வெடுக்கென்று பிடுங்கிக்கொண்டான். அந்தச் செய்கையின் எதிரொலியாக, அக்கா லேசாகச் சிரித்தாள்.

பிறகு இவன் நிதானமாகச் சைக்கிளை இறக்கி, வீட்டுக்கு வெளியே கொண்டுவந்தான். தயார்நிலையில் வைத்துக் கொண்டு, சித்தியைப் பார்த்து, "சீக்கிரமா வா" என்று சொன்னான். சிறிது நேரம் காத்திருக்க வேண்டியிருந்தது. சாவதானமாகப் பேசி முடித்த பிறகுதான், சித்தி வெளியே வந்தாள். ஒரே ஓரடி அவள் முன்னே நடப்பதற்குள், திரும்பவும் அவளை அக்கா கூப்பிட்டாள். அக்கா நீட்டிய குங்குமச்சிமிழில், ஒரு திட்டு எடுத்து நெற்றியில் வைத்துக்கொண்டு, சித்தி இவன் பக்கம் திரும்பினாள். இவன் அமைதியாக இருக்க முயன்றான். இன்னும் சிறிது நேரம்தானே என்று நினைத்துக்கொண்டான். சைக்கிள் சீட்டில் அமர்ந்து, தரையில் கால் ஊன்றியபடியே, கிளம்பத் தயாராயிருந்தான். சித்தியைக் கேரியரில் பார்த்து ஏறிக்கொள்ளச் சொன்னான்.

ஏறிக்கொள்வதற்கு முன்பு சித்தி, இவனுடைய அக்காவைப் பார்த்து, "முன்னாடி ஒரு தடவ, இந்த மாதிரிச் சைக்கிள்ல

போகும்போது, இவன் என்னக் கீழத் தள்ளிவுட்டானே! அது உனக்கு ஞாபகமிருக்கா? இந்த வாட்டி, என்ன பண்ணப் போறானோ!" என்று முனகினாள். இவனுடைய அக்கா, இம்முறை ஓசையற்றுச் சிரித்தாள். இவனும் சிரிக்கவேண்டும் என்பதற்காக, "போ, சித்தி! அவன் அப்ப ரொம்பச் சின்னப்பையன். மீசைகூட முளைக்காத வயசு. உன்னோட அசுர வெயிட்டத் தாங்க முடியாமக் கீழத் தள்ளிட்டான். இப்பப் பார் நீ! ரொம்ப ஜோரா ஓட்டுவான்" என்றாள். இவனை ஓரக்கண்ணால் பார்த்துக்கொண்டே, அக்கா பேசினாள். அசட்டையுடன் இவன், வேறெங்கோ பார்த்தான். பின்பு கடைசியாகச் சித்தி அக்காவைப் பார்த்து, "போயிட்டு வரேன்" என்று சொன்னாள்.

ஊன்றிய காலை எடுத்துப் பெடலில் வைத்து மிதிக்கத் தொடங்குகையில், சித்தியின் 'அசுர வெயிட்' தாங்காமல், இவன் சைக்கிள் கொஞ்சம் தடுமாறிவிட்டுப் பின் நேர்த்தியாக ஓடத் தொடங்கிற்று. அந்த லேசான தடுமாற்றத்திற்கே கலங்கிப்போன சித்தி, "பாத்துடா, கவுத்துடாத" என்றாள். அவ்வார்த்தைகளால் சங்கடப்பட்ட இவன், தன்னை அவளுக்கு நிரூபிக்க வேண்டிச் சைக்கிளின் ஓட்டத்தை வேகப்படுத்தினான். குழியுங்கல்லும் சாலையில் பரந்துகிடந்தன. ஆனால், மனிதக்கும்பலின் நெருக்கமற்றுச் சாலை காலியாயிருந்தது, இவனுக்கு வசதியாகி விட்டது. "மெதுவாப் போடா" என்று சித்தி சொல்லவேண்டும் என்று, இவன் எதிர்பார்த்தான். எனவே வேண்டுமென்றே, ஒரு பள்ளத்தில் சைக்கிளை இறக்கி ஏற்றினான். கேரியரை இறுக்கப் பற்றியிருந்த இவன் சித்தி, முகத்தில் சிறு கோபக்குறிப்புக் காட்டினாள். இவன் மெதுவாகச் சற்றுத் தணிந்த குரலில், "தெரியாமப் பள்ளத்தில இறக்கிட்டேன் சித்தி" என்றான். அவள் வாய் திறந்து எதுவும் பேசவில்லை. மிகச் சலிப்படைந்தவனாய், ஒழுங்காகச் சைக்கிள் ஓட்டுவதில், இவன் கவனம் செலுத்தினான். மௌனத்திலேயே சிறிதுநேரம் கழிந்தது. தன்னியல்பாய் இறுக்கம் தளர்த்தி, மௌனம் உடைத்தாள் சித்தி.

"மூணாம் வருஷமா இது?"

"ஆமாம்"

"முடிச்சுட்டு, என்ன பண்ணப் போற?"

"தெரியல"

"ரயில்வே, பாங்க்னு எதுக்காவது அப்ளிகேஷன் போட்டிருக்கியா?"

"போடல"

"ஏண்டா? வேலைக்குப் போய்த்தானே ஆகணும் நீ? அப்ளிகேஷன் போடாம இருந்து என்ன பண்ணப்போற?"

“ரிசல்ட் வரட்டும்”

“சித்தப்பா கிட்டச் சொல்லட்டுமா? ஏதாவது கம்பெனியில இழுத்து விட்டுடுவார்”

இவனுக்குப் பேசப் பிடிக்கவில்லை. அதை அப்படியே வெளியே சொல்லவும் முடியவில்லை. இன்னும் கொஞ்சதூரம் தான் இருக்கிறது, பஸ் ஸ்டாப் வருவதற்கு. ஆனால், திக்குத் திசை தெரியாத காடாய், இவனுக்குப் பாதை போக்குக் காட்டியது. சித்தி வேறு தொணதொணத்துக்கொண்டிருந்தாள். பேச்சைச் சித்தியிடமிருந்து கவர்ந்துகொண்டு, அவளுடன் கழித்த பழைய விடுமுறைக் காலத்தை, இவன் அவளுக்கு நினைவூட்டினான். அதைத்தொடர்ந்து, பேச்சின் திசையே மாறியது. திறந்துவிடப்பட்ட ஆடிக்காவிரியாய்ச் சித்தி, எதையெதையோ பேசிக்கொண்டிருந்தாள். யாதொன்றையும் தன் காதில் வாங்கிக்கொள்ளும் தேவையற்று, இவன் அகவயப்பட்டிருந்தான்.

இனியொருமுறை, இதுபோல் யாரையும் பஸ் ஸ்டாப்பிற்குக் கொண்டுவந்து விடும்படி, தனக்கு நேரவே கூடாது என்று தன் மனசுக்குள் சொல்லிக்கொண்டான். படிக்காமல் விட்டுவிட்டுவந்த புத்தகத்தின் ஞாபகம் வந்து தாக்கவே, சைக்கிளை இன்னும் வேகங் கூட்டி மிதித்தான். இருப்புப்பாதை வந்தது. இவன் சைக்கிளை நிறுத்தினான். சித்தி இறங்கிக்கொண்டாள். இவன் மனம், அப்படியே வீடு திரும்பி விடுவதையே விரும்பியது. ஆனால், அதனைச் செயல்படுத்த முடியாதபடி சித்தி, தன் பையை இவன் கையில் கொடுத்துவிட்டு, முன்னே நடந்துபோகத் தொடங்கினாள்.

சைக்கிள் ஹேண்ட்பாரில் பையை மாட்டிவிட்டு, இவன் சைக்கிளைத் தள்ளத் தொடங்கியபோது, லெவல் கிராஸிங்கின் கைகாட்டி மரம் குறுக்காக விழுந்திருந்தது. சித்தி தாண்டிப்போய் விட்டிருந்தாள். தன்னையே நொந்துகொண்டவனாய் இவன், தன் சைக்கிளோடு, உடம்பையும் கூனிக் குறுகி வளைத்துச் சர்க்கஸ் வித்தைகள் பல செய்து, டிரெயின் வருவதற்கு முன்பாக, இருப்புப் பாதையைக் கடந்தான். லெவல் கிராஸிங்கின் மறுபுறம் வந்தவுடன், சைக்கிளை ‘ஸ்டேண்ட்’ போட்டு நிறுத்தினான். பெருகி ஒழுகிய வியர்வையைத் துடைத்தபடி, தன்னைச் சிறிதுநேரம் ஆசுவாசப்படுத்திக் கொண்டான். பிறகு சைக்கிளைத் தள்ளியபடி, பஸ் ஸ்டாப்பை நெருங்கினான்.

அங்குச் ‘சிமெண்ட் பெஞ்ச்’ மேலே, இவன் சித்தி, பஸ்ஸுக்காகக் காத்திருக்கும் வேறு இரு பெண்களோடு அமர்ந்திருந்தாள். தனக்குப் பக்கத்திலிருந்த ஓரிடத்தைக் காட்டி, இவனையும் அமருமாறு சொன்னாள். இவன், அதைக் காதிலேயே போட்டுக்கொள்ளவில்லை. இந்த இடத்தில், சித்தி தொடர்ந்து

பேசாமலிருக்கவேண்டுமே என்றுதான், இவன் எண்ணினான். தள்ளிப்போய் நின்றுகொண்டு, ஏதாவது பஸ் வருகிறதா என்று பார்க்கத் தொடங்கினான். விரைவில் வந்துவிட்டால் தேவலாம். கண்கொட்டாது சித்தி இவனையே பார்த்துக்கொண்டிருந்தாள். இவனுக்குக் கூச்சமாயிருந்தது. தூரத்தில் கேட்ட ஒலியை நிதானித்து, "சித்தி! பஸ் வருகிறது" என்று இவன் சொன்னான்.

சித்தி, சிமெண்ட் பெஞ்சிலிருந்து எழுந்துகொண்டாள். மெல்ல இவனை நோக்கி வந்தாள். நிதானமாகத் தன் பர்ஸைத் திறந்து, ஒரு இருபது ரூபாய் நோட்டை எடுத்து, இவன் சட்டைப் பாக்கெட்டில் திணிக்கப் பார்த்தாள். மின்னல் தாக்கியதுபோல் அதிர்ந்துபோய் இவன், அந்தப் பணத்தை வாங்க மறுத்தான். மனம் கூசிப்போனவனாய்த் தலைகுனிந்தபடி நின்றிருந்தான். ஆனால், சித்தி விடவில்லை. பஸ்ஸை வேண்டும் என்றே தவற விட்டாள். நெருங்கி வந்து, வெகு கரிசனத்தோடு, ரூபாயை இவன் பாக்கெட்டில் வைத்தாள். ஏதாவது வாங்கிக் கொள்ளச் சொன்னாள். மனங்குழம்பியவனாய் இவன், அவளைப் பார்த்துக்கொண்டே நிற்கும்போதே, "போயிட்டு வரேன்டா" எனச் சொல்லியபடி, வந்து நின்ற அடுத்த பஸ்ஸில் ஏறிவிட்டாள். அமர்ந்துகொண்டபின் கையசைத்தாள். கண்களை விட்டுப் பேருந்து மறைகிறவரை, விழிகளில் நீரோடு இவன், அது சென்ற திசையையே பார்த்தபடி நின்றுகொண்டிருந்தான்.

சுபமங்களா, ஆகஸ்ட் 1993

ஆயிரம் மைல்

அந்த வீட்டிற்குப் பாலா வந்தபோது இரண்டாம் ஆட்டம் சினிமா தொடங்கிச் சிறிது நேரமாகியிருந்தது. தெருப்பாராக்காரன் பாலாவைச் சந்தேகப்பார்வை பார்த்துக்கொண்டேதான் போனான். வரும் வழியில் நடுநிசி நாய்களின் கூப்பாடு வேறு. பாலா, சைக்கிளில் வந்திருந்தான். நுழைவாயிலைத் திறந்துகொண்டு உள்ளே அடியெடுத்து வைத்தான். பெரிதாகக் கூச்சலிட்டது கதவு. போன முறை – அது மூன்று மாதங்களுக்கு முன் என்று நினைவு – பாலா வந்தபோது, அந்தக் கதவு இப்படியில்லை. கயிறென்று நினைத்துப் பாம்பை மிதித்தாற்போலிருந்தது பாலாவுக்கு. சில வருடங்களுக்கு முன் நடந்த அந்தச் சம்பவம், இன்னும் மனதை உறுத்திக்கொண்டுதானிருக்கிறது. அதுவும் இது போலொரு நள்ளிரவுதான். இந்த வீட்டிற்குப் பாலா அப்போதுதான் முதல்முறையாக வருகிறான். பெரிய விஷயம் எதுவுமில்லை. அன்று பாலா, தன் சைக்கிளைச் சரியாக நிறுத்தவில்லை. தரையில் பெரும் சப்தத்தோடு விழுந்துவிட்டது அது. அவ்வளவுதான்.

பளிச் பளிச்சென எரியத் தொடங்கின மின் விளக்குகள். மறுநொடி, குமரனுடைய அப்பா அம்மா தம்பி தங்கையெனப் பெருங்கும்பலே வாசலுக்கு வந்துவிட்டது. குமரன் அப்பாவின் கையில் பெரிய ஒரு கம்பு வேறு. "போன வாரம், கெணத்து மோட்டார எவனோ திருட்டுப்பய தூக்கிட்டுப் போயிட்டான் பாலா. அதுலயிருந்து ஒரு சின்ன சத்தம் கேட்டாக்கூட இப்படித்தான் பதறிப் போறாங்க" என்றான், எங்கள் மாடியறைப் பேச்சில், அன்றிரவில் குமரன்.

அதை எப்போது நினைத்துக்கொண்டாலும், வெடிச்சிரிப்புத் தானாகக் கிளம்பிவிடும் பாலாவுக்கு. தீவட்டியில்லாக் கொள்ளைக்காரனாகத் தன்னைக் கற்பனை செய்து, வாய்விட்டுச் சிரித்துக்கொண்டேயிருப்பான். ஆனால், இப்போது அப்படியில்லை. குமரனை உடனடியாகப் பார்த்துப் பேசியாகவேண்டும் அவனுக்கு. அந்த அவசரத்தில்தான், கிரில் கதவைச் சற்றே வேகமாகத் தள்ளித் திறந்துவிட்டான் போலும். அதற்காகப் பாலா தன்னைத் தானே நொந்துகொண்டான். விளக்குகள் எரிந்துவிடுமோ என்று உள்ளே ஒரு பயம். கிரில் கதவைத் தாண்டிச் சைக்கிளை உள்ளெடுத்துக்கொண்டுவர மிகத்தயக்கம் காட்டினான் பாலா.

அடர்ந்த இருளில் மௌனித்திருந்தது குமரன் வீடு. பாலா கொஞ்சம் காத்திருந்தான். பயந்தபடி ஏதும் நிகழவில்லை. பிறகு, மெல்ல மெல்லச் சைக்கிளை உருட்டி, உள்ளே நுழைந்தான். அதிகபட்ச எச்சரிக்கையோடு, கிரில் கதவைச் சாத்தினான். சிறு ஓசையும் எழும்பாமல், அப்படியே சைக்கிளை உயரத் தூக்கி, வீட்டுத் திண்ணையில் நிறுத்தினான். ஸ்டேண்டைச் சரியாகப் போட்டுப் பூட்டினான். பிறகு சாவியைக் கையிலெடுத்துக் கொண்டு, வழக்கம்போல் விரலில் மாட்டி அதைச் சுற்றாமல், காலடிச் சத்தங்கூடக் கேட்டுவிடாத பொடிநடையில் படிகளின் மேலேறி மாடியை அடைந்தான். ஏறுகிறபோதே, மாடி இருட்டாய் இருப்பதைக் கவனித்துப் பாலா ஆச்சர்யப்பட்டான்.

எப்போதும் இந்நேரத்துக்குக் குமரனின் அறையில் விளக்கு எரிந்துகொண்டிருக்கும். பின்னிரவில் படிப்பது அவனுக்கு ஒரு தீராத வியாதி போல. விடியற்காலையில்தான் தனக்கு ஆழுறக்கமே வருகிறதென்று பாலாவிடங்கூடப் பேச்சுவாக்கில் எத்தனையோ முறை குமரன் அலுத்துக்கொண்டிருக்கிறான். அம்மாடியறைக்குக் கதவெனத் தனியாக எதுவும் கிடையாது. ஒரே ஓர் ஓலைத்தட்டி மட்டுமே தடுப்புப் போலிருந்தது. மேலேகூடக் கீற்றுக்கூரைதான். ‘ஆனால், நண்பர்கள் வந்து போக, மிகச்சுதந்திரமான ஓரறை’ எனத் தனக்குள்ளேயே முணுமுணுத்துக்கொண்டான் பாலா.

“இப்பெல்லாம் முன்னப் போல நீ எங்க வர பாலா? ஆளப் பாக்கறதே அபூர்வமா இல்ல ஆயிடுச்சு”

“ஆமாம், ஆமாம்! நான் வர ஆளில்லதான். ஏன்னா நாளைக்கு மூணு வாட்டி நீதான் என்னத் தேடிக்கிட்டு வந்து போறியே?”

“பாலா, பாலா! என்னடா பேசற நீ? புரியறாப்ல சொல்லு”

“புரியாமப் பேசற எம் பேச்ச, எதுக்காகடா நீ கேட்கணும்? ஒன்னும் வேணாம். நீ பாட்டுக்கு மூடிக்கிட்டுத் தூங்குடா”

“இன்னிக்கு என்னடா ஆச்சு உனக்கு? எதுக்கு இத்தனக் கோவம் எம் மேல? பாரு, விஷயம் என்னன்னு சொல்லிட்டு, பின்ன என்ன எப்படி வேணாத் திட்டிக்கோ”

“ஒரு மண்ணாங்கட்டி விஷயமும் எங்கிட்ட இல்ல, நீ நல்லாத் தூங்குடா”

“இந்த அர்த்த ராத்திரியில, பத்து மைல் சைக்கிள் மிதிச்சி நீ வந்ததே, என்னோட இப்பிடி சண்ட போடத்தானா, பாலா? என்ன பைத்தியக்காரத்தனம்டா நீ பண்றது!”

“. . .”

குமரன் படுக்கையிலிருந்து எழுந்துகொண்டான். கட்டைச்சுவரில் தான் வைத்திருந்த தண்ணீர் கூஜாவை எடுத்து, ஒருமிடறு நீரைத் தன் வாய்க்குள் ஊற்றிக்கொண்டான். பின் கூஜாவைப் பாலாவிடம் நீட்டிக் “குடிடா கொஞ்சம்” என்றான். கூஜாவை வாங்கிக்கொண்டான் பாலா. குமரனுடைய பார்வை, பாலாவை ஊடுருவியிருந்தது. அழுக்குச்சட்டை; சிரத்தையெடுத்து வாரப்படாத தலை; மழிக்கப்படாத அடிபட்ட முகம். குமரனின் நேர்ப்பார்வையை எதிர்கொள்ள முடியாதவனாய்ப் பாலா வாய் திறந்தான்.

“எப்பிடி ஆரம்பிக்கிறது? எதன்னு நான் சொல்றது? வர வர, இந்த உலகத்துக்கே நான் வேண்டாத ஓர் ஆளா மாறிக்கிட்டு வரேன்னு தோணுது குமரா. என்னடா விஷயம்னு ரொம்பச் சுலபமா நீ கேட்டுட்ட! தெரியலியே குமரா, என் பிரச்சனை என்னன்னுதான் எனக்கே விளங்கலயே. பாரு. விடாம நெட்ரு பண்ணி, நீ ‘பாஸ்’ பண்ற எக்ஸாம்ஸ்ல ஒன்னுலகூட என்னால ‘பாஸ்’ பண்ண முடியறதில்லியே, அது ஏண்டா? ஏன்னு சொல்?” சடாரெனக் குமரன் தோள்களைப் பிடித்து உலுக்கினான் பாலா. அவன் கண்களில் சிவப்புத் தொற்றியிருந்தது; கைகள் நடுங்கின. அவன் தலையில் மெல்லத் தட்டிக்கொடுத்தான் குமரன். தானே சமாதானமாகித் தொடர்ந்தான் பாலா.

“போன மாசத்தோட எனக்கு இருபத்தொன்பது முடிஞ்சு போச்சு. அப்பாவும் சளைக்கறதில்ல. எவன் எவன் கால்கைய எல்லாமோ புடிச்சி, மாத்தி மாத்தி எங்கயாவது பிடிச்சித் தள்ளி விட்டுக்கிட்டுத்தான் இருக்கார். என்னாலத்தான் ஒன்னுத்திலியுமே நிலைச்சு நிக்க முடியலியேடா. எதனாச்சும் ஒரு சின்னத் தகராறு. தேவையே இல்லாம சில சூடான வார்த்தைங்க. பெரிய புடுங்கி மாதிரி ஒரு முன்கோபம் . . .”

குமரனுக்குப் பகீரென்றது. கடந்த மூணு நாலு மாசமா இங்கப் பாலா வரலன்ன ஒடனே, எவ்வளவு சந்தோஷமா இருந்துது? கடைசியில, எல்லாமே வீணா! கடவுளே!

“மறுபடியும் வேலைய விட்டுட்டியா பாலா?”

“குமரா, ப்ளீஸ்டா. நீயாவது என்னப் புரிஞ்சிக்க முயற்சி பண்ணக்கூடாதா?”

“ . . .”

“அப்பா, எவ்வளவோ பெரிய பெரிய வேலைகள்ல எல்லாம் இருந்தவர்டா. சர்க்கார் உத்தியோகத்தில நாலுபேரு சலாம் வைக்க, நல்ல மதிப்பா ஊரெல்லாம் சுத்திச் சுத்தி மகிழ்ந்தவர்டா. நான் இப்படி உதிரியாத் திரியறது அவருக்குப் பெருத்த அவமானமா இருக்குடா. அதுக்காக வட்டிக்கடையிலயும், ஹோட்டல் கல்லாவிலயும், டெலிபோனுக்குக் காவலாவும் என்னக் குப்ப கொட்டச் சொல்லலாமா? முடியலடா. கடைசியாச் சேந்தது ஒரு நடிகனோட பத்திரிகையில. உனக்குத்தான் தெரியுமே?”

“ம்ம். சொல்லு”

“சொல்றதுக்கென்ன இருக்கு? எண்பது பக்கத்தில நாப்பது பக்கம், அந்தப் பயலுக்கும் அவன் பொண்டாட்டி புள்ளங்க . . . அப்பறம் அவன் வெச்சிருக்கிற நாலு கூத்தியாளுக புகழ் பாடறதுக்குமே சரியாப் போயிரும். மிச்சப் பக்கத்திலயாவது ஏதாவது உருப்படியா செய்யலாமுன்னு பாத்தா, அதுக்கும் அவரத்தான் கேட்கணுமாம். ரெண்டு மாசம், அங்க நான் நிலைச்சதே அதிசயந்தான். போன வாரம், பொமேரியன் நாய்க் குட்டிகள வளக்கற நாலைஞ்சு நடிகைங்க வீட்டுக்குப் போய், பேட்டி எடுத்திட்டு வரச்சொன்னான். ஒருத்தி பேசுனத நான், ஏடாகூடமா மாத்திப் போட்டுட்டேனாம். என் கண்மணியும் என்னோடச் சேந்து குடிக்கும்னு அவ சொன்னது, விஸ்கி குடிக்கறதப் பத்தியில்லியாம், திருப்பதி வெங்கடாசலபதி சத்தியமா மில்க்ஷேக் குடிக்கறதப் பத்தித்தானாம். நாந்தான் தண்ணி அடிச்ச மயக்கத்தில, தப்பும் தவறுமா கிறுக்கிப்புட்டனாம்! போதும்டா எஞ்சாமி, நான் பிழைச்சேன்னு ஒரு கும்பிடு போட்டுப்பிட்டுத் தல தெறிச்சாப்ல ஓடி வந்துட்டன்”

பேச்சின் தீவிரம், குமரனைத் தொட்டு உசுப்ப, அதுவரை படுக்கையில் சாய்ந்தபடியே பாலா சொல்வதையெல்லாம் கேட்டுக்கொண்டிருந்தவன் நிமிர்ந்தமர்ந்தான். பாலாவின் முகத்தைத் தவிர்த்து மோட்டுவளையின்மேல் பார்வையைத் திருப்பினான். தன் மார்புக்குக் குறுக்கே, கையெடுத்துக் கட்டிக்கொண்டான். இயல்பாகச் செவிகள் கூர்மையடைந்தன.

“எல்லாத்துக்கும் அவதான், அந்தப் பாவி மக மஞ்சுளாதான் காரணம். உங்கிட்டத்தான் நான் முன்னாடியே சொல்லி இருக்கேனே குமரா! ஆசஆசயா எத்தினிக் கடிதங்கள்? தியேட்டர்

பீச் கோயில்னு எவ்ளோ இடங்கள்? காலேஜ் கடைசி வருஷமது. அப்போத்தான் எங்களுக்குள்ள ஒரு விளையாட்டு ஒப்பந்தம். அத இது வரயில யாருக்கிட்டவும் நான் ஓப்பன் பண்ணதில்லடா! படிச்சு முடிச்சதும் அவளுக்கு முதல்ல வேல கெடச்சா, மொதல் மாசச் சம்பளத்துல எனக்கு அவ ஒரு மோதிரம் வாங்கிப் போடுவா. எனக்கு வேல கெடச்சா, அவளுக்கு நான் ஒரு பட்டுப்பொடவயப் பரிசளிக்கணும். நீ சிரிக்காதடா குமரா. பேசிப் பேசியே என்னக் கவுத்துட்டுப் போயிட்டாடா அவ. எவ்வளவு நம்பினேன்? எப்படி எல்லாம் பாத்துப் பாத்துச் சேவை செஞ்சேன்?”

“. . .”

“ச்சை . . . விட்டுத்தள்ளுடா கழுதய. பைசாவுக்குப் பிரயோஜனமில்லாத பய, பேப்பரை ஏண்டா ‘வேஸ்ட்’ பன்றேன்னு கேட்டு, முந்தாநாள் எங்கப்பா, நான் எழுதி வச்சிருந்த குப்பைய எல்லாம் கொளுத்திட்டாருடா. டிகிரிய முடிச்சிருடா முடிச்சிருடான்னு அம்மா கெஞ்சு கெஞ்சுன்னு கெஞ்சறப்ப எல்லாம், ‘மகாகவிகள் பல்கலைக்கழகங்களை உதாசீனப்படுத்துகிறார்கள்’னு வீரவசனம் பேசுனன். அத இப்ப நினைச்சாத் துக்கமாயிருக்குடா. என்ன நானே எப்படி எல்லாம் ஏமாத்திக்கிட்டுத் திரிஞ்சிருக்கேன்?”

குமரன், கன்னத்தில் கைவைத்துக்கொண்டு, கவலையோடு பாலாவைப் பார்த்தான். திரும்பவும் பாலா, தண்ணீர் கூஜாவை எடுத்து, அதை விஸ்கிபோல் பாவித்துத் தன் தொண்டைக்குள் ஊற்றிக்கொண்டான். மேலே படர்ந்திருந்த ஒட்டடை வலைக்குள்ளே, டியூப் லைட் ஒளிர்ந்துகொண்டிருப்பது, நள்ளிரவில் ஒரு வினோதக் காட்சியாயிருந்தது.

“நேற்றுப் பார். நாந்தான் வேலைய விட்டாச்சே! ஊர நல்லாச் சுத்திப்புட்டு, ராத்திரி பத்துப் பத்தர மணியப் போல, வீட்டுக்குள்ளாரப் போறேன். அளவு கொஞ்சம் மீறித்தான் போயிருக்கணும். நிதானம் தவறிப்போகலன்னாலுங்கூட லேசா ஒரு தடுமாட்டந்தான். வாசத்திண்ணையில அப்பா! வாயில வராத வார்த்தையில்ல. அக்காவும் குழந்தையும் வந்திருக்காங்களாம். எங்க அக்கா குழந்தயத்தான் நீ பாத்திருக்கியே. அந்த நாலைஞ்சு வயசு, பட்டுவண்டு? ‘உவ்வே! உன் வாய்ல எல்லாம், ஆய் நாத்தம் அடிக்குது. எங்கிட்ட வராத மாமா!’ன்னு, கத்திட்டு ஒதுங்கி ஓடுது. அக்கா சொல்லித் தந்தாளோ என்னவோ? எங்கப்பாவேகூட, என்ன இப்படித் திட்டினதில்லடா. ஓட்டமா ஓடி, பாத்ரூமுக்கு உள்ள புகுந்துக்கிட்டன். அரைமணி தண்ணிக்குள்ளயே நான் விழுந்து கிடந்தேன்னா பாத்துக்கடா!”

பாலா நிறுத்தினான். அந்த அறையைப் பெரிய மௌனம் சூழ்ந்துகொண்டது. சிறிதுநேரம் கழித்துப் பாலா விசும்பத் தொடங்கினான். அவ்விசும்பல், முதலில் மெல்ல எழுந்து, வரவரப் பெரிதாகியது. திக்கித் திணறிச் சொற்களும் வெளிவந்தன.

“எங்க அம்மா அப்பாவுக்கு நல்ல பிள்ளையா ஒரு நாளும் நான் இருந்ததில்லடா. எந்தங்கையோட நான் சிரிச்சுப் பேசி, ஒரு வருஷத்துக்கு மேலயே இருக்குண்டா. இந்த உலகில், யாருக்குமே, ஒரு சின்னக் குழந்தைக்குக்கூடப் பயன்படறவனா நானில்லடா. இன்னும் எதுக்காகடா நான் இங்க இருக்கணும்? இதோ இப்பக் கேட்கறன் உன்ன, உன் மனசுக்குள்ள நீ எதயும் மறச்சு வச்சுக்காம, நிஜத்த அப்படியே எங்கிட்டச் சொல்லுடா. உனக்கு ஒரு நல்ல சிநேகிதனா நான் இருந்திருக்கனா? சொல்லுடா குமரா, உண்மைய மட்டும் சொல்லுடா!”

குமரன், பாலாவின் வலக்கையைப் பிடித்துத் தன் உள்ளங்கைக்குள் வைத்தழுத்திக் கொடுத்தான். தூக்கம் கலைந்து தான் எழும்போதெல்லாம் கொறிப்பதற்கென்று எடுத்து வைத்திருக்கிற நாடா முறுக்கில் இரண்டை எடுத்துப் பாலாவிடம் நீட்டினான். மறுத்துவிட்டுச் சட்டைப்பையிலிருந்து ஃபில்டர் வில்ஸ் எடுத்துப் புகைக்கத் தொடங்கினான் பாலா. குமரன் முகஞ்சுளிப்பதைப் பார்த்தவுடன், சுருள்சுருளாய்ப் புகைவளையங்களை, அவன் முகத்திலேயே, வேடிக்கையாக ஊதிவிட ஆரம்பித்தான். குமரன் பதறி எழுந்தான். லைட்டை அணைக்கவேண்டும். கரண்ட் பில், குமரனா கட்டுகிறான்? அவன் அப்பாதானே கட்டுகிறார்!

சுயக்கட்டுப்பாடுகளை எல்லாம் பாலா எப்போதோ மீறிவிட்டிருக்கவேண்டும். பெரிதாகத் தேம்பத் தொடங்கி விட்டிருந்தான். சரி, தேம்பி அடங்கட்டும் தானாக என்று, குமரன் அவனையே பார்த்திருந்தான். உணர்ச்சி வெறியேறி, “சொல்லுடா, சொல்லுடா” எனத் தன் சட்டையைப் பிடித்துப் பாலா உலுக்கியபோதும், வாயே திறக்கவில்லை குமரன். தலைகுனிந்திருந்தான். அவன் கண்களிலும் நீர்த்துளிகள் அரும்பின. ஆனால், முதலில் தன்னை மீட்டுக்கொண்டவன் குமரன்தான். பசுங்கிளி வரைந்த பாலாவின் கைக்குட்டையை எடுத்து நீட்டினான். “முதல்ல நீ, மொகத்தத் தொடச்சுக்க” என்றான். பாலாவும் துடைத்துக்கொண்டான்.

விடிவதற்கு இன்னும் கொஞ்சம் நேரமிருந்தது. எத்தனை நிமிடம்தான், ஒருவர் முகத்தையே ஒருவர் வெறித்திருப்பது? நெடுநேரங்கழித்துத் தன் கரங்களை ஒன்றோடொன்று பிசைந்து கொண்டபடியே, குமரன் சொன்னான். “எனக்குப் புரிஞ்சிக்க

முடியுது பாலா" என்றான். பாலாவுக்கு இவ்வளவு சின்ன ஓர் ஆறுதலே போதுமானதாயிருந்தது. குமரனின் தோள்களைப் பிடித்து அழுத்தியபடி, கட்டிலிலிருந்து எழுந்துகொண்டான். "சரி, ரொம்பத் தேங்க்ஸ் குமரா! அப்ப நான் கௌம்பட்டுமா?" எனக் கேட்டான். "வெரி சாரி பாலா! கேட்கவே எனக்குக் கஷ்டமா இருக்குடா. ஆனா, இத நீ ஈஸியாக் கடந்து, மேல வருவடா நண்பா. உன்னாலக் கண்டிப்பா முடியும்டா!" குமரனின் சொற்களைக் காற்றில் மிதக்க விட்டுவிட்டுப் படியிறங்கிப் பாலா வெளிநடந்தான். குமரனும் பின்தொடர்ந்தான்.

வானத்தில் விடிவெள்ளி முளைவிட்டிருந்தது. இன்னும் சிறிது நேரத்தில், கோலம் போட, அக்கா எழுந்து வந்து விடுவாள். பாலாவை அவள் பார்த்துவிட்டால் போச்சு, "என்னடா இது, குடியும் கொண்டாட்டமுமா ராக்கூத்து?" எனச் சீறி வெடிப்பாள். "நீ கெட்டுக் குட்டிச்சுவராப் போப்போற பாரு!" எனத் தன் ஆட்காட்டி விரல் நீட்டிச் சாபமிடுவாள். குமரனுக்குப் பாலாவைச் சீக்கிரமாக வழியனுப்பிவிட்டால் தேவலாம் போலிருந்தது. வீட்டினுள்ளே விளக்கெரியாததற்குக் கடவுளுக்கு ஒரு நன்றி கூறிவிட்டுக் கிரில் கதவைக் குமரன் ஓசையெழுப்பாது திறந்தான். எப்படி வைத்தானோ, அதே விழிப்போடு, திண்ணையிலிருந்து தன் சைக்கிளை இறக்கித் தூக்கிக்கொண்டு, பாலாவும் கிரில் கதவைக் கடந்தான். சைக்கிளில் அவன் ஏறுவதைப் பார்த்துவிட்டுப் பின் உள்ளே வந்துவிடலாம் என்பதுதான் குமரனின் எண்ணம். ஆனால், அதற்குள் பாலா, "வா! டீ குடிச்சிட்டுப் போலாம்!" என, அன்பழைப்பு விடுத்துவிட்டான். கதவை ஒழுங்காகச் சாத்தி விட்டுக் குமரன் சைக்கிள் கேரியரில் தொற்றிக்கொண்டான்.

குமரனின் வீட்டிலிருந்து அரைமைலில் ரயில்வே ஸ்டேஷன். அங்கு ஒரு தேநீர்க் கடை. அது இந்நேரம் திறந்திருக்கும். நகருள் முதல் பாசஞ்சர் ரயில் நுழைகிற நேரம் இதுதான். கண்ணாடிக் குவளையில் குமரனும் பாலாவும் 'டீ' உறிஞ்சினார்கள். பின் டீக்குக் காசு தந்துவிட்டுக் குமரனுக்குச் செல்லமாய் டாட்டாவும் காட்டிவிட்டுச் சைக்கிளில் ஏறிக்கொண்டு எதிர்ப்பக்கமாய் விரைந்தான் பாலா. இப்பக்கம், தண்டவாளங்களினூடே ஒற்றையாளாகக் குமரன் நடந்துகொண்டிருந்தான். அதிகமாகப் போனால் ஒரு பதினைந்து, இருபது நிமிட நடையில் குமரனின் வீடு வந்துவிடும். ஆனாலும், இன்னும் ஆயிரம் மைல் நடக்கும் பெரிய அலுப்புத் தெரிந்தது, குமரன் முகத்தில்!

ஆனந்த விகடன், ஜூலை 1996

பிம்பங்கள் மாயைகள் லீலைகள்

ஊர்ந்துகொண்டிருந்தது ரயில். பேருந்துப் பயணங்கள் இவனுக்குப் பிடிப்பதில்லை. கோவையிலேறித் திருச்சியில் இறங்கி ஸ்ரீரங்கம் போய்ச்சேர்வதற்குள், ஒருகாலத்தில் இவனுக்கு வாழ்வே சலித்துவிடும். பேருந்தைக் கண்டு பிடித்தவன் சாத்தான், ரயிலைக் கண்டுபிடித்தவன் தேவன் என்பது இவன் சித்தாந்தம். இன்னும் ஓர் ஏழு மணி நேரம் போயாகவேண்டும். தூங்கி வழிந்த அக்கிழவனை வசியப்படுத்தி, இவன் ஜன்னலோர இருக்கைக்கு நகர்ந்திருந்தான். மரங்கள், பறவைகள், காற்று, வானம், சாலைகள், ஆண்கள், பெண்கள் . . .

ரமாகூட அடிக்கடி சொல்வதுண்டு, இவன் ஒரு வளர்ந்த குழந்தை என்று. ஆம். இவன் குழந்தைதான். எல்லோரையும் நம்பிவிடும் சமர்த்துக் குழந்தை. கனவுகள் காணும் குழந்தை. வலி தாளாமல் அலறும் குழந்தை... ஜன்னலோரம் அமரக் கிடைப்பதே பாக்கியம். அதிலும் நெரிசல் அதிகமற்ற பகல் வண்டி வேறு. அனுபவிக்கத்தான் இவனுக்குக் கொடுப்பினை இல்லை. வெளிக் காட்சிகள், இவன் பார்வையில் பட்டுப் பட்டுச் சிதறிக்கொண்டிருந்தன. இவனது மனப்புழுக்கமோ ஏறிக்கொண்டேயிருந்தது . . .

எல்லாம் நடந்து முடிந்து, பத்தாண்டுகளுக்கும் மேலாகிவிட்டன. அப்போதெல்லாம், ஸ்ரீரங்கம்

இவனுக்குச் சொர்க்கம். ஆறாவதிலிருந்து, கல்லூரியில் நுழைந்த முதல் வருடம்வரை, வரிசையாய் ஒவ்வொரு கோடை விடுமுறைக்கும், கோவையிலிருந்து இவன் வந்து போய்க் கொண்டிருந்தான். அதற்கப்புறம்தான் எல்லாமே மாறிவிட்டன. ஒரு தலைகீழ் மாற்றம். இந்த ஊருக்கு இவன், கடைசியாய்ப் பாட்டியின் சாவுக்குத்தான் வந்தான். பின்வருடங்களில் இவனுக்கு நடந்த ஒரே நல்ல விஷயம், படிப்பு முடிந்தவுடனே, தலைநகர் அரசு வங்கியில் ஆபீசர் வேலை வாய்த்ததுதான். அதோடு இவன் கோடைப்பயணங்கள் முடிந்துவிட்டன. இப்போது ஸ்ரீரங்கம் நிஜம் இல்லை; ஒரு வெறும் நிழல் நினைவே. ஆனால், முன்பு அதற்கு ஓர் உயிர் இருந்தது. அப்போது பாட்டியும் இருந்தாள். கோவிலுக்கு அருகில்தான் வீடு. இவன் மட்டுமில்லை; ஒரு பட்டாளமே வரும்.

ஸ்ரீரங்கம் பாட்டி, ஓர் ஆலமரம். கோவை, சென்னை, ஜெய்ப்பூர், பூனா, மைசூர் என்று நாடு முழுக்க அவள் கிளைகள் விட்டிருந்தாள். பாட்டியின் கதை மிகவிசித்திரமானது. கடைசி நாள்களில், அவள் வாயாலேயே, அதையெல்லாம் விலாவாரியாய்க் கேட்டிருக்கிறான் இவன். நடுத்தர வயதிலேயே முண்டச்சியாகிவிட்ட அவளுக்கு, நாலு பிள்ளைகள். ஒரே பெண். இருபதுவருஷத் தாம்பத்தியத்தில் விளைந்த களைகள்! ஆம். அப்படித்தான் இவனிடம் பாட்டி சொன்னாள்.

பெரிதாகப் பணக் கஷ்டமில்லை. பரம்பரைச் சொத்துகள் கைவசமிருந்தன. கண்டிப்பும் சிக்கனமும் கூடியவள் பாட்டி. ஒழுங்காகப் படிக்க வைத்துப் பிள்ளைகள் எல்லோரையும், பெரிய மனிதர்களாக்கிவிட்டாள். பிழைப்பும் பித்துகளும் அவர்களை எங்கு எங்கோ தூக்கிப்போய்விட்டன. 'பொருள்வயிற்பிரிவுகள்!' அந்தக் காலத்துத் தமிழில் கொஞ்சம் தேர்ந்த பாட்டி, இரட்டை அர்த்தம் தொனிக்கப் பேசுவாள்.

பிள்ளைகளோடு போய், அந்நிய மண்ணில் தனிமைப்படப் பாட்டிதான் விரும்பவில்லை. மூத்தவளான செல்லப் பெண்ணோடு, பூர்வீக ஊரின் பூர்வீக வீட்டிலேயே அவள் சிக்குண்டுபோனாள். மாப்பிள்ளைக்குக் கப்பலில் வேலை. வருடத்திற்கு இரண்டுமுறை அவர் வருவதே அதிசயம். பெற்றோரை விபத்தில் பறிகொடுத்த அதிர்ஷ்டக்கட்டை. பார்த்துப் பார்த்துப் பாட்டியே பொறுக்கிய வரன்! இதற்காகப் பின்னாளில் பாட்டி, எவ்வளவோ வருந்தி, மன வேதனைப் பட்டிருக்கிறாள்.

அத்தைக்கு இரண்டு பெண்கள். இளையவள் ரமாவுக்கும் இவனுக்கும் ஒரே வயதுதான் வித்தியாசம். இவன் முதல்முறை ஸ்ரீரங்கம் போனபோது, ரமா ஐந்தாவது படித்துக்

கொண்டிருந்ததாக நினைவு. அப்போது ரவி, சுதா, மகேஷ்... எல்லோருமே ஸ்ரீரங்கம் வந்திருந்தார்கள். ஓடியாடி, ஊர் சுற்றி, உல்லாசமாகக் கழிந்த பொழுதுகள் அவை. கோவை ஒண்டுக்குடித்தனம் திணித்திருந்த தனிமையைப் பாட்டியின் பெரிய வீட்டில், இவனால் சுலபமாக உதறியெறிய முடிந்தது. ஒவ்வொருநாளும் ஒவ்வொருவிதமாய்ப் பலகாரம் பண்ணிப் போட்டாள் பாட்டி. தாயக்கட்டம், சோழி, பல்லாங்குழி, சீட்டுக்கட்டு... கூச்சலும் சிரிப்புமாய்ப் போயிற்று பொழுது. உறையூர், மலைக்கோட்டை, சமயபுரம், திருமணஞ்சேரி, பாபநாசம், வடுவூர், கும்பகோணம், சுவாமிமலை, தஞ்சாவூர்... கோவில் கோவிலாய்க் கூட்டிப்போனாள் அத்தை.

காலையில் கிளம்பினால், இருள் கவிந்தபிறகுதான் வீடு திரும்புவார்கள். எது கேட்டாலும், மறுக்காமல் வாங்கித்தருவாள் அத்தை. பாட்டியின் முணுமுணுப்புகளை அலட்சியப்படுத்திக் காசைக்காசென்று பாராமல் வாரியிறைப்பாள். அப்போதெல்லாம், இவனுக்கும் ரமாவுக்கும் அடிக்கடி சண்டை வரும். தலைக்கொரு குட்டு வைத்துக் கௌரிதான் தீர்த்துவைப்பாள். ரமாவுக்கும் கௌரிக்கும் நாலு வருஷ வித்தியாசம். இவர்கள் எல்லோரையும் கண்காணிக்கும் மேஸ்திரி போலவே, அவள் நடந்துகொள்வாள். மூத்தவளெனச் சில விசேஷச் சலுகைகள் அவளுக்குக் கிடைத்தன. ஆனால், அத்தைக்கு இவளிடம்தான் ப்ரியம் ஜாஸ்தி. அப்படித்தான் நினைத்திருந்தான் இவன், அந்த நாள்களில்!

மறுவருஷமும் இவர்கள் வந்தார்கள். ஆற்றங்கரைக் காற்றும் ஆரஞ்சுநிறச் சூரியனும் பரவசப்படுத்தப் பல மாலைப்பொழுதுகள், காவிரியின் மண்திட்டுகளில் இவர்களால் உயிர்ப்புற்றன. கண்ணாமூச்சியும் குட்டிக்கரணமுமாய் இஷ்டம் போல் ஆற்றுமணலில் இவர்கள் ஓடியாடித் துள்ளினார்கள். கீழிருந்து மேலேறும் சறுக்கல் விளையாட்டில், கால் இடறி விழப்போன ரமாவைப் பிடிக்கப்போய், இவன் படித்துறை மீது மோதிச் சிராய்த்துக்கொண்டான். இது கண்டு, ரவியும் சுதாவும் சிரித்தார்கள். இடக்காலின் பெருவிரல் நகம் பெயர்ந்துவிட்டதால், இவன் விந்தி விந்தியே நடந்தான். “நொண்டி நொண்டி நடக்குதாம் வாத்து”, மகேஷும் கௌரியும் கேலி பேசினார்கள். குற்றவுணர்வு உந்த, ரமாதான் மருந்திட்டுக் கட்டினாள். இவன் விளையாடப்போகாததால், இரண்டு நாள்கள் அவளும் வெளிப்போகவில்லை. அந்த முறை, ‘நேவி’ அத்தி, ஸ்ரீரங்கம் வரவில்லை. எப்பவும் பாட்டி புலம்பிக்கொண்டிருந்தாள். அடிக்கடி அவளுக்கும் அத்தைக்கும், எதற்கென்றே தெரியாமல், ஏதாவது ஒரு சண்டை வந்துகொண்டேயிருந்தது. ஆனாலும், அத்தை ரொம்ப சந்தோஷமாகவே இருந்தாள். வாரத்தில் மூன்று

நாள், அவளுக்கு ஹிந்தி டியூசன், இந்த வீட்டிலேயே நடந்தது. முன்பு ராஷ்ட்ர பாஷாவோடு விட்டுப்போனதைப் புதுப்பித்து, எப்படியும் தான் ஒரு ஹிந்தி பண்டிட்டாகிவிட வேண்டுமெனத் தொடர்ந்து அத்தை முயற்சி செய்துகொண்டிருந்தாள்.

"இவர்தான் மாதவன் சார். எல்லோரும் 'நமஸ்தே' சொல்லுங்கோ"

இவர்கள் வணக்கம் சொல்லிவிட்டு, அவரை வியப்பாய்ப் பார்த்தார்கள். ரொம்ப உயரம் மாதவன் சார். தேன் சொட்டும் தன் குரலில், புகழ் பூத்த ஹிந்திப் பாடல்களை (சோலிக்கே பீச்சே க்யா ஹை?) உணர்ச்சி ததும்பப் பாடுவார். கீச்சுக்குரலில் இவனும், அவரோடு சேர்ந்து பாடுவான். சிரித்தபடி இவன் தலையைக் கோதிவிடுவார். இவனை அவருக்கு ரொம்பப் பிடிக்கும். இவனுக்கும்தான்.

சோன்பப்படியும் பக்கோடாவும் வாங்கி வருவார். வெளிப்போக நேர்ந்தால், செலவு எல்லாம் அவருடையதுதான். கைப்பையைத் திறக்கவே அத்தையை அவர் விடமாட்டார். சில சமயம், இவர்கள் அவரோடு கோவில் போவார்கள். கர்ப்பக்கிரக இருட்டும், பிரகார விசாலமும், பிரத்யேக வாசனையும், கோபுரப் பிரும்மாண்டமும்... பிரகாரம் சுற்றிவிட்டுச் சொல்வாள், "ஏதோ ஒண்ணு, திரும்பத் திரும்ப, இங்க என்ன இழுத்துக்கிட்டேயிருக்கு! இந்தக் கோவில, எவ்ளோ தரம் பாத்தாலும் அலுக்கல, சலிக்கல. வந்துக்கிட்டேயிருக்கணும் இங்கறாப்ல ஒரு தவிப்பு!" பக்திப் பரவசமாகி, அத்தை பேசுவதைக் கேட்டுக்கொண்டேயிருப்பார் மாதவன் சார். ஒரு நாலு நாளுக்குக் கோவில்கள் என்றால், மறுவாரம் சுற்றுலாதான். 'முக்கொம்பு' போவார்கள். 'உறையூர்' போவார்கள். 'டி.ஆர்.' சினிமாவுக்கும் போவார்கள். வீடு விட்டுக் கிளம்பி, இவர்கள், மத்தியப் பேருந்து நிலையம் வந்துவிடுவார்கள். அங்கு, "சார்" சேர்ந்துகொள்வார்.

சிறிது தாமதமாகத் திரும்பும் நாளில், "என்ன சினிமாடா? ஆரார் வந்தது உங்கூட?" எனப் பாட்டி, இவனை ரகசியமாய்க் கேட்பாள். இந்த வீட்டில், அவளை யாருக்கும் பிடிக்காது. எப்பப் பாத்தாலும் தீட்டு, மடி, ஆச்சாரம், அனுஷ்டானம், வெட்டிச்செலவு... சீச்சி... இவள் போலவா? எவ்வளவு பிரியமாய் இருக்கிறாள் அத்தை? "நான், ரமா, ரவி, கௌரி, மகேஷ் ... ம்ம்ம் ... அப்பறம் அத்தை" என்று துணிந்து பொய் சொல்வான் இவன். "அவ்ளோதான்" எனச் சுருக்கிப் பேச்சையும் முடித்துவிடுவான். அத்தைக்கு, இவனை ரொம்பப் பிடித்துப்போனது.

எட்டாம் வகுப்புத் தேர்வை எழுதிவிட்டு, இவன் முதலில் வந்தபோது, ரவியும் சுதாவும் வந்துசேரவில்லை. கௌரி, மகேஷ் வீட்டிற்கு, ஜெய்ப்பூருக்குப் போயிருந்தாள். ரமாவுக்கு, அப்போது அம்மை போட்டிருந்தது. இன்னும் நாலு நாளில், தலைக்கு நீர் ஊற்றப்போவதாக, அத்தை சொன்னாள். தினந்தோறும், வாசல் நிலையில் புதிய வேப்பிலைக்கொத்து சொருகும் பணியை, இவன் சிரத்தையோடு செய்தான். 'மடி' கெடுமெனப் பின்கட்டிலேயே எப்போதும் பாட்டி அடைந்து கிடந்தாள். மொட்டை மாடியில், மாதவன் சாரிடம், அத்தை ஹிந்தி கற்றுக்கொண்டிருக்கும் மாலை வேளைகளில், அவள் போட்டுவைத்திருக்கும் கஞ்சியை, நிதானமாக இவன்தான் ரமாவுக்குப் புகட்டிக்கொண்டிருப்பான்.

அவ்வப்போது மாதவன் சார், ஆட்டோ வைத்து, டாக்டரைக் கூட்டிவருவார். அவரது ஸ்டெதஸ்கோப்பை மாட்டிக்கொண்டு, இவனும் ரமாவைப் பரிசோதிப்பான். "சரியாயிரும் பாப்பா, சரியாயிரும்" என்று அவரைப் போலவே, இப்படியும் அப்படியும் தலையாட்டிக்கொண்டே சொல்வான். ஒரு பலவீனமான முறுவல், ரமா முகத்தில் மிளிர்வதைப் பார்த்துவிட்டு, அத்தை சிரிப்பாள். ரமாவுக்கு நீரூற்றிய மறுநாள், டாண் என்று ரவியும் சுதாவும் வந்து நின்றார்கள். மாதவன் சார், அவர்களைச் சினிமாவுக்குக் கூட்டிக்கொண்டு போனார். இவனும் அத்தையும் போகவில்லை. அம்மை தீர்ந்துவிட்டாலும், ரமாவுக்குத் தூக்கமும் ஓய்வும் தேவைப்பட்டன. இவர்களுக்கு எல்லாம் எப்போது ரமா பழையபடி ஆவாள் என்றிருந்தது.

"முகத்தில தழும்பில்லாமத் தப்பிச்சதே அதிசயம். முன்னப்போல அவ ஓடியாட இன்னும் நிறைய நாளாகும்" என்றார் கிருபாகரன் டாக்டர். தினம் அவர் வந்துபோய்க்கொண்டிருந்தார். பாட்டி, கொஞ்சங்கூடச் சங்கோஜப்படாமல், "ஓசி" வைத்தியம் பார்த்துக்கொண்டாள். மாதவன் சாரின் ஆட்டோவை வேண்டாம் என்று மறுத்துவிட்டுச் சமீபமாய்த் தன் மோட்டார் பைக்கிலேயே டாக்டர் வந்துபோனார். அவரோடு, வெளியே ஒரு ரவுண்ட் போய்வருவதை, ரவி பழக்கப்படுத்திக்கொண்டான்.

பைக் சத்தத்தை வைத்தே, "டாக்டர் வந்தாச்சு, டாக்டர் வந்தாச்சு" என்று கூவிக்கொண்டே வருவாள் சுதா. இவனுக்கும் வர வர மாதவன் சாரை விடவும், டாக்டரைத்தான் ரொம்பப் பிடித்திருந்தது. அவர் சொற்படி, ஒவ்வொரு மாலையிலும், காவிரிக்கரைக்கு ரமாவை இவன் கைப்பிடித்துக் கூட்டிப்போய் வந்தான். பத்தே நாளில் அவள், மீண்டும் அப்பழைய ரமாவாகி விட்டாள். இவனும் அவளும், இப்போது சண்டையே போடுவதில்லை. திடீர் என ஹிந்தி டியூசனை நிறுத்திவிட்டாள் அத்தை. இனித் தானாகவே படித்துக்கொள்ளப் போகிறாளாம்.

மாதவன் சார், "வாங்க தம்பி, உட்காருங்க தம்பி, சாப்பிடுங்க தம்பி" என்று ரொம்பக் கர்நாடகமாக இவனை விளிப்பார். ஆனால், டாக்டரின் அழைப்பில், ஒரு விசித்திரமான தனிக்கவர்ச்சி இருந்தது. "மை ஸ்வீட் பாய்" என்பார் சிலவேளை. "வெரி கிளவர் ஃபெலோ" என்பார் சிலவேளை. "டியர் குட்டிச்சாத்தான்" என்பார் சிலவேளை. அவர் பைக்கில், ரமாவை ஏற்றிக்கொண்டு, இவன் ஸ்ரீரங்கத்தையே ஒரு சுற்றுச் சுற்றிவிட்டு வருவான். பாட்டிக்கும் டாக்டரைப் பிடித்துப் போயிருக்க வேண்டும். ஒவ்வொருமுறை வரும்போதும், குறைந்தபட்சம் அரைமணி, அவரோடு பேசாமல் விடமாட்டாள். ஆதரவாய்ப் பேசுவதில் டாக்டரும் கெட்டிதான். பாட்டியிடம் கோபித்துக் கொண்டு, ஒரு வாரம் தாத்தா காணாமல் போன கதை, டாக்டர் சொல்லித்தான், அத்தைக்கே தெரியவந்தது. தாத்தா காசி போயிருப்பதாகக் குழந்தைகளிடம் அப்போது கதை அளந்திருந்தாளாம் பாட்டி.

எப்போது சாதுவாய் இருப்பாள்? எப்போது வெடித்துக் குமுறுவாள்? என்று, யாரும் அவ்வளவு எளிதாகப் பாட்டியைக் கணித்துவிட முடியாது. கூர்வாளை ஒத்தது அவள் பேச்சு. தற்காப்பா? தாக்குதலா? எனச் சட்டென்று எடைபோட்டுவிட முடியாத நுட்பமான சொல் வீச்சது. அப்படித்தான் ஒருநாள், டாக்டரோடு சகஜமாக அத்தை பேசிக்கொண்டிருக்கும்போது, பாட்டி குறுக்கே புகுந்து, "கல்யாணமாயிடுத்தாப்பா? எத்தனை வயசாறது?" என்று கேட்டுவிட்டாள். தலையிலடித்துக்கொண்டாள் அத்தை. வாயைப் பொத்துக்கொண்டு, சிரிப்புப் பொங்கியது இவனுக்கு.

நேவி அத்தி வரப்போவது பற்றி, முன்கூட்டியே கடிதம் எழுதி, அனைவருக்கும் அழைப்பு விடுத்திருந்தாள் அத்தை. வீட்டில் திருவிழாபோல் ஒரே கூட்டம். கடைக்குக் கூட்டிப்போய், வந்தவருக்கெல்லாம் துணியெடுத்துக் கொடுத்தார் அத்தி. ஐஸ்கிரீமும் ஹல்வாவும் அமர்க்களப்பட்டன! நாள்தோறும் சாப்பாடே ஹோட்டலில்தான். பாட்டிகூட, ஒன்றும் பேசாமல் சிரித்துக்கொண்டேதான் இருந்தாள். ஒருநாள் வீடியோ எடுத்துப் பழைய எம்.ஜி.ஆர்., ரஜினி படங்கள் போட்டார்கள். இன்னொரு நாள், 'பூனா பெரியம்மா'வின் தம்பிக்கு நடந்த நிச்சயதார்த்தத்தைப் பாட்டிக்குப் போட்டுக் காட்டினார்கள். பிள்ளைகளுக்குத் தலைக்கு நூறு ரூபாய் தட்டில் வைத்துக் கொடுத்தார் அத்தி. எல்லோரும் பாட்டியை விழுந்து விழுந்து நமஸ்கரித்துவிட்டுப் போய்ச் சேர்ந்தார்கள். அப்பாவும் அம்மாவும் கிளம்பிப் போனவுடன், அப்பாடா என்றிருந்தது இவனுக்கு.

இப்போது தாவணி போட்டிருந்தாள் ரமா. "ரமாவுக்கு அம்மை போட்டபோது, இவன் நல்ல ஒத்தாசயா இருந்தான் டியர்" என, இவனைப் பற்றி அத்தியிடம் சொன்னாள் அத்தை. இவன் சங்கோஜப்படுவதைத் தெரிந்துகொண்ட அவர், இவன் தோளில் செல்லமாகத் தட்டி, "ஃப்ரீயா இருடா" என்றார். என்றாலும் மகேஷ்தான், அவரோடு வெகு சுலபமாக ஒட்டிக்கொண்டான். இப்போது பாட்டி பக்தனாகி விட்டான் பூனா ரவி. இருவரும் குசுகுசுவெனச் சதா ஏதோ பேசிக்கொண்டிருந்தார்கள். எப்போதும்போல் சுதா, இது எதிலுமே பட்டும் படாதவளாய்ச் சற்று விலகியேயிருந்தாள். இவனைத் தனியாக அழைத்து, டாக்டருக்கு ஃபோன் பண்ணிவரச் சொன்னாள் அத்தை.

"நேவியில் இவர், உடம்ப ரொம்பப் பாழ் பண்ணிக்கிறார். இவர் கண்ணெல்லாம் பாருங்கோ, எப்படிச் செவந்து கெடக்கு? இவருக்கு எதுனா ஒன்னுன்னா, யாரு கெடந்து அல்லாடறது? சொன்னாக் கேக்க மாட்டேங்கிறார். அதான் கொஞ்சம் 'தரோவா', செக் பண்ணிருங்கோ கிருபா, ப்ளீஸ்..." குழைந்துருகினாள் அத்தை. "ஆமாம், டாக்டர் தம்பி! உத்யோகம், உத்யோகம்னு வருஷம் பூரா உழைச்சிண்டிருக்கார். நன்னாப் பாருங்கோ!" என்று, ஒத்தூதினாள் பாட்டி.

அத்தி ரொம்பவே சங்கோஜப்பட்டார். அவர் உடம்பு முழுக்க, ஓர் இனம் புரியாக் கூச்சம் பரவி ஓடுவதை, இவனால் அவதானிக்க முடிந்தது. முதலில் அவர் சட்டையைக் கழற்றிவிடச் சொன்னார் டாக்டர். அதை இவன் வாங்கிக்கொண்டான். பின், ஸ்டெதஸ்கோப்பை மார்பிலும் முதுகிலும் வைத்து, மூச்சை நன்கு இழுத்துவிடச் சொல்லிப் பிடரியில் ஒரு தட்டுத் தட்டி, அடி வயிற்றை இலேசாய் அமுக்கிப் பார்த்து ..., "ஒன்னுமில்ல பாட்டி, நல்ல ஆரோக்கியமாத்தான் இருக்கார்" என்றார் டாக்டர்.

"என் ஆரோக்கியத்துக்குக் கேடு என்ன டாக்டர்? நான் நல்லா நிம்மதியாத்தான் இருக்கன். சின்ன வயசுல இருந்தே, எனக்கு வீடு வாசல்ல எல்லாம் கால் தரிச்சதில்ல. சுத்திக்கிட்டேதான் இருப்பேன் எங்கயாவது! நம்ம சுபாவத்துக்கு ஏத்தாப்பல, இப்பிடி ஒரு வேல அமைஞ்சதே, அதான் எனக்குப் பெரிய பாக்கியம். கல்யாணத்தப்பவே, இவ கிட்ட நான் சொல்லிட்டன். வருஷம்பூரா நான் உங்கூடவே இருக்கணும்னு எல்லாம் நீ எதிர்பார்க்கக்கூடாது, ஒரே எடத்துல அடைஞ்சு கெடந்தெல்லாம் எனக்குப் பழக்கமே கெடயாது. கிட்டத்தட்ட சந்நியாசி மாதிரி ஒரு வாழ்க்கைதான் என்னோடதும். எனக்கு, என்ன குறைச்சல்? திடகாத்திரமாத்தானே இருக்கேன் டாக்டர்?..."

மளமளவெனப் பேசிக்கொண்டே போகும் அத்தியை, விழி விரியப் பார்த்தார் டாக்டர். "கள்ளம் கபடமில்லாத மனுஷர் சார் நீங்க. முன்பின் அறிமுகமில்லாத எங்கிட்டக் கொஞ்சங்கூடச் சங்கோஜப்படாம எவ்வளவு வெகுளியாப் பேசறீங்க? கவலப் படாதீங்க பாட்டிம்மா. உடம்புல மட்டுமல்ல, மனசுலயும் உங்க மாப்பிள்ளை மாதிரி மனுஷங்களுக்கு வியாதி வரதுக்கு வாய்ப்பு இல்ல..." டாக்டருக்கு நூறு ரூபாய் தந்தாள் அத்தை. "என்னாது இது? இந்த வீட்டு மனுஷன நீங்க அந்நியனாக்கிப்பிடாதீங்க!" என்றவர், அதை வாங்க மறுத்துப்போனார். "நல்ல மனுஷன்!" என்றார் அத்தி. அதன் பிறகு, சில வாரங்களில், அவர் நேவிக்குப் புறப்பட்டுவிட்டார். அவர் இருந்தவரைக்கும், இங்கு டாக்டர் திரும்ப வரவில்லை.

அந்த வருடம் சுதா, ரவி, மகேஷ் எல்லோரும் போனபிறகும் இவன் மட்டும் தங்கியிருந்தான். தூங்கும் ரமா முகத்தில், இவன் மீசை வரைந்துவிடுவான். அவள், இவன் செவி பிடித்துத் திருகப் பாய்வாள். கௌரியும் அத்தையும் சிரிப்பார்கள். "என்ன கூத்தடா இதெல்லாம்?" எனப் பாட்டி மட்டும்தான் அலறுவாள். இந்த விளையாட்டில், டாக்டரும் கூடச்சேர்ந்துகொள்வார். ரமாவைப் பார்த்து, "ஹலோ மிஸ், ஹௌ ஈஸ் மை பாய்" என்பார். அடிக்கடி அவர் இப்படிக் கேட்பது, இவன் கோபத்தைக் கிளறிவிடும். "நான் பாய் இல்ல, மேன் மேன் மேன்!" என்று உரக்கக் கத்தவேண்டும் போலிருக்கும். இவனைப் பார்த்து வசீகரமாய்ச் சிரிப்பாள் ரமா. இவனும் அவளோடு சேர்ந்துகொள்ள வேண்டியிருக்கும். ஊர்போகும் எண்ணமே, இவனுக்கு வரவில்லை. பள்ளி திறப்பதற்கு இரு நாள்கள் முன், அம்மாதான் வந்து இவனை இழுத்துப்போக வேண்டியிருந்தது. அவளே பின்னிய ஒரு ரோஸ்நிறக் கைக்குட்டை தந்து, இவனை வழியனுப்பி வைத்தாள் ரமா.

அடுத்த விடுமுறைக்குப் போகவேண்டாம் என்றுதான் இவன் அப்பா தடுத்தார். "ரவி, சுதா, மகேஷ் யாரும் இந்த முறை போகப் போறதில்ல. கோச்சிங் கிளாஸில் சேர்ந்து, +2க்கும் எண்ட்ரென்ஸ் எக்ஸாம்ஸ்க்கும் படிக்கப் போறாங்களாம். பாட்டு கிளாஸ் வேறப் போறாளாம் சுதா. எனக்குத் தெரியும். உனக்கு இன்னும் ஒரு வருஷம் இருக்கு. ஆனால், நீயேன் கம்ப்யூட்டர் கத்துக்கக்கூடாது? கொறஞ்சது கிடாராவது வாசிக்கப் போலாமே. உன் பெரியப்பா பசங்க எல்லாம், எவ்வளவு சிரத்தையா இருக்கா? வயசு ஏர்றது தெரியாம, வெட்டியா நீ ஏண்டா இப்படி ஊர் சுத்திண்டிருக்க?" எனத் திட்டினார் அப்பா. ஆனால், இவன் பிடிவாதமாயிருந்தான். இரண்டுநாள், அறைக்குள்ளேயே அடைந்து பட்டினி கிடந்தான். "விடுங்கோ, போய்த்தொலையட்டும் சனியன்" என்றாள் அம்மா.

ஸ்ரீரங்கத்தில் கால்கூடப் பதிக்கவில்லை. “உனக்கு மட்டும், ஏன் புத்தி இப்படிப் போறது? ஒழுங்காய்ப் படிக்கப்படாதோ! இங்க என்னக் கொட்டிக் கிடக்குன்னு நீ வர?” என்று இரைந்தாள் பாட்டி. மௌனத்தால், இவன் சமாளிக்க வேண்டியிருந்தது.

“நீயும் இந்த வாட்டி வரப்போறதில்லன்னுதான் நினைச்சேன்!” என்றாள் அத்தை.

“ஏன் அத்தை? அதெப்படி நான் வராமப் போவேன்?”

“அது ஒரு பெரிய கதடா கொழந்த. அவா எல்லாம் ஏன் இங்க வரலன்னு தெரியுமா?”

“அடுத்த வருஷம் மெயின் எக்ஸாமாச்சே அத்தை. கோச்சிங் கிளாஸ்ல சேந்து படிக்கப் போறதா அப்பா சொன்னா”

“படிச்சிக் கிழிச்சாப் போடா! இந்தப் பத்து நாளால ஃபெயில் ஆயிடுவாளா என்ன? அது எல்லாம் இல்லடா. ஒங்க பாட்டிதான் யாரும் வரவேணாம்னு லெட்டர் போட்டுட்டா” என்றாள் அத்தை. இவன் அதிர்ந்துபோனான்.

இவனுக்குப் பாட்டிமேல் ஆத்திரம் பற்றிக்கொண்டு வந்தது. இந்த அத்தைதான் எவ்வளவு நல்லவள்! ரேஷனில் சர்க்கரையும் மண்ணெண்ணெயும் இவளுக்கு மட்டும் துல்லியமா இருக்கும். ஏன்? சிறிது கூடுதலாகவே வரும். காய்கறிமண்டியில் ஏறுமாறாய் விற்கிறவன்கூட, இவள் கேட்ட விலைக்கே எல்லாவற்றையும் கொடுத்துவிடுவான். சினிமா தியேட்டரில் ‘ஹவுஸ்ஃபுல்’ விழுந்த பிறகும், இவளுக்கு டிக்கெட் கிடைக்கும்.

“இந்த நிறமும் முகமும் விழிகளும் யாருக்கு வாய்க்கும்? கடவுள் தந்த வரப்பிரசாதம் அல்லவா அத்தை! ஏன், இது பாட்டிக்குப் புரிவதில்லை? அத்தையின் கண்ணீரைத் துடைத்தபடியே, இவன் சொன்னான். “நீ கவலப்படாத அத்த. நான் வரன். பாட்டி, எத்தன லெட்டர் போட்டாலும், நா வரன். வந்துக்கிட்டேயிருப்பேன்”

“ரொம்ப சந்தோஷமப்பா! இந்த வருஷம் கௌரிகூட இங்க இல்ல. உனக்குத் தெரியுமா, அவளைப் பெங்களூர்ல கொண்டுபோய்ச் சேத்தாச்சு. காலேஜ் ஹாஸ்டல்லயே அவ தங்கிக்கிறா. ‘மே’ மாசக் கடைசியிலத்தான், பரீட்சை எல்லாம் முடிஞ்சு, அவ வருவா. ஒத்தயா இங்க ரமா தவிப்பாளேன்னு கலங்கிண்டேயிருந்தேன். நல்ல வேளை! நீ வந்துட்டடா!”

கௌரி இல்லாததால், பாட்டியின் பூஜைக்கு இவன்தான் பூப்பறித்துக் கொடுக்க வேண்டியிருந்தது. “பாட்டிக்கு மட்டும் வேல செய்யற இல்ல, எனக்கும் பூத்தொடுத்துக் கொடுடா” என்றாள் ரமா. வழக்கம்போல், அவள் காதைப் பிடித்துத் திருகினான்.

இவன் பின்னிய பூச்சரம், அவள் கூந்தலில் ஒளிர்ந்தது. இவன், அவள், டாக்டர் மூவரும் கேரம் ஆடுவார்கள். டாக்டருக்குத் தெரியாமல், இவன் அவளுக்கு விட்டுத்தருவான். இவன் கரம் பிடித்து, அவள் ஜோஸ்யம் பார்ப்பாள்.

டாக்டரின் மோட்டார் பைக்கில் ஏறி, இவனும் ரமாவும் முதலில் தியேட்டரில் போயிறங்கிக்கொள்வார்கள். பின் டாக்டர் போய். அத்தையை அழைத்து வருவார். ரமாவின் பக்கத்தில் இவன் அமர்ந்துகொள்வான். இவனுக்கும் டாக்டருக்கும் இடையில் அத்தை இருப்பாள். உணர்ச்சிமயமான தருணங்களில், ரமாவின் பாதங்கள், பட்டும் படாது, இவன் கால்களோடு உரசி விலகும். கைவிரல்கள் தாமாகவே பின்னிக்கொள்ளும். அழைத்துப்போனது போலவே, வீட்டிலும் கொண்டுவிட்டுப் போவார் டாக்டர். அன்றைக்குக் கத்திக்கொண்டே கிடப்பாள் பாட்டி. ஊருக்குக் கிளம்பும்முன், அவளை நமஸ்கரித்த போதுகூட, “போய்த் தொலை, இனிம இங்க வராத” என்றுதான் ஆசீர்வதித்தாள் பாட்டி.

ஆனால், அப்படியெல்லாம் வராமலிருக்க முடியவில்லை. தீபாவளி, பொங்கல், புதுவருஷம், பிறந்தநாள் என வரிசையாய் வாழ்த்துகள் வந்து குவிந்துகொண்டேயிருந்தன. இடையிடையே மனத்தை உருக்கும் சில கடிதங்களும்! வெகுநாள் இவன், அவற்றைப் பத்திரப்படுத்தி வைத்திருந்தான். ரவி, சுதா, மகேஸ்... ஸ்ரீரங்கத்தைச் சுத்தமாய்த் தலைமுழுகிவிட்டிருந்தார்கள். தனிமை கொல்லும் இக்கோடை விடுமுறையை என்ன செய்யலாம்? என, இவனும் ரமாவும் மூளையைக் கசக்கிக்கொண்டிருந்தபோதுதான், ஜோசப் அங்கிள் கிடைத்தார். தெருவில் எதேச்சையாய்ச் சந்திக்க நேர்ந்த பழைய பள்ளித்தோழனை, வீட்டுக்கு அத்தைதான் இழுத்து வந்திருந்தாள்.

‘ஜோசப் அங்கிள்’, ‘டிராவலிங் ஏஜென்சி’ வைத்திருப்பது தெரிந்ததும், இவனும் ரமாவும், ஒருவாரம் எங்காவது ‘டூர்’ போய் வரலாமென நச்சரிக்கத் தொடங்கினார்கள். “சரி, பெங்களூருக்குப் போய்க் கௌரியையும் கூட்டிக்கொண்டு, அப்படியே மைசூர்வரை சுத்திட்டு வரலாம்” என்றாள் அத்தை. “ஸ்ரீரங்கம் திரும்பறப்போ ஹொகேனக்கலையும் நாம பாத்திர்லாம்” என்றாள், இவனிடம் ரமா. “டிரைவர் வேணாம். நானே ஓட்டிக்கிட்டு வரேன். எனக்கும் பிருந்தாவன் எல்லாம் பாக்கணும்னு ரொம்ப நாளா ஆசைதான்” என்றார் ஜோசப். “நானும் வரன், அங்க எனக்கும் ஒரு வேல இருக்கு” எனப் பாட்டியும் கிளம்பிவிட்டாள். இப்படிப் பயணத்திட்டம் முடிவானதும், டாக்டரை அழைத்து, அவரும் வருகிறாரா? எனக் கேட்டாள் அத்தை. வீண் செலவு என்று, முதலிலேயே இதை ஏற்க, அவர் மறுத்துவிட்டார்.

“உனக்குக் கல்யாணம் நிச்சயமாயிட்டதால, இந்தப் பேச்சுப் பேசறியா நீ?”

“ஜோசப் எதுக்கு? அவன் வந்தா, நான் வரல”

கறாராய்ப் பேசினார் டாக்டர்.

“அதப் பத்தி, நீ யாருடா கேட்கறது? உன் நாய் புத்தி, எனக்குத் தெரிஞ்சுபோச்சு!”

கத்தினாள் அத்தை.

“போறவங்க போய்க்கலாம். இந்த மாதிரி ஊரச் சுத்தணும்னு எனக்கொன்னும் அவசியமில்ல”

பதிலுக்கு டாக்டரும் கத்தினார்.

சிறிதுநேரம் அத்தை மௌனமாயிருந்தாள்.

“இல்லம்மா . . . நான் என்ன சொல்ல வரன்னா . . .”

ஏதோ பேசவே வாயெடுத்தார் டாக்டர். இடைமறித்து, வெளிவாசலைச் சுட்டிக்காட்டினாள் அத்தை. இதைச் சற்றும் அவர் எதிர்பார்த்திருக்கவில்லை. முகத்தில், அப்பட்டமான ஓர் அதிர்ச்சி தெரிந்தது. வாய் குழறினார். நீண்டிருந்த அத்தையின் சுட்டுவிரல் மடங்கவில்லை. போய்விட்டார் டாக்டர்.

கௌரியின் ஜாதகத்தோடு, சுதாவின் வீட்டிலேயே பாட்டி தங்கிக்கொண்டாள். காலையில், சுதாவையும் கூட்டிக்கொண்டு போய்ச் சாமுண்டீஸ்வரியையும் அரண்மனையையும், இவர்கள் பார்த்துவிட்டுவந்தார்கள். பிருந்தாவனுக்குப் பாட்டியும் வந்தாள். காவிரியின் குமரித்துள்ளல், இவனைக் கிறங்கடித்தது. அழகுகள் கொட்டிக்கிடந்தன. பசுமையின் தாய்மடியில் அமர்ந்தபடி, ஏதேதோ பேசிக்களித்தார்கள். எல்லார் மனங்களைத் திறக்கும் சாவியும், இயற்கையின் கையிலிருப்பதாக அத்தை சொன்னாள். தலையசைத்து ஆமோதித்தார் ஜோசப். அவருக்குச் சுருள்சுருளாய்த் தலைமுடி. சுருண்டு நெற்றியில் விழும் தன் முடியை, அவர் கோதிப் பின்தள்ளிவிடுவது கொள்ளை அழகாயிருந்தது.

இவன் தோளில் கைப்போட்டபடியேதான் பேசுவார். அவர் பேச்சுக் கேட்போர் யாருமே மயங்காதிருக்க முடியாது. அப்படி ஒரு தனிக்கவர்ச்சி; அப்படி ஒரு தனிவசீகரம்! அத்தைக்குத் தெரியாமல் தனியாகப் போய்ச் சிகரெட் பிடிப்பார். இவன் பார்த்துவிட்ட போதும் பெரிதாக அவர் அலட்டிக்கொள்ளவே இல்லை. “ நீ ஒன்னே ஒன்னு பிடிச்சுப் பாரு! அப்புறம் நீயாவே தீர்மானி, வேணுமா வேணாமான்னு” என்பார். ஆனால்,

அத்தைக்கு முன், இது எதுவும் எடுபடாது. அத்தை ஒரு மாய மகுடி வைத்திருப்பதாக, இவனுக்கு எப்போதுமே தோன்றிவந்திருக்கிறது. பாட்டிக்கு மட்டுமே அத்தை பயந்து, இவன் பார்த்திருக்கிறான்.

பின் சுதாவை வீட்டில் இறக்கி விட்டுவிட்டு, இவர்கள் ஸ்ரீரங்கம் புறப்பட்டார்கள். இடைவழியில் ரமாதான், ஹொக்கேனக்கலை நினைவூட்டினாள். அருவியில் இறங்கி, இவனும் அவளும் ஆசைதீர நீரை வாரியிறைத்துக் களித்தார்கள். ஜோசப் அங்கிள், 'ஆயில் பாத்' எடுத்துக்கொண்டார். முழங்கால்களைக் கட்டியபடியே அமர்ந்து, அத்தை வேடிக்கை பார்த்தாள். பாட்டிக்குக் கோபமான கோபம்.

"அந்தக் காலம் இப்படியா? வீட்டு வாசலைத் தாண்ட முடியாது பொம்பளக்கு. எனக்குப் பன்னண்டுல கல்யாணம். பதிநாலுவயசில மொதப்பொண்ணு பொறந்துட்டா. நாப்பது முடியறதுக்குள்ள முண்டச்சியாவும் நான் ஆகியாச்சு. என்ன வாழ்ந்தேன்? என்னத்தக் கண்டேன்? இதுங்க இப்படி ஆடறதும் பாடறதுமா அட்டகாசம் பண்றதப் பாத்தா, என் வயிறு எரியுது. இதுகளச் சொல்லி என்ன? என் வயித்துல பொறந்த ஸ்ரீதேவி போடற ஆட்டமேதான் சகிச்சுக்க முடியலியே! பிறகு யார நான், என்னன்னு சொல்றது? ஒரு சினிமா உண்டா? டிராமா உண்டா? முணுக்முணுக்னு கோபம் வர ஒரு மனுஷனோட, குடித்தனம் நடத்தி நடத்தியே, கல்லாப் போச்சே என் மனசு! இந்தச் சிறுசுகளுக்குத்தான், எவ்ளோ துணிச்சல்? என்ன தன்னிச்சயான ஒரு வாழ்க்கை இதுகளுக்கு! எப்படியெல்லாம் அனுபவிக்கிறதுகள்! எனக்கு அப்படியா? போச்சு! போச்சுப் போ! பிள்ளையார் பிடிக்கப்போய்க் குரங்காகிப் போச்சே எங்கத!.."

காற்றில் சொற்களை வீசிக்கொண்டிருந்தாள் பாட்டி. துளியும் அவற்றைச் சட்டை செய்யாது, அருவியிலேயே லயித்திருந்தாள் அத்தை. எல்லாவற்றையும் சிரத்தையாகக் கேட்பதுபோல், 'பாவ்லா' பண்ணிக்கொண்டிருந்தார் ஜோசப். 'சோப்' போடக் கரையேறிய இவன், சூழலைக் கிரகித்துக் காதுகளை மூடிக்கொண்டு, சட்டென நீருக்குள் குதித்துவிட்டான். மறுநொடி பாட்டியின் ஆவேசம், ஒரு பெரிய கூச்சலாய்க் கிளம்பிற்று.

"நீங்க கும்மாளம் அடிச்சதெல்லாம் போதும். கரையேறித் தொலைங்கோ, கழுதைங்களா! கொழுப்பெடுத்துப் போய் நன்னா அலையறதுகள்!" பின்பும் இவனும் ரமாவும் வெளிவர, வெகுநேரமாயிற்று. கட்டுச்சோற்றைத் தீர்த்துவிட்டுத்தான் கிளம்பினார்கள். ஏதோ கண்பட்டிருக்க வேண்டும். வரும் வழியிலேயே, அத்தைக்குக் கடும் வயிற்றுவலி வந்துவிட்டது.

ஸ்ரீரங்கம் வந்ததுமே, அத்தை ஒரு நர்சிங்ஹோமில் சேர்க்கப்பட்டாள். "டாக்டரப்போய் நான் கூட்டிண்டு வரட்டுமா?"

என, இவன் கேட்டான். "அவனெல்லாம் வேண்டாம். எல்லாம் ஜோசப் அங்கிளே பாத்துப்பார்" என்றாள் அத்தை. "அத்தைக்கு அல்சர். ஆப்பரேஷன் பண்ணனும். பத்துநாள் கழிச்சித்தான் டிஸ்சார்ஜ்" என்று ஜோசப்தான் பின்னர் விளக்கினார். அதைக் கேட்டு, இவன் அழுதான். "ப்ச் … ஒன்னுமில்ல, அழப்படாது!" என்றாள் அத்தை.

இவனும் ரமாவும் மலைக்கோட்டைக்குத் தனியே போய், மனம் உருக வேண்டிக்கொண்டார்கள். அதன் உச்சியிலிருந்து கீழே பார்த்தால், தற்கொலை எண்ணம் தலையெடுப்பதாக, இவன் ரமாவிடம் சொன்னான். அவசரமாய் அவள், இவன் வாயைப் பொத்தினாள். "அம்மா இருக்கற நிலைல, உனக்குப் போறது பார், புத்தி!", நறுக்கென்று இவன் தலையில் ரமா குட்டினாள். 'உச்சிப்பிள்ளையார் கோவில்' பிரசாதம் தந்துவிட்டு, "கௌரிக்கும் அத்திக்கும் தந்தி அடித்து விடட்டுமா?" என்று, இவன் அத்தையிடம் கேட்டான். "எதுக்குடா நீ, படிக்கிற பொண்ணப் போய், வீணா 'காபரா' பண்ணப் பாக்கற? வேணாம். ஒங்க அத்தி வந்தாலும் வராட்டாலும் ரெண்டும் ஒன்னுதான். நீ இருக்க இல்ல? அதுவே போதும், சும்மாயிருடா!" என்று அதட்டி, அத்தை மறுத்துவிட்டாள்.

பத்து நாள்கள், ஆஸ்பத்திரியில், இவன்தான் காவலிருந்தான். வீட்டிலிருந்து ரமா வரக் கொஞ்சநேரம் தாமதமானாலும், புடவையை மாற்றுவதிலிருந்து படுக்கையோடு கட்டுண்ட மலக்குவளையைச் சுத்திகரிப்பதுவரை, எல்லாமே இவன்தான். அவ்வப்போது ஜோசப் வந்து பார்த்துவிட்டு, ஏதாவது சௌகர்யக் குறைவிருக்கிறதா என்று கேட்டுவிட்டுப் போவார். ஒருமுறை கிருபாகரன் வந்திருந்தார். அவ்வளவு உடல் நோவிலும் அத்தை, அந்த அறையே அதிரும்படி, "வெளியப் போடா நாயே!" என்று அலறினாள். இவனுக்குத் தூக்கிவாரிப்போட்டது. ஆனால், அவர் வெளியேறியதுமே, சர்வ சகஜ சாதாரணமாகி, "அந்த ஆரஞ்சுப் பழத்தக் கொஞ்சம் உரிச்சுத் தரயாடா?" என்று கேட்டு வாங்கிச் சாப்பிட்டாள்.

டிஸ்சார்ஜாகி வந்த அன்றிரவில், அத்தை தூங்கியதும், ஓசைப்படாமல் இவனும் ரமாவும் மட்டும், மொட்டை மாடிக்குக் காற்று வாங்க வந்தார்கள். கீழே பாட்டி குறட்டை விடுவது, நன்றாகக் கேட்டது. "எங்க அம்மாவோட, மல மூத்திரத்த, எனக்காகத்தானே இந்தக் கை அள்ளித்து?" என, ஒவ்வொரு விரலாய் வருடி வருடி, முத்தம் கொடுத்துக்கொண்டே போனாள் ரமா. இவன் அவளை இறுக்கிக்கொண்டு, "உனக்காக என்ன வேணும்னாலும் செய்வன் ரமா" என்று, அவள் காதுகளில் மெல்லக் கிசுகிசுத்தான்.

அதற்கப்பறம்தான் அந்தச் சம்பவம் நிகழ்ந்தது. ஒருநாள் நள்ளிரவில், சுமார் இரண்டு மணிக்குத் தொலைபேசி அழைப்பொன்று அத்தைக்கு வந்தது. இவனைப் பாதித் தூக்கத்திலிருந்து உலுக்கி, அத்தை எழுப்பிவிட்டாள். "நீ இங்க இருடா. இப்ப ஜோசப் வருவான். அவன் கூடவே நின்னு, நீயும் உதவி பண்ணுடா. இது ரமாவுக்குக்கூடத் தெரியக்கூடாதுடா. ஜாக்ரதை!" என்றாள். வீட்டுக் கட்டைச்சுவரில் அம்புக்குறியிட்டு, ஒரு மிகப்பெரிய சிகப்பு நிற ரோஜா வரையப்பட்டிருந்தது. அதன் கீழே, 'கண்மணி! என்னை நீ மன்னித்துவிடு. உன் கோபத்தை மறந்து, இந்த அன்பனை, நீ மீண்டும் ஏற்றுக்கொள்ள மாட்டாயா? உன் நினைவில் உருகித் தவிக்கும் கே' என்றெழுதி ஒட்டப்பட்டிருந்தது. அது ஒரு பெரிய போஸ்டர். சுண்ணாம்பு வாளியுடன், ஜோசப் அங்கிள் வந்தார். இவன் சும்மா ஓர் எடுபிடியாகத்தான் நின்றான். அங்கிள்தான் எல்லாம் செய்து முடித்தார். மூன்றாம் நபருக்குத் தெரியாமல், போஸ்டர் சுத்தமாகக் கிழிக்கப்பட்டுக் கட்டைச்சுவர் ரோஜாவில் சுண்ணாம்பும்கூடப் பூசப்பட்டுவிட்டது. அத்தை வெளியே வரவேயில்லை. 'அந்த டாக்டர் ராஸ்கலை என்ன செய்கிறேன் பார்!' என, ஜோசப் கறுவினார். என்ன செய்தாரோ, அது யாருக்கும் தெரியாது. ஆனால், அதன்பின் அத்தை வழிக்குக் கிருபாகர் வரவில்லை!

கௌரி கல்யாணத்திற்கான தடபுடல் ஏற்பாடுகள், வெகு மும்முரமாக நடந்து கொண்டிருந்தன. இவன் 'ப்ளஸ் டூ' எழுதி முடித்திருந்தான். வீடு முழுக்க உறவினர் கூட்டம். இவனும் ரமாவும் தனியே போய்ச் சந்திப்பதற்கான வாய்ப்புகள் அபூர்வமாகி விட்டிருந்தன. நெல்லரைப்பது, மாவரைப்பது, எண்ணெய் வாங்குவது, தேங்காய் கொணர்வது, ஆரஞ்சு வாங்குவது... எல்லா வெளிவேலைகளுக்கும் இவன்தான் ஓட வேண்டியிருந்தது.

இரவுகளில் திருட்டுத்தனமாய்ச் சிறிது நேரம் மட்டுமே, இவனும் ரமாவும் சந்திப்பதற்கு முடிந்தது. "அம்மாவுக்குத் தெரிஞ்சிடுமோன்னு பயமாயிருக்கு. இனிம நான் வரப்போறதில்ல" என ரமா, ஒருநாள் உளறினாள். இவனுக்குத் தலைக்குமேல் கோபம் பொங்கிவிட்டது. "தெரிஞ்சா என்ன? நாம என்ன தப்புப் பண்ணிட்டோம் இப்ப?"

"சரி தப்புக்கு இல்ல..." என்று இழுத்தாள் ரமா.

"பின்ன என்ன? சொல்லு, சொன்னாத்தான தெரியும்..."

"இல்ல, உனக்கு அம்மாவச் சரியாத் தெரியாது. அதான்..."

"எனக்கு உன்னத் தெரியும், உனக்கு என்னத் தெரியும். இது போதாதா ரமா?"

“அதெல்லாம் அவ்வளவு சுலபமில்ல, நீ நெனைக்கிறாப்ல!”

“ஏன்? உங்க அம்மா வேணாம்னு சொன்னா, என்ன நீ உடனே விட்டுடுவியா?”

இதற்கு நெடுநேரம் அவள் பதில் பேசவில்லை. இவன் உள் நரம்புகள் துடித்தன. அடிவயிற்றில் யாரோ சூடு இழுத்தாற்போல் அவ்வளவு பதறிப்போனான். “என்ன சொல்ற ரமா? எதுன்னாலும் தெளிவாச் சொல்லிடு!” அவள் தோள் பற்றி உலுக்கினான். இவனைத் தள்ளிவிட்டுவிட்டு, “அதெல்லாம் இப்ப எதுக்கு உனக்கு?” எனக் கேட்டுவிட்டு, இவன் ரமா ஓடிவிட்டாள்.

கல்யாண நாள் நெருங்க நெருங்க, உறவினர்கள் வந்து குவியக் குவிய, இவனுக்கும் ரமாவுக்குமான இடைவெளிகள் அதிகரித்தபடியேயிருந்தன. இவனிருக்கும் இடங்களுக்குத் தேவையின்றி அவள் வருவதில்லை. இவன் விவகாரங்களிலும், முன்புபோல, அவள் போதிய சிரத்தை எடுத்துக்கொள்வதில்லை. ஆனாலும், அவளின் விலகலில், ஒரு தடாலடித்தனம் இல்லை. ஒரு திட்டமிடல் இருந்தது. ஒரு நேர்த்தியான துல்லியமும் தெரிந்தது. அதை இவன் நன்குணர்ந்து கொண்டபோது, நேரம் ரொம்பவே கடந்துவிட்டிருந்தது.

அவளின் கவனத்தை ஈர்க்கத் தூக்க மாத்திரைகளை விழுங்கப்போவதாக, இவன் பயமுறுத்தியபோது, அவள் சிரித்த சிரிப்பும் பார்த்த பார்வையும், இன்னமும் இவன் மனத்தில், ஒரு சினிமாக் காட்சியாய்ப் பதிந்திருக்கிறது. ‘இவ்வளவு லூசா நீ?’ என்பதுபோல், அவள் இவனை ஏறிட்டபோது, இவனுக்கு உண்மையிலேயே நெஞ்சடைத்துப் போய்விட்டதுதான். அவளுக்கும் இவனுக்கும் கடக்க முடியாத ஒரு தூரமிருப்பதை, இவன் இப்போதும், கடும் அதிர்ச்சியாகத்தான் உள்வாங்க வேண்டியிருந்தது. அவளை இவன் இறுக்கித் தன் மனத்தோடு நிரந்தரப்படுத்த முனையும்போதுதான் அவள் சீறுகிறாள் என்ற சாதாரண உண்மை, இவனுக்கு ரொம்பவே அசாதாரணமாய் இருந்தது.

கல்யாணத்திற்குப் பத்து நாளுக்கு முன்தான், கௌரியால் வர முடிந்தது. அவள் வந்த பின்தான், இவன் புதிர்கள் எளிதாக அவிழத் தொடங்கின. கௌரியோடு, அவள் தோழியும், தோழியின் தம்பியும் உடன்வந்திருந்தனர். அந்தப் பையன், எம்.பி.பி.எஸ். முதல்வருஷம் படிப்பதாகக் கௌரி இவனிடம் சொன்னாள். ஹிந்திப் படங்களில் வரும் விடலைப்பையன்போல், அவன் ஆப்பிள் நிறத்தில் இருந்தான். ரமாவும் அவனும், சதா ஏதாவது பேசிக்கொண்டேயிருந்தார்கள். அவன் அருகில், இவனை ரமா தவிர்ப்பது, மிக நுட்பமாயிருந்தது. எதிராகத் தன்னிருப்பை,

அவள்மீது இவன் நிறுவ முயன்றபோது, அதன் விளைவுகள் தீவிரமாயிருந்தன. இவனுக்கும் அவளுக்கும், சில கணக்குகளைத் தீர்த்துக்கொள்வதுபோல், ஒரு விசேஷமான மொட்டைமாடித் தனிச்சந்திப்பு நிகழ்ந்தது. "உனக்குப் புரியலியா? நீயும் நானும் சேர முடியாது. அத என் அம்மா விரும்பல. கௌரியும் விரும்பல!"

"நீ? நீ விரும்பறயா இல்லயா, அதச் சொல்லு?"

"தெரியல. நிஜமாவே எனக்குத் தெரியலடா. அம்மாவும் கௌரியும் சொல்றத் வச்சுப் பாத்தா, இது வேணாம்னுதான் எனக்கும் தோணுது..."

"இப்படிப் பேசறதுக்கு உனக்கு மனசு வருதே ரமா... ஐயோ, நான் என்ன செய்ய!"

"நான் எதுனா தப்புப் பண்ணியிருந்தா, என்ன மன்னிச்சுடு. நாம பிரிஞ்சாத்தான், எனக்கு, உனக்கு, நம்மைச் சேந்தவங்களுக்கு, எல்லோருக்குமே நல்லதுடா..."

இடியுண்டு கருகிய மலராய், இவன் மனம் அழுகி நாறியது. கடைசி முறையாக, "நான் வேணும்னா, அத்தை கிட்ட, நேராப் பேசிப் பாக்கட்டுமா ரமா?"

இவன் கிட்டத்தட்டக் கெஞ்சினான்.

"புரியாமப் பேசாத! இவ்ளோவும் உங்கிட்டச் சொல்லச் சொன்னதே அம்மாதான்!"

மின்னல்வீச்சாய்ப் பளீரென இவன் நெஞ்சில் அவள் சொடுக்கிய வார்த்தைகள் விழுந்தன. பித்துப் பிடித்தவனாய், இவன் ஒரு காரியம் செய்தான். கௌரியின் தோழியின் தம்பியைத் தேடிப் போனான். தனியறையில் அவனை மடக்கி, "அவள நம்பாத, சட்டயக் கிழிச்சிக்கிட்டுத் தெருவுல அலைய வச்சிடுவா" என்றான். ஊர் மீளும்போது, அத்தை இவனைக் கூப்பிட்டுச் சொன்னாள். "போ, போடா! போய் நல்லாப் படி"

இவன் நல்வழியைப் பார்க்கவில்லை. முதல்வரிசைக் கல்லூரி ஒன்றில் வலிய வந்த பி.காம். சீட்டை உதறிவிட்டுப் பொருளியலில் போய்ச் சேர்ந்தான். "போயும் போயும் பய, எக்னாமிக்ஸ்ல போய்ச் சேந்திருக்காம்பா. பையனுக்குக் கொஞ்சம் 'கிராக்' முத்தித்தான் போச்சு"என, இவன் நண்பர்களே பேசிக்கொண்டார்கள்! ஆனால், காலக் காற்றின் போக்கைத் தீர்மானிக்க நாம் யார்? ஆறு வருஷம். இரண்டாயிரத்தி நூத்தித் தொண்ணூறு நாள்! பிறகு 'வொய்ட் காலர்' அரசு வங்கி வேலை, இவனுக்குக் கிடைத்துவிட்டது. ஆனால், எது கிடைத்துவிட்டதாக

நினைத்துக்கொண்டிருந்தானோ, அது என்றென்றைக்குமாய்க் கைநழுவிப்போய்விட்டது!

ரயிலடிக்கருகிலிருந்த ஏதோ ஒரு சுமார் ஹோட்டலுக்குள் இவன் நுழைந்தான். நன்றாகத் தேய்த்து முகம் அலம்பிக் கொண்டான். தலைசீவிக்கொண்டு டிபன் சாப்பிட அமர்ந்தான். திருப்தியாகச் சாப்பிட்டபின், வெளிவந்து, ஓர் ஆட்டோ பிடித்தான். இவன் போய்ச் சேர்ந்தபோது, சம்பிரதாய ஆர்ப்பாட்டங்கள் அடங்கியிருந்தன. எடுத்துவிட்டிருந்தார்கள். அங்கு நாலைந்து கார்கள் நின்றிருந்தன. இவன் அப்பா அம்மா முதல் பலரையும் பார்த்தான். கும்பல் கும்பலாக நின்று பேசிக்கொண்டிருந்தார்கள். அத்தியை மட்டும் விசாரித்துவிட்டு, ஓர் ஓரமாய் ஒதுங்கினான் இவன்.

கௌரியும் ரமாவும் எங்கிருந்தோ முளைத்தார்கள். தன் கணவனை இவனுக்கு அறிமுகப்படுத்தினாள் ரமா. ரயில்வேயில் ஏதோ ஒரு பெரிய போஸ்ட்டில் இருக்கிறானாம். "உங்களப் பத்தி, நிறையச் சொல்லியிருக்கா ரமா. எங்கக் கல்யாணத்துக்கு, ஏன் சார் வரல நீங்க?" என்ன பதில் சொல்வான்? ஓர் அசட்டுச்சிரிப்புச் சிரித்துவிட்டு மழுப்பிவிட்டான் இவன். ஆனால், உள்ளே புகைந்து கொண்டிருந்தது மனசு. ஏதோ பேசிக்கொண்டிருந்தான் அவன். இவன் தோளில் ஒரு தட்டு விழுந்தது. "எப்பப் பாத்தது நாம!" குழந்தையாய்ச் சிரித்தார் கௌரியின் கணவர். வெற்றுக்கையைப் பற்றிக் குலுக்கிவிட்டுப் புழுக்கம் தாளாது மெல்ல இவன் வாசலுக்கு நழுவினான். நழுவி என்ன செய்ய? அங்கும் வந்துவிட்டார்கள்.

"கொஞ்சம் கருத்துட்ட" என்றாள் ரமா. "பரவாயில்லடா. எரிச்சு முடிச்சப்பறமாவது வரணும்னு தோணித்தே!" என்றாள் கௌரி. "ஏய்! அவன் என்னடி பண்ணுவான்? தந்தி எப்பப் போச்சோ, எப்ப அவன் கௌம்பினானோ? இதுக்குள்ள நாம எடுத்துடுவோம்னு, அவனுக்கு எப்படித் தெரியும்டி?" இவன் சார்பில், ரமாவே பதில் சொல்லிக்கொண்டிருந்தாள்.

"அரைமணி முன்ன வந்திருந்தா, முகம் பாத்திருக்கலாம் நீ!" என்றாள் கௌரி. ஹோட்டலில் சாப்பிட்டுவிட்டு வந்தது நல்லதாகப் போயிற்று என்று நினைத்தான் இவன். தூரத்தில் தெரிந்த ஒரு பளபளப்பான வெளிநாட்டுக் காரைக் காட்டி, ரமா சொன்னாள், "அது என்னோடது!" தன் ஆட்டோ சவாரி பற்றி, ஏனோ இவன் நினைத்துக்கொண்டான்.

நள்ளிரவாகிவிட்டதால், சாவு வீட்டிலிருந்து, சொல்லாமல் ஒவ்வொருவராகக் கழன்றுகொண்டிருந்தனர். அத்தியைச் சுற்றிச் சிறுகூட்டம் திரண்டிருந்தது. அவரை நெருங்கிய இவன்

அதிர்ந்துபோனான். மாதவன், கிருபாகர், ஜோசப்! "எல்லா ஏற்பாடும் இவாதான்" என்றார் அத்தி. சூழலின் இறுக்கம் மேலும் கூடுவது பிடிக்காமல், "எப்படி இருக்க ரமா?" எனக் குத்தலற்ற குரலில், இவன் சாதாரணமாய்க் கேட்டான். அவள் விழிகளில், நீர் திரள்வது தெரிந்தது. "சாகறதுக்குக் கடைசிநாள், உன்னப் பாத்தேயாகணும்னு அம்மா ரொம்பத் தவிச்சிப் போயிட்டாடா. முதல் தந்தி உனக்குத்தான் கொடுத்தோம்" என்றாள் கௌரி. வேண்டுமென்றே தாமதமாக வந்ததற்காக, இவன் வருத்தப்பட்டுக் கொண்டான்.

"இன்னும் கொஞ்சக்காலம் அத்தை வாழ்ந்திருக்கலாம் கௌரி" என்றபோது, இவன் குரல் குழறிற்று. "என்ன பண்றது? அம்மா கொடுத்து வச்சது அவ்ளோதான்" எனச் கூடச்சேர்ந்து கொண்டாள் ரமா. இவர்களிடையிலான பழைய நெருக்கம், மீண்டும் கூடிவந்துவிட்டாற்போல்தான் இருந்தது.

புதிய பார்வை, ஜூன் 2006 (1998இல் எழுதப்பட்டது)

ஜல சமாதி

காலன் வந்திருக்கிறான். கடைசியாக நான் அவனை எப்போது சந்தித்தேன்? இந்திரஜித்தால் அடியுண்டு லக்ஷ்மணன் மூர்ச்சித்தபோது... அனுமன் சஞ்சீவி மலை தூக்கிவந்தபோது...ராவணன் வீழ்ந்தபோது... சீதையைப் பூமி விழுங்கியபோது... ஒவ்வொன்றும் துல்லியமாக என் ஞாபகத்தில் மின்னுகின்றன. வாலி மரணம்கூடக் கண்முன் உயிரோடு எழுகிறது. தசரதன் சாவில் தொடங்கிய பயணம், அதற்குப்பின் எப்போதுதான் அமைதியுற்றது! ஒரே பரபரப்புத்தான்; இடையறாத ஓட்டம்தான். இன்று எல்லாமே ஆரம்பத் தேர்நிலைக்கே வந்து விட்டன. கோசலையின் அன்பும் சீதையின் காதலும் எங்கோ நழுவிப்போயின. பரத விஸ்வாசமும் அனும பக்தியும்கூட அலுத்துவிட்டன. தாடகைக்குச் செய்த அநீதி மட்டும் உறுத்துகிறது. எத்தனை போர்களைப் பார்த்துவிட்டேன்! நான் பெற்ற வெற்றிகள் யாவும் அர்த்தமிழந்து என்னைப் பார்த்துச் சிரிக்கின்றன. அரியணை அமர்வும் புகழ்மகுடமும் என்னைக் குத்துகின்றன. நிம்மதியாக நான் உறங்கி எவ்வளவு வருஷமாகிறது? அதிருப்தி... அதிருப்தி... அதிருப்தி... ஆனால், இது ஒன்றும் எனக்குப் புதிதுமில்லையே. பார்க்கப்போனால், சீதையை நான் மணக்கும் முன், என்னதான் இருந்தது, என் வாழ்வில்!

அமுதூட்டும் கோசலையின் செங்கரங்கள், உரிமையோடு கண்காணிக்கும் தசரதனின் ஆணைகள், முள்ளாய் நெருடும் கைகேயி பாசம், கனவாய்த் தொடரும் பரத பவ்யம், குற்றவுணர்வைக்

கிளப்பும் மந்தரையின் முகம், பாவனை சாந்தத்துடன் என்னைப் பார்த்துச் சிரிக்கும் வசிஷ்டன், வம்புக்கு இழுத்து விளையாட்டுக் காட்டும் விஸ்வாமித்திரன்... மிதிலையை மிதிக்கும் வரை, என்னுடனிருந்த பெருவெக்கையை, இப்போதும் நான் உணர்கிறேன். வேதஞானி ஜனகனாலும் என் மனப்புழுக்கத்தைக் கண்டுபிடிக்க முடிந்ததில்லை. யாரோடும் ஒட்டாத ஒரு தனிமை; எப்போது வைகுந்தம் மீள்வேன் என்ற தணியாத ஓர் அவசரம்; மனிதர்களைச் சந்திப்பதில் அவ்வளவு பயம்; வில்லும் அம்பும் விடுத்துச் சாமகானம் கேட்கும் வேட்கை; செயலற்றுச் செய்கைகள் பார்த்துக்கொண்டிருக்கும் பேரார்வம்; இம்மண்ணில் கால் பாவாத ஒரு மேலாந்தன்மை... இவ்வளவையும் ஒரே நொடியில் சீதை அழித்தாள். மூவாயிரம் வருஷம் பூமியாண்ட முசுகுந்த சக்ரவர்த்தியின் பேரன் நான் என, ஒரே பார்வையில் அவள் புரியவைத்தாள். அதற்கப்புறம்தான், நான் நானானேன். அவள் மட்டும் என்னருகில் இருந்துவிட்டால், அது ஒன்றே போதும். வேறு யாரும் வேண்டாம்; எதுவும் எனக்குத் தேவையில்லை; நான் பரிபூரணன் நிகரற்றவன் குறைவிலன் நித்தியன் என்ற அந்தப் பேருணர்வு, என் குருதியெங்கும் புகுந்துவிடும்.

அந்த ஏகச்சக்ராதிபதி தசரத மகாராஜா, எனக்கு முடி சூட்ட நன்னாள் குறித்தபோதும் நான் சிலிர்க்கவில்லை. என் சிற்றவை கைகேயி காடே என் ஒரே கதி என்றென்னை வழிநடத்திய போதும் நான் வாழ்வை வெறுத்துவிடவில்லை. சீதை இருக்கிறாள் என்ற அந்த ஒரு நினைப்பே போதாதா! பாதுகையாளும் அயோத்தியானால் என்ன, குரங்குகள் கூத்தாடும் கிஷ்கிந்தை என்றால் என்ன, அவளோடிருந்தால் எல்லாம் எனக்கு ஒன்றே. அவளால்தானே என் புலன்கள் விழித்தன, அவளால்தானே என் திசைகள் உதித்தன! நான் நரகத்திலேயே கிடந்துழன்றாலும், அங்கேயே சீதையும் இருந்துவிட்டால், அவள் சமீபமே என் சொர்க்கமாகிவிடுமே! இந்த எண்ணம் திடமாகி, எப்படியோ என்னுள் உரமேறிவிட்டது. சூர்ப்பனகை குறுக்கிடும்வரை, அந்தப் பால் பொசுங்காதேயிருந்தது.

என்ன இது, இப்போது எதற்காகப் பழசையெல்லாம் நான் உருட்டிக்கொண்டிருக்கிறேன்? இதோ காலன் வந்திருக்கிறான். கடவுளானால் என்ன, மனுஷனானால் என்ன? காலன் கூப்பிட்ட பின், போகாமல், வரமாட்டேன் என்றா அடம்பிடிக்க முடியும்? அட! இதென்ன, சீதை போனபோதுகூட இப்படியில்லையே? தன்னுயிர் மட்டும் அவ்வளவு வெல்லமா என்ன?

இது அகலிகையின் சினமாயிருக்கலாம். கைகேயியின் தீராப் பகையாயிருக்கலாம். மண்டோதரி வயிற்றெரிச்சலாய் இருக்கலாம். சூர்ப்பனகையின் வெஞ்சீற்றமேகூட, இப்படி

உருவெடுத்திருக்கலாம். ஒருவேளை, சவரியின் பரிவும் குகனின் கண்ணீரும் அணிலின் ஆதரவும் தீர்ந்துவிட்டனவோ? ஏன்? ஊர்மிளை கண்ணீருக்குப் பதிலாயிருக்கலாமோ! தசரதன், ஜடாயு, ஜனகன், சீதையென எத்தனை மரணங்கள்! ஆப்தர்கள் உயிர் போனபோதெல்லாம் கூடவே போய்விட்டேனா என்ன? இன்று இது எனக்கே எனக்கு என்று வரும்போது மட்டும், எதற்கு இத்தனை யோசனைகள்? ஏன் இவ்வளவு தத்தளிப்பு? புனரபி ஜனனம், புனரபி மரணம் என்பதெல்லாம் மனுஷனுக்குத்தானா? கல்லிலும் முள்ளிலும் நடந்து, அசோகவனத்திலும் அக்னியிலும் வெந்து, அயோத்தியிலும் அடர்வனத்திலும் நொந்து, எங்கும் எப்போதும் என் அன்பையே யாசித்தாளே, அந்த அபலை! அவள் போனபின், அவளை நான் அல்லும் பகலுமா நினைத்திருந்தேன்? ஓர் ஏகாந்த இரவில், சரயு நதி ஓரம், என் கைப்பட நானே நீரூற்றிச் செழித்திருந்த எம் அந்தரங்கப் பூஞ்சோலையில், ஒரு மல்லிகை மாலையால் என்னைக் கட்டிப்போட்டுக் கண்ணுற என்னெதிரே நின்றாளே! அன்றவள், என் பிராட்டி, என்னிடம் என்னதான் கேட்டாள்?

"ப்ரியமானவரே! உம்மிடம் நான் ஒன்று கேட்கலாமா?"

"சீதா, இது என்ன புதுக்கேள்வி? உன்னோடு பேசுவதைவிடச் செய்வதற்கு எனக்கு வேறென்ன இங்கிருக்கிறது? உன் இஷ்டப்படி இருப்பதற்குப் பாத்தியப்பட்டவனல்லவா நான்! தயங்காதே தேவி, எது வேண்டுமானாலும் துணிந்து கேள்"

"நான் பெரிதாக எதுவும் கேட்கப் போவதில்லை நல்லவரே! ஒரே ஓர் எளிய ஆசை. உம் மடியில் என் உயிர் போகவேண்டும். நீர் அதற்கு எனக்கு வாக்களிக்கவேண்டும்"

"ஐயோ அன்பே! இது என்ன அமங்கலப் பேச்சு? யார் முன்னே, யார் பின்னே என்பது அவதார ரகசியம் அல்லவா! இதற்கு உறுதியளிக்க நீயும் நானும் யார்? இப்போது நாம் வெறும் மனுஷ்யர்கள் என்பதை நீயே மறக்கலாமா திருவே!"

"ஏன், இவ்வளவு பசப்பு உமக்கு? அப்படி நான் என்னதான் கேட்டுவிட்டேன்? இதைக் கூடவா நீர் எனக்கு அருளக்கூடாது?"

"சீதா, நீயா பேசுகிறாய் இப்படி? என் நிலைமை புரியாதா உனக்கு? நான் பொய் பேச முடியாது; உண்மையும் எனக்குத் தெரியாது. நான் என்ன செய்யட்டும், நீயே சொல், என் அன்பே!"

"போதும்! என் செவியும் மனமும் நிறைந்தன. இனியும் நான் வாய் திறக்க, என்ன இருக்கிறது?"

அன்று நேர்ந்ததுதான் எம் முதல் மனப்பிரிவு. ராவணன், வண்ணான் எல்லாம் பின்தான். தன் கையால் தானே கட்டிய மாலையைப் பைத்தியமாய்ப் பிய்த்துப் போட்டுவிட்டாள்.

இப்போது தோன்றுகிறது. "அட! கட்டாயம் என் மடியில்தான் உன் உயிர் பிரியும் தேவி!" என்று ஒரு சொல், சும்மா சொல்லி இருந்தால்தான் என்ன? அம்மி மிதித்து, அருந்ததி பார்த்து, வேதச்சுடர்த்தீமுன் மும்முறை வலம்வந்து, வேண்டி விரும்பிக் கைப்பற்றிக் கனிந்தளித்த மண உறுதியை மட்டும் காப்பாற்றி விட்டேனா என்ன? நடந்ததை நினைத்து நினைத்துக் கசந்தென்ன பயன்? இதோ காலன், தனித்து என்னைச் சந்திக்க, உரிய நேரம் கேட்கிறான். அவன்தான், புதுப்புதிதாய் என்ன சொல்லிவிடப் போகிறான்? என் சாவுநாளைக் கிரகநிலையைக் கணக்கிட்டு உரைக்கப் போகிறான். இனியேதும் செய்வதற்கில்லை. பேயாய் உழலும் இக்குறு மனத்தைச் சாந்தப்படுத்துவதற்குப் புத்தன் அவதாரம்தான் எடுக்கவேண்டும். போனது போய்விட்டது; வருவதும் வரட்டும். நான் ராமன். மனுஷ ரூபம் கொண்டுள்ள கடவுள். கடவுளுக்குக் கலக்கம் கூடாது. கருட வாகனனான நானே கலங்கினால், அந்த எருமை வாகனன் பாடு என்னவாகும்!

"லக்ஷ்மணா!"

"இதோ வந்துவிட்டேன். என்ன வேண்டும் அண்ணா?"

"ஒரு முக்கிய விஷயம் தம்பி. இவரை நான் தனிமையில் சந்திக்கப் போகிறேன். நானும் இவரும் உள்ளிருக்கையில், வேறு யாரையும் நீ உள்விடக்கூடாது. இது என் ஆணை"

"இவர் யார் அண்ணா? எதற்காகத் தங்களைச் சந்திக்க வந்திருக்கிறார்?"

"வீண் கேள்விகள் கூடாது தம்பி. மேல்விவரம் உனக்குச் சொல்ல வேண்டியதில்லை. அறியக்கூடாததை நீ அறிந்து என்ன செய்யப்போகிறாய்? இது சக்ரவர்த்தி ராமனின் கட்டளை என்று மட்டும் நீ அறிந்தால் போதும்"

"உத்தரவு அண்ணா. உங்கள் ஆணையே என் சித்தமும் செய்கையும். நான் பார்த்துக்கொள்கிறேன். நீங்கள் உள்ளே செல்லுங்கள் அண்ணா"

"நன்றி லக்ஷ்மணா. என் தம்பி என்பதைக் காட்டிலும், ஒரு விஸ்வாசமான ராஜாங்க ஊழியன் என்பதில்தானே, உனக்கு முழுத்திருப்தி?"

"எப்போதும்போல் இப்போதும், உங்கள் பேச்சு எனக்குச் சரியாகப் புரியவில்லை. என் புத்தி குட்டைதான். பரவாயில்லை அண்ணா. என் கன்மம் உங்கள் சொல் கேட்டு நடப்பதே. நான் என் வாயிற்காவலுக்குச் செல்கிறேன் சக்ரவர்த்தி"

"உடனே போ. வேறு யாரையும் நான் நம்ப முடியாது. கவனிக்கிறாயா தம்பி! மீண்டும் சொல்கிறேன். என் உத்தரவின்றி யாரையும் நீ உள்ளே அனுமதிக்கக்கூடாது"

சரயுவின் கரையில், ஓர் எளிய குடில். ராஜ்ய பாரம் தீர்க்கக் கோடைதோறும் இங்கு நான் தனித்து வரும் ஒரு வழக்கமுண்டு. இது எனக்குச் சீதையின் நினைவிடம். நானும் அவளும் மட்டுமே அறிந்த பகிரப்படாத இந்த எங்கள் அந்தரங்கத்தைத் தம்பியும் அறியான். முன்னொருநாள் மல்லிகைமாலையால் இங்கேதான் நான் கட்டுண்டிருந்தேன். அப்பூஞ்சோலைக்குள்ளேயே நான் இன்று அரசனாய் என் அயர்வாற்றுகிறேன். என்னோடு காலனும் கூடவே வந்துள்ளான். மயிலாசனத்தில் ஏறியமர்கிறேன். கைகட்டிக் காலன் எதிரே நிற்கிறான். "பளிங்குப் பீடமேறி உட்கார்" என்கிறேன். "பரவாயில்லை தாசரதி!" என்றபடியே, அவன் சம்மணமிட்டுத் தரையாசனம் ஏற்கிறான். "சொல்" என்கிறேன். நிதானமாகக் காலன் பேசுகிறான்.

"ராமப்பிரபு! உமக்குத் தெரியாததையா, நான் சொல்லி விடப்போகிறேன்? அனைத்தையும் நீர் நன்கு அறிவீர்தானே! ஆனாலும், இதை உமக்கு அறிவிக்க வேண்டிய பெருங்கடமை என்னுடையதுதான். நான் நீர் ஏவும் வெறும் ஓர் அம்பு மட்டுமே. பரத்திலிருந்து இகம் நோக்கி, உம் உயிருண்ணும் பொருட்டு, நான் கீழிறக்கப்பட்டுள்ளேன். இன்று அமாவாசை. அடுத்த அமாவாசைக்குள் இது சம்பவித்துவிட வேண்டும் என்பதுதான் உம் விதி!"

"இன்னும் சில காலம் மீதமிருப்பதாக நினைத்துவிட்டேன். இவ்வளவு விரைவாகவா அது நடந்துவிடப்போகிறது? இன்னும் எண்ணி முப்பதே முப்பது நாள்தானா? நல்லது. அது எந்த நாள்? என்ன நேரம்? எவ்விதம் அது நிகழும்?"

"அவற்றை முடிவு செய்யும் அந்த இறுதியான அதிகாரம் எனக்கு இன்னும் அளிக்கப்படவில்லை ராகவா. அவையும் உம் இஷ்டப்படியே நிகழவேண்டுமென நிச்சயிக்கப்பட்டிருக்கின்றன"

"அதாவது, என் மரண நாளையும் அந்த நேரத்தையும் அது எவ்வாறு நிகழவேண்டும் என்பதையும் நானே தீர்மானித்துக் கொள்ளலாம். அப்படித்தானே காலா?"

"ஆம்! மகாப்பிரபு. அப்படித்தான் என் கணக்கேடு சொல்கிறது"

"இதைத் தள்ளிப்போட முடியுமா? அதற்கு வழியுண்டா? என் மகன்களுக்குப் பாதிப் பாதியாய் ராஜ்யத்தைப் பிரித்தளித்து விட்டுப் புத்திமதி கூறிவிட்டு நான் வந்துவிடுகிறேனே!"

"எதுவாயிருந்தாலும் அது இந்த முப்பது நாளுக்குள்தான். அதற்கு மேல் ஒரே ஒரு நிமிஷம்கூடத் தாமதிப்பதற்கில்லை. இது காலத்தின் நியதி வைகுந்தா. நானோ நீரோ பிற தேவரோ யாருமே இதை மாற்றுவதற்கில்லை; மீறுவதற்குமில்லை!"

"ஒன்றுமில்லை காலா. உன்னிடம் கேட்காது, வேறு யாரிடம் இதை நான் கேட்பேன்? லக்ஷ்மணன் முதலிலா? நான் முதலிலா?"

விபரீத ராஜ யோகம்

“நான் அறியேன் உத்தமரே! அறிந்தாலும் உமக்குச் கூறேன். ஓர் உயிரின் மரணத்தை இன்னோர் உயிரிடம் பகிரக்கூடாதல்லவா? அவரவர் கணக்கு அவரவர்க்கு என்பதுதானே சரி! சொல்ல வேண்டியன யாவும் நான் சொல்லிவிட்டேன். தர்மத்தின் பாதை, ராமரே! இனி உமக்கே வெளிச்சம்!”

“சரி, நீ போ, காலா! நான் வார்த்தை தவறமாட்டேன். அடுத்த அமாவாசைக்குள், நானே வந்துவிடுகிறேன்”

ஆனால், காலன் போகவில்லை. எழுந்து, ஓரடி முன் வைத்தவன், புயலாய் நுழையும் முனி சிரேஷ்டர் துர்வாசரின் சாந்நியத்தில் பிணிப்புண்டு, கருங்கற்சிலையாய்ச் சமைந்து நின்றுவிட்டான். காலனை மருட்டும் மகாமுனி, அத்துமீறிப் பிரவேசித்துவிட்டார். எனக்குச் சினம் பீறிட்டது. ஒரு கணம் கூடப் பொறுக்க முடியவில்லை. குலைத்துவிட்டேன்.

“உம்மை யார் ஸ்வாமி உள்விட்டது? லக்ஷ்மணன் என்ன, பல் அரும்பாத ஒரு பிள்ளைப்பாம்பா? சகுந்தலையின் நினைவில் இருந்தும் துஷ்யந்தனைப் பறித்து வெளித்தள்ளப் போகும் மகானுபாவரல்லவா நீர்! உம் சித்தமறிந்த இச்சீதாராமனிடமும் ஏன் நீர் வந்தீர்? பிறர் கனவில் குறுக்கிட்டாலே குற்றம். இது என் தனிமைவெளி. என் புந்திக்குள், என்னைக் கேட்காமல் நீர் எப்படிப் புகலாம்?”

“ஓஹோ! இப்போதல்லவா எனக்குப் புரிகிறது? நீர் சொல்லித்தான், அந்த நிர்மூடன், என்னைத் தடுத்தானா? ஓய்! நீர் கடவுளாய் இருக்கலாம். நான் மகரிஷி. விஷயமில்லாமலா உம்மைத் தேடி இங்கு நான் வந்திருப்பேன்? உமக்கு மரணம் சம்பவிக்கப்போவதை அறிவிக்கக் காலன் வந்திருக்கலாம். ஆனால், இவ்விடம் நான் ஏகியது, உமது துர்மரணம் பற்றி, உம்மைக் கடிந்து எச்சரிப்பதற்கே! என்ன செய்வது? உம் வலிய விதி, காலனின் வடிவில் என்னை முந்திவந்துவிட்டது. இப்பூமி சுற்றப்போகும் உன் ஆத்மாவின் அலைச்சலைத் தடுக்கவந்த என்னைத் தெரியாது மறித்த லக்ஷ்மணன், அவனே வரவேற்ற சாபத்தால் தலைசிதறிவிட்டான். ராமா! நீயும் இன்றே சாவாய். நான் வருகிறேன். உன் பாவங்கள் உன்னைச் சும்மா விடா. நீ மறுபடியும் பிறப்பெடுப்பாய். அப்போது சந்திக்கிறேன்”

துர்வாசர் போய்விட்டார். அவர் என்னோடு உரையாடவா வந்தார்? அவர் பேசுவதை நான் கேட்கவேண்டும்; தன்பேச்சைக் கேட்காதவரை அவர் சபிப்பார். அவர் மகரிஷி; நானோ வெறும் கடவுள். ரிஷிமூலம் கடவுளா மறுப்பார்? ஆனால், என்னுயிர்த் தம்பி மாண்டுவிட்டானே! ஐயோ! இளமை பொங்கும் அந்தப் பதின்வயதில், ஊர்மிளையை நோகவிட்டு, என்னோடு காடு

மலை பாராது எங்கும் அலைந்து திரிந்தானே, அவனா! சூர்ப்பனகையின் மூக்கறுத்தவன், சீதையின் ஐயத்திற்காளானவன், அல்லும்பகலுமாய் என்னைப் பாதுகாத்தே நின்றவன்! என்ன கண்டான் தம்பி? சீதையோடு நானுமே பூமிக்குள் போயிருந்தால், இதையும் பார்த்திருக்க வேண்டாமோ! என்னதான் வேண்டும் எனக்கு? தந்தை தாய் தாரம் தம்பி... யாவரும் போனபின்னும், இன்னும் ஏன் அமாவாசைக்குக் காத்திருக்கிறேன்?

தண்டகாரண்யத்தில் ஒரு பழைய சம்பவம். நானும் அன்புத் தம்பியும் அயர்ந்துறங்குகிறோம். என் வலப்பக்கத்தில் அவன்; அவனின் இடப்பக்கத்தில் நான். என் கால் மீது ஓர் அம்பின் சிறிய உராய்வு பட்டு நான் கண் திறக்கிறேன். தம்பியின் முகத்தில் பூரண சாந்தம்! அனிச்சையாய் அவன் கைகள் மட்டும் அசைகின்றன; கொத்த வந்த சர்ப்பத்தின் தொண்டையில் குத்தி நிற்கிறது லக்ஷ்மண பாணம்! தம்பியை நான் எழுப்பவேயில்லை. இதைச் சொல்லி, நான் அவனை மிகப்புகழ்ந்தாலும், அவன் மகிழவே மாட்டான். அவன் ஆழ்மனம் நான் நன்கறிவேன். அரவரசப்பெருஞ்சோதிக்கா நாகவாசனை பிடிபடாது போகும்? அது இங்கு வியப்பில்லை. "இத்தனை அருகில் அதை வரவிட்டுப் பாவி நான் உறங்கலாமா?, இதுவா என் சேஷ லக்ஷணம்!" எனப் பதறித் துடித்துத் தன்னைத் தானே அவன் குதறிக்கொள்வான். இறந்த அக்கணம், அவனுக்கு மட்டும் எப்போதும் இறவாது உயிர்த்தேயிருக்கும். அது மீள மீள அவனைக் குற்றப்படுத்தும்! உறுதியாய் நின்று, நான் முடிவெடுத்தேன். இது என் தம்பிக்குத் தெரிய வேண்டியதில்லை. தம்பிக்காகத் தம்பியைக் கேட்காமல் நானே தம்பியின் ஸ்திதியைத் தீர்மானிக்கும் குரூரமா என்னுள்!

கடவுள் என்ற மமதையாலா? அண்ணன் என்ற ஓர் அதிகார உடைமையாலா? எது என்னைத் தூண்டிவிடுகிறது? நானே நான் மட்டும்தானா, வெறுங்கடைசியில் எனக்கு மிச்சம்? என்னைத் தவிர, வேறு எந்த யோசனைக்குமே, என்னிடம் இடமேயில்லையா? நான் சர்வ சக்தியும் கொண்ட ஒரு பெருங்கடவுள்தானே! பின் ஏன் நான் மனுஷனைப் போலும் இப்படிக் குழம்பித் திணறி மறுகுகிறேன்? இது நீச மனுஷப்பிறவி படும் திண்டாட்டம் மட்டுமா? இப்பிரபஞ்ச இயற்கையின் உள்மடிப்புப் பிடிபடாது திகைக்கும் இந்த என் அசல் விழிப்பு, எனக்குள்ளேயே கிடந்துறைந்து போய்விடட்டும்! அன்றிரவு எனக்கு, ஒரு கால ராத்திரி கழிந்து போனது போலிருந்தது. இதை என்னோடேயே முடிந்துவிடப்போகும் ஒன்று என்றே எண்ணி, நான் வெகுநெடுங்காலமாய் மனம் பூட்டி ஒளித்தே வைத்திருந்தேன். இதை என் சீதையிடம்கூடச் சிறிதும் நானாக மூச்சுவிட்டதில்லை. ஆனால், மாரீசனின் அந்தப் பொய்க்

குரலுக்குப் பதறாத ஒரு படுநிதானத்தால், சீதைக்குத் தம்பி லக்ஷ்மணனின் மீது வந்த அந்த நீச ஐயம், வசிஷ்டர் எனக்கு மவுலி புனைந்த அந்தப் புனிதப் பெருநாளின் பின்னும், அவள் மனம்விட்டு முற்றிலுமாக நீங்கவில்லை. சீதையின் மூளையில், ஒரு சிறுபுழு நெளியக் கண்டு, அக்கணத்தை அஞ்சி நடுங்கியே, என் பட்டாபிஷேக ராத்திரியில், நான்தான் உண்மையைச் சீதையிடம் உளறிவிட்டேன். அதைச் சாவதற்கு முன்னால், என் தம்பியிடமும் சொல்லித் தீர்த்துவிட வேண்டுமென, இந்த நொடிவரை நினைத்திருந்தேன். இனி அதற்கு வழியேது?

பரதனைப் பாதரட்சை தூக்க வைத்த ஊழா? ஜாபாலி நியாயத்தைக் கேட்காத வைதீகத் திமிரா? பொய்மானைத் துரத்திய மடமையா? சம்பூகனைக் கொன்ற பெரும் பாவமா? சத்ருக்குனனைத் தம்பியாய் நினைத்துக் கலந்து பழகாத அப் பெரிய பேதைமையா? என் நிம்மதியைப் பறித்து ஹிம்சிப்பது எது? ஒருவேளை அனுமன், விபீஷணன்போல் சிரஞ்சீவித் தன்மைக்கு நானும் ஏங்குகிறேனோ? சீச்சீ! போதும் போடா, இந்தத் தத்துவ விசாரம்! மனுஷனாயிருந்தாலாவது என் சாவு தானாய் வந்துவிடும். நான் கடவுள்! எனக்கு என் சாவையும், நான்தானே நற்பரிசளித்துக்கொள்ள வேண்டும்? இதோ! இதோ! நான் பிறந்த அந்த நாள் முதல், என்னைப் பார்த்து வரும் என் சரயு விளிக்கிறது. இதில்தானே என்னை முதலில் குளிப்பாட்டினார்கள்? இத்தூய நீரால் அபிஷேகிக்கப்பட்ட பின்தானே, நான் மஹா சக்ரவர்த்தியாய் முடிசூடினேன்? இதன் இக்கரையில்தானே, தினமும் நான் சூரிய நமஸ்காரம் பழகினேன்? என் தென்புலத்தாருக்கு நான் கடன் கழிப்பதும் இங்குதானே? என் சிந்தை கிழித்து, ஒரு மீன்கொத்தி, என் விழி நிழற்படுகிறது. சரயு கூசி நெளிய, நானே என்னைத் துகள் மணலாய்க் கண்டு, என் ஆழ்மனத்தை உதறுகிறேன். நல்லதே நடக்கட்டும். என்றோ உளறிய அந்தக் காலக் கணியன் வாக்குப் பலிக்கப்போகிறது. இதோ நான், என் சரயுவில், மனம் ஒப்பி இறங்குகிறேன். நீர்ச்சுழலுக்குள் நான் மூழ்கி, என் மூச்சை நானே நிறுத்துகையில், தற்கொலையைக் காட்டிலும் பெருங்குற்றம் வேறு இல்லை என்று நகைத்து, என் சுய நசிவைப் பூத்தூவி வரவேற்று, 'ராம் ராம் ராம்' என்று, மேல்வானில் விதந்துரைக்கத் தக்காரில்லை. தகவிலனாகி, என் ஆத்ம நாசத்தின் அடியாழத்தில் இருந்து, நானே முக்கி முனகிக் கதறியழுகிறேன். 'யாராய் வேண்டுமானாலும் பிறக்கலாம்; ஆனால் ராமனாய் மட்டும் பிறக்கவே கூடாது!'

***விகடன் தடம்*, மார்ச் 2019**

பெர்னாட்ஷா பிறந்தார்

புத்தகத்தைச் சும்மா கையில் பிடித்துக் கொண்டு வெறித்திருந்தான். மெல்லப் புரட்டக்கூட அவனுக்குத் தோன்றவில்லை. முதல் பக்கத்திலேயே அவன் கண் நிலைகுத்தியிருந்தது. பத்து நிமிடம் கழித்துத்தான், அவன் நினைவில் மின்னலடித்தது. 'Mrs. Warren's Profession' நாடகப் பக்கத்தைத் தேடிப் பிடித்தான். இதைத்தான் அவள், மொழி பெயர்ப்பதாய்ச் சொல்லியிருந்தாள். அந்நாடகத்தை, அதன் ஒவ்வொரு பக்கமாய்ப் புரட்டிக்கொண்டு இருந்தான். ஒரு குறிப்பிட்ட பக்கத்தில், அவள் ஒப்பமிட்டிருந்தாள். அந்த அவளின் கையெழுத்தை, ஒருபோதும் அவனால் மறக்கவே முடியாது. பாம்பு ஊர்வது போன்ற ஒருவிதக் கிறுக்கலான எழுத்து. அது அவள்தான் என்பதில் இனித்துளியும் சந்தேகமில்லை. 'TO DMS' (அவனுக்கும் அவளுக்கும் இடையிலான ஒரு சங்கேத வார்த்தை அது) என்ற விளியுடன், கீழே நான்குவரிகளை அவள் அடிக்கோடிட்டிருந்தாள்.

> We must part. It will not make much difference to us:
> Instead of meeting one another
> for perhaps a few months in twenty years,
> We shall never meet: that's all.

ஒரு கல்யாண வீட்டில்தான், முதலில் அவளை அவன் சந்தித்தான். அன்று வெங்காயக்கலரில் அவள் தாவணி கட்டியிருந்தாள். கண்கள் மட்டும் ஒளிவீசின. என்னவோ புதிய ஒன்று, அவளிடம் இருப்பதாகவே, அவன் நினைத்தான். அவள்

என்ன நினைத்தாளோ, அவனுக்குத் தெரியாது. ஆனால், மிகச் சின்னதாய்ப் புன்னகைத்தாள். அதுவே போதுமானதாய் இருந்தது. மணல்வீடோ ஆகாயக்கோட்டையோ, ஏதாவது ஒன்றை அவன் கட்டத்தானே வேண்டியிருக்கிறது? விரைந்து வார்த்தையாடிவிட்டான். அந்தத் துணிச்சல்தான், அவளுக்கும் பிடித்திருக்க வேண்டும். சொந்தமோ ஊர்க்காரியோ இல்லை. அவன் வணிகவியலில் முதுகலை முடித்த அதே கல்லூரியில்தான், அவளும் இளங்கலை ஆங்கில இலக்கியம் படித்திருந்தாள். ஆனால், அப்போது அறிமுகமில்லை. 'ஷேக்ஸ்பியர் தியேட்டர்' குரூப்பில் முக்கியமானவள் எனக் கல்யாணப்பெண் பின்னால் சொன்னாள். ஏதோ குடும்பக்கஷ்டம். மேற்படிப்பைத் தொடர முடியவில்லை. ஒரு வேலை தேடிக்கொண்டிருந்தாள். அவள் அதிர்ஷ்டம், அவன் சிபாரிசும் செல்லுபடியானது. எப்படியோ, ஒரு சிறிய பங்குச்சந்தை நிறுவனத்தில், கணினிக்கு முன்னே, அவள் அமர்த்தப்பட்டுவிட்டாள்.

அவளுக்காகவே, டே – டிரேடிங் செய்யத் தொடங்கினான். காலை பத்து முதல் மாலை மூன்றரைவரை, ஏசி அறையில் பக்கத்து நாற்காலியில் ஒட்டியிருந்தான். சுஸ்லான், யூனிடெக், ஐஎப்சிஐ, சத்தியம், இன்போசிஸ், ஜிவிகே பவர், ரிலையன்ஸ் எனத் தன் மனம் போன போக்கில் வாங்கிவிற்பான் அல்லது விற்றுவாங்குவான். இரண்டு வருடங்களுக்குப் பைத்தியம் பிடித்ததுபோல் நாள் தவறாமல் ஓடிக்கொண்டிருந்தான். கொஞ்சம் காசு பார்த்து நிறையக் கைவிட்டான். நல்லவேளை அவள் அவ்வேலை மாறினாள். இப்போது ஒரு 'கார்' கம்பெனி. கார்களைப் பற்றிப் படிக்கத் தொடங்கினான். அவளுக்கு வியப்புக் கூடிற்று. ஏன் அவன், இப்படிப் பரபரக்கிறான்? பேச்சுகள் வளர்ந்தன. வழக்கம்போல் முட்டுச்சந்தில் மோதிக்கொண்டனர். இதற்குமேல் அவளால் தாமதிக்கவே முடியாது. உடனே அவன் முடிவெடுத்தாக வேண்டும். ஆறுமாதம்தான் டைம் தந்திருந்தாள். மூன்றாம்மாதம் அவளுக்குப் பிறந்தநாள் வந்தது. வாழ்நாள் முழுவதும், அவள் மறக்க முடியாதபடி, ஏதாவது பரிசளிக்க நினைத்தான். புடவை, நகைக்கெல்லாம் மசிகிற எளியவள் இல்லை. அது இது எது எனத் தெரியாமல் அவன் யோசித்துக் கொண்டேயிருந்தான். அப்போது யதேச்சையாக அந்தப் புத்தகம் அவனுக்குக் கிடைத்தது. அது பற்றியும் கொஞ்சம் விரிவாகச் சொல்லித்தானாக வேண்டும்.

அவன் மாமா கொஞ்சம் சுமாரான எழுத்தாளர். ஆனால் தான் பெரிய கலைஞன் என்று அவர் அலட்டிக்கொண்டிருந்தார். அவருக்குச் சிஷ்யனாக நடிப்பதில், அவனுக்குப் பல நன்மைகள் இருந்தன. பெரிய சில எழுத்தாளர்களை அவர் பார்க்கச் செல்லும்

போது, அவர் கூடவே செல்வான். உணவுக்கும் உடைக்கும் செலவழிக்கத் தயங்கமாட்டார். மிகப்பெரும் நபர்களைக் கண்டும் கேட்டும், தனி ருசியில் திக்குமுக்காடுவான். அவர் வழக்கமாய்ப் பழைய புத்தகக் கடை ஒன்றிற்குக் கூட்டிப்போவார். அங்குதான் அவனுக்கு அந்தப் புதையல் கிடைத்தது. 'தி கம்ப்ளீட் ப்ளேஸ் ஆப் பெர்னாட்ஷா!' கிட்டத்தட்ட எண்ணூறு பக்கங்களுள்ள (அல்லது ஆயிரமா?), ஒரு பெரிய சைஸ் தலையணை அது. அப்படித்தான் அவள் அன்று சொன்னாள். அந்தப் புத்தகத்தை வெறும் பத்து ரூபாய்க்கு, அந்தச் சாயபு கொடுத்தான். அவன் கடை தொடங்கி நடந்த மிக ஆரம்ப வருடங்கள் அவை. இப்போதானால், அவ்வளவு மலிவில் அவன் கொடுத்திருக்கமாட்டான். ராஜாஜியின் வியாசர் விருந்தை வாங்க, அந்த இஸ்லாமியனுடன் மாமா பேரம் பேசிக் கொண்டிருந்தார்.

பெர்னாட்ஷா என்ற பெயரைவிட, அப்புத்தகத்தின் முதல் பக்கத்தில், கச்சிதமாக ஒட்டப்பட்டிருந்த 'ப்ரைஸ் லேபிள்' தான், அவனை வெகுவாகக் கவர்ந்திழுத்தது. யாரோ ஒரு 'கலா ராணி'க்கு, ஆங்கிலப் பேச்சுப்போட்டியில் முதல்பரிசை அவள் பெற்றதற்காகப் பள்ளி முதல்வரின் கையெழுத்துடன் அது அளிக்கப்பட்டிருந்தது. பேர் சொன்னால் எல்லாருக்கும் தெரிந்துவிடும் புகழ்பெற்ற மலைவாசஸ்தலத்தின் ஓர் 'உண்டு உறைவிட'ப் பள்ளி. அதன் பேர், சிறிதுநேரம் மனத்தில் ரீங்காரம் போட்டுக்கொண்டேயிருந்தது. எட்டாம் வகுப்பு மாணவி ஒருத்திக்குப் பரிசளிக்கக்கூடியதா அந்தப் புத்தகம்? என்ன நம்பிக்கையில், இப்படிக் கொடுத்திருப்பார்கள்? அந்தக் 'கலா ராணி' இதைப் படித்திருப்பாளா? படித்திருந்தால், இப்படிக் கடையில் போட ,எப்படி அவளுக்கு மனம் வந்திருக்கும்? ஒப்பமிட்டுள்ளவர், இதைப் பார்த்தால் என்ன நினைப்பார்? இத்தனை வினாவுக்குப் பின்னும், அவனுக்குக் கரைகண்ட சந்தோஷம்தான். அவளுக்குப் பிறந்தநாள் பரிசுக்குத் தகுதியான ஒன்று கிடைத்துவிட்டது!

பாழடைந்த மலைக்கோவிலின் உச்சிப்படியில், இருவரும் அமர்ந்திருந்தார்கள். அவர்களின் அந்தத் தனித்திருப்பில், எப்படியோ ஒரு செயற்கைப்பூச்சும் சேர்ந்துகொண்டிருந்தது. இயற்கையிலிருந்து கூடியவரையிலும் விலகியிருக்கவே பார்த்தார்கள். தம் சூழலுக்குப் பொருந்தாத மிகைத்தோரணை களையாமலேயே பேசிக்கொண்டார்கள். அது நிழல்கூத்து ஒன்று நடப்பதைப் பார்ப்பதைப் போலவேயிருந்தது. அவர்தம் நிஜத்தைக் கண்களுக்குள் வேண்டுமானால் தேடிப்பிடிக்கலாம். பலவகைகளிலும், அதுவே அவர்களுக்குரிய ஒரு பாசாங்குப் பாதுகாப்பையும் அளித்துக்கொண்டிருந்தது. அவன் ஜீன்ஸ்

போட்டிருந்தான். அவள் தலைகுளித்துத் தாழம்பூ கட்டிக் கேரளச்சேலையில் ஒளிர்ந்தாள். மேலைநாட்டு நாடகப்பாணியில் வணங்கிவிட்டுப் பெர்னாட்ஷாவை அவன் பரிசளித்தான். நாணப் புன்னகையுடன் அவள் வாங்கிக்கொண்டாள்.

“பெர்னாட்ஷா பேர் தெரியும். வேறொன்னும் தெரியாதே. அடேயப்பா, எவ்ளோ பெரிய புத்தகம்!”

“நான் படிக்கல. நீதான் படிச்சிட்டு எனக்கும் சொல்லணும்”

“கிண்டல் பண்ணாத. என் அரைகுறை இங்கிலீஷ், ஒனக்குத் தெரியாதா?”

“நோ நோ. ஒனக்குப் பேசத்தானே வராது? படிச்சுப் புரிஞ்சுக் கிட்டுப் பல விஷயங்கள நீதான் எனக்குப் பகிர்ந்திருக்கியே!”

“ஆணின் பாராட்டுக்குப் பெண் மயங்குவான்னு, ஒனக்கு யார் சொன்னது? ஆனா ஒன்னு, தட்டுத் தடுமாறியாவது, இத நான் கண்டிப்பா படிக்கத்தான் போறேன்”

“ஐ நோ யூ. பட் முடிஞ்சா, ஒன்னு ரெண்டையாவது, நீ மொழி பெயர்க்கணுங்கிறதுதான் என் ஆச. ஒன் கார் கம்பெனிக்கு வரும் வெகுளிங்களுக்குச் சலுகைத்திட்ட அறிவிப்புகளப் பிரமாதமா நீ தமிழ்ல விளக்கறத நான் பாத்திருக்கன்ல!”

“அதுவும் இதுவும் ஒன்னுன்னு, ஒன்ன மாதிரி, வடிகட்டின முட்டாளாலதான் நினைக்க முடியும். சரி, லெட் மீ சீ. ஒன் ஆசய நிறைவேத்தப் பாக்கிறேன்”

“அப்படி வா, வழிக்கு! ஒழுக்கங்கிறது வாய்ப்பின்மைன்னவன, நீ கௌரவப்படுத்தாம, வேற யார் செய்யறது?”

“ஒனக்கும் எனக்கும் ஷா பத்தித் தெரிஞ்ச அந்த ஒன்னே ஒன்னச் சொல்லிட்ட. ஆனா, மேல் பேபி! இது தமிழ்நாடுங்கறத மறந்துடாத. ஒங்கனவு இங்கப் பலிக்காது. ரொம்ப நாள் நீ இதத் தொடர முடியாது. எதுக்கும் நீ கவனமாயிரு, சொல்லிட்டன்!”

“எது நடந்தாலும், இந்த நாள, நான் மறக்கப் போறதில்ல. உயிருள்ளவர, இது ஒன்னோட இருக்குங்கற, அந்த ஒரு நெனப்பே, எனக்குப் போதும்மா”

“வாக்குறுதி, சத்தியம், உண்மை, நித்தியம்! இதெல்லாம் எனக்கு எவ்ளோ அலர்ஜினு ஒனக்குத் தெரியாதா? செயல் கண்ணா, எனக்குச் செயல் வேணும். வெறும் வார்த்தைங்கள வெச்சுக்கிட்டு, இன்னும் எத்தினி காலம் நீ ஓட்டுவ?”

“ஷா கிட்டத்தான் கேக்கணும். இதில ஒரு ப்ளேய, நீ முழுசா முடிக்கறதுக்குள்ள, எனக்கு வேல கெடைக்காமலா போயுடும்? பாத்துக்கலாம் போ”

“என்னத்தப் பாத்துக் கிழிக்கப்போற? இத நான் ஒருமுறை படிச்சு முடிக்கறதுக்கே, ரெண்டு மூணு வருஷமாயிடுமே!”

“எத்தனை வருஷமானா என்ன? பெர்னாட்ஷா பெர்னாட்ஷா தான். நீயும் நீதான். இது ஒரு காவியக் கணமல்லவா எனக்கு!”

“உன் அசட்டுப் பேச்சுப் போதும். நிறுத்து. இப்பக் கௌம்பலாம். பைக்ல பெட்ரோல் இருக்கா? இன்னும் முப்பதுமைல் போகணுமே”

“வேறொன்னுமே இல்லியா? எத்தனை நாள் தவம், இந்த நம் தனிமை!”

“இதான் உன் எல்லை. இதுக்கு மேல வேணாம். ஒனக்குப் பொறுப்புப் பத்தாது. என்னக் கஷ்டப்படுத்தாத. போலாம் வா”

வெளிப்பேச்சு நாடகம், அத்துடன் நிறைவுற்றது. கைக்கொடுத்து ஒருவரையொருவர் மேலெழுப்பிக்கொண்ட நொடியோடு சரி. அதற்கு மேலே, வேறொன்றும் நடக்கவில்லை. ஆறுமாதத்தில் அவளுக்குக் கல்யாணமாயிற்று. அதன் பின்னர், ஆறாண்டுகள் கழித்துத்தான், அவனுக்கு வருமானவரித்துறையில் நல்ல வேலை கிடைத்தது. அவள் எங்கோ, வடநாடு சென்று விட்டதாகக் கேள்விப்பட்டான். நண்பகல் கனவாகிவிட்டது எல்லாம். ‘நேசம் மறக்கவில்லை நெஞ்சம். ஆசை முகம் மறந்து போச்சே, இதை ஆரிடம் சொல்வேனடி, தோழி!’ எனப் பாரதி எழுதியதுதான், எவ்வளவு ஆழமானது! அவனுக்கு இப்போது மூன்று குழந்தைகள். முதல் மகள், இந்த வருடம் வெளிமாநிலத்தில் சைக்காலஜியில் போய்ச் சேர்ந்திருக்கிறாள். இரண்டாமவன் பத்தாம் வகுப்புப் போயிருக்கிறான். கடைக்குட்டிக் குரங்கு, ரெட்டைச்சடையைப் போட்டுக்கொண்டு வந்து, ‘அப்பா! இது எனக்கு அழகாயிருக்கா?’ எனப் பல்லைக் காட்டுகிறது. அவன் மனைவிக்குப் பாவம் எதுவுமே தெரியாது. அவள் பாட்டுக்குப் “புளிக்குழம்பு நல்லா இல்லியா, நீங்க, ஏன் சரியா சாப்பிடல?” எனக் கேட்டுக்கொண்டிருக்கிறாள்.

தன்னந்தனியாகத் தன் சொந்தக் கிராமத்திற்கு இப்போதவன் வந்திருக்கிறான். இருபதாண்டுகளுக்குப் பிறகு, இப்போதுதான் அவன், அங்குத் திரும்புகிறான். வெண்ணாற்றங்கரையில், ஒரு சிறிய நுணா மரத்தின் அடியில், தொலைவில் தெரியும் மணல்வெளியையே வெறித்தபடி, அவன் அமர்ந்திருக்கிறான். பள்ளி மாணவனாகக் குதித்துக் கும்மாளமிட்டது, அருவுருச் சாயையாக நினைவில் மின்னுகிறது. இந்த மணல்பரப்பா அன்று நதியாயிருந்தது! என்ற வியப்பைக் கட்டுப்படுத்திக் கொள்கிறான். அவன் கண்களுக்கு, ஓடும் நதிதான் தெரிகிறது. உடன்பிறந்த ஒரு தனிமை, இப்போதும் அவன் கூடவே

இருக்கிறது. அதை நதியில் முழுகித்தான் அவ்வப்போது கரைத்து வந்தான். இந்த நதியை, ஊரையெல்லாம் அவள் பார்த்ததில்லை. ஆனால், நதிக்குப் பின்னால், அவன் தனிமையைப் போக்கியது, அவளின் அண்மைதான். ஆனால், எல்லா நல்ல விஷயங்களையும் போலவே, அதுவும் ரொம்ப நாள்களுக்கு நீடிக்கவில்லை. வானவில் தோன்றும் அந்த மாயத் தருணங்களில், எவ்வளவு அபூர்வமான காட்சி அது எனத் தெரிந்துகொண்டே அதைப் பார்ப்பவருக்கும், மறைந்தபின்தானே அந்தப் பிரசன்னத்தின் பூரணம் ஒரு வேட்கையாகக் கண்ணிலேறுகிறது! வேட்கைதான் அது. வேணும் வேணும் என, உயரப் பறப்பதைப் பிடித்து இறுக்க நினைக்கும் அவ்வேட்கைதான், வாழ்வாகப் போக்குக் காட்டுகிறதோ என்றவன் அவதிப்பட்டான். அவன் மனக்கடல் சிறிதுகூட அடங்கவேயில்லை; அது ஓயாது கூச்சலிட்டுக் கொண்டேதான் இருந்தது.

நதியைத் தவிர, வேறு எவரிடமும், அவனால் எதையும் வாய் விட்டுச் சொல்ல முடியாதெனத் தோன்றியது. ஆனால், இல்லாத நதியை இருப்பதாய்ப் பாவித்துக்கொண்டு, நீளமாகக் கதைக்கும் மாயாவாதம் அவனுக்குப் பிடிபடவேயில்லை. 'மே' எனக் கத்தியபடி, ஆட்டுக்குட்டி ஒன்று ஓடுவதைக் கவனித்தான். பக்கத்து மூங்கில்குத்தில் ஒரு பாம்பு சரசரக்கக் கேட்டான். உச்சிவேளை வெயில் அவனைச் சுட்டெரித்தது. கொதிமணலில் இறங்கிப் பதைபதைத்து அக்கரையைத் தொட்டுவிட்டுப் பின் வேர்க்க விறுவிறுக்கத் திரும்பிப் படித்துறையினூடே, தன் பால்யத்தை அவன் ஊடுருவினான். அவள் எங்கிருப்பாள்? இப்படி வெறிபிடித்தவனாய் அவன் ஏனிருக்கிறான்? அவள் யார்? அவளுக்கும் அவனுக்கும் அப்படியென்ன நடந்துவிட்டது? இதன் ஆரம்பப்புள்ளிதான் என்ன? அடைய முடியாமையின் வெற்று ஆர்ப்பரிப்பா இதெல்லாம்? அவன் தலையை உலுக்கிக் கொண்டான். மூளையைக் கழற்றி எதிரே வைத்து, அதனோடு ஒரு யுத்தத்திற்குத் தயாரானான். இதயமில்லை என்ற முடிந்த முடிவிற்குத் தாமதமாக வந்துசேர்வதற்குள், அவன் பட்டுவிட்ட அப்பாடுகள்! அரசமரம் கண்ணில் பட்டது. அதன் பெரிய இலைமீது ஒரு சிறிய புழு. எவ்வளவு கச்சிதமாகத் துளையிடுகிறது அது? அவளின் கண்ணைப் பார்ப்பது போலவேயிருக்கிறது, அந்தத் துளையைப் பார்க்கும் அனுபவம்! கிராமத்திற்குத் திரும்பவும் தான் வந்திருக்கக்கூடாது என்பதுதான், இறுதியில் அவனது புதிய கண்டடைதலாயிருந்தது. மூத்தமகள் மீதுதான் அவனுக்குக் கோபம் பொங்கிற்று. தன் பழம்நினைவைக் கிளறி விட்டவள் அவள்தான். அவளைச் சொல்லியும் குற்றமில்லை. அவன் மனத்துக்குள் எங்கோ அது கிடக்கிறது. சிறு ஸ்பரிசம் அல்லது நினைவின் லேசான உரசலே போதுமானதாயுள்ளது,

அந்தப் பூதத்தைக் கிளப்பிவிட. கிளம்பிவிட்டால் இரண்டு மூன்று மாதங்களாவது பேயாட்டம் போடாமல் அது அடங்குவதில்லை.

அவன் மகள் அவனிடம் கேட்டதும் நியாயமானதே. "அப்பா, என் அம்மாவிடம் இதற்குப் பதில் இல்லை. உங்களைத்தான் அவள் கைக்காட்டுகிறாள். உங்களிடம் சிறுவயது முதல் நானும் எத்தனையோ முறை கேட்டுவிட்டேன். எவ்வளவோ பொய்களை அந்தந்த வயதிற்கு ஏற்ப நீங்களும் சொல்லிப் பார்த்துவிட்டீர்கள். நம்பக்கூடிய பொருத்தமான பொய்கள்தாம் அவை. ஆனால், குறிப்பிட்ட அந்த வயதைக் கடந்தபின், மீண்டும் எப்படியோ அந்தக் கேள்வி, வேறுவகையில் என்னிடம் திரும்பி வந்துவிடுகிறது. குருவி! என்ன பெயரப்பா இது? எனக்கு ஏன் இப்பெயரிட்டீர்கள்? என் இப்பெயரைக் கேட்டுச் சிரிக்காதவரை, உயர்வுபடுத்திச் சொன்னால் வியக்காதவரை, இன்னும் நான் சந்திக்கவில்லை! எனக்குச் சிறு குருவிக்கண், சிறு குருவிக்காது, நான் குருவிபோல் சின்னஞ்சிறிய ஓர் அழகி, துறுதுறுப்பாயாயிருக்கிறேன், தொல்குடிமரபின் சிறுஎச்சம், விடுதலையின் குறியீடு, தமிழோசை தரும் செழுமைக்குச் சான்று, பிரசவத்திற்குக் குருவிக்காரி உதவியதற்காகச் சூட்டப்பட்ட ஒரு நன்றிப்பெயர், தாத்தா வளர்த்த செஞ்சிட்டின் நினைவுப்பெயர் என்றெல்லாம் நானும்கூட உன்போல் இப்போது கதைகள்விடக் கற்றுக்கொண்டுள்ளேன். என்றாலும், இவை எதிலும் எனக்குத் திருப்தியில்லை. உண்மையை என்றாவது எனக்கு நீ சொல்வாயா அப்பா?" இதற்கு அவனால் என்ன பதில் சொல்லமுடியும்? வெளி மாநிலம் போகிறவளுக்குப் பதில் சொல்லாமல்தான் அனுப்பிவிட முடியுமா? "உன் தாத்தா வீட்டில் உன் தாய்க்குப் பிரசவம் நடந்தது. அப்போது நான் என் அலுவல் நிமித்தம் வெளிநாடு சென்றிருந்தேன். ஹோட்டலில் தங்கியிருந்தபோது, தொலைபேசியில் நீ பிறந்த நல்ல செய்தி வந்தது. அதன் டயல் டோனில், குருவிக் குரல் ஒலித்தது! அதனால்தான் உனக்குக் குருவி எனப் பெயர் வைத்தேன்" என்றான்.

"மறுபடியும் ஒரு சுவையான இட்டுக்கட்டல். இப்போதைக்கு இந்தப் பதில் நன்றாகத்தானிருக்கிறது. ஆனால், இதுதான் நடந்த உண்மையா அப்பா?" என்றாள் மகள். அதற்கவன் பதிலேதும் சொல்லவில்லை. இப்போதைக்குத் தன் மகள் சமாதானமாகி விட்டாள் என்பதைக் கண்டுகொண்டான். அவன் மகளுக்கு, அவனுக்கில்லாத மதிநுட்பம் கூடியிருந்தது. சைக்காலஜி படிப்பதாகச் சொல்லிக்கொண்டு, சொந்த அப்பாவின் மனத்தைப் படிக்கவே, 'படாத பாடு' பட்டுக்கொண்டிருக்கிறாள் குட்டி. அவளும் அவனுமாகத் தனித்திருந்த அபூர்வப்பொழுதில், அவளை அவன் எப்படி அழைக்க வேண்டுமெனக் கேட்ட போது, "குருவின்னு கூப்பிடேன்" என்றவள் சொன்னாள்.

நான்குமுறை அவளைக் குருவி, குருவி என அவள் கேட்கக் கூப்பிட்டதோடு முடிந்துவிட்டது எல்லாம். அவளை அப்படிக் கூப்பிடமுடியாத அந்தக் கொடுமையால்தான், ப்ரிய மகளுக்குக் குருவிப்பெயரிட்டு, ஒருநாளைக்கு ஐந்தாறு தடவையேனும் கூப்பிட்டுக்கொண்டிருக்கிறான். அதைத் தன் செல்ல மகளிடம் எப்படி ஒரு தகப்பனால் சொல்ல முடியும்? ஆனால், இனியும் அவன் கவலைப்படத் தேவையில்லை. மகள் எப்படியாவது, அணுக்கமான ஒரு காரணத்தைத் தன் குருவிப்பெயருக்குக் கண்டுபிடித்துவிடுவாள் என்பதும் அவனுக்குக் கிட்டத்தட்ட உறுதியாகிவிட்டது. பிபிசியில் ஒருநாள், 'ஷா டாகுமென்டரி' பார்த்துக்கொண்டிருந்தாள். அவனும்கூட, அதை அவளுடன் சேர்ந்து ஆர்வமாய்ப் பார்த்தான். 'சந்தர்ப்பச் சூழல்களைத் தம் தற்கால நிலைக்குக் காரணமாக மனிதர்கள் சாக்குக் காட்டுவதை நான் ஏற்கமாட்டேன்; என்னைக் கேட்டால், தாம் விரும்பும் சூழல்களைத் 'தடைகளைத் தாண்டித் தாமாகவே உருவாக்கிக் கொள்ளக்கூடிய மனிதர்களையே' உலகில் வாழ்வதற்கான தகுதியுடையவர்கள் என்பேன்' என, ஷாவின் ஒரு பாத்திரம் பேசுவதைப் பெரிய விமர்சகர் ஒருவர் சுட்டிக்காட்டி வியந்தார்.

"அப்படியா சொல்லியிருக்கிறார் ஷா?" எனத் தனக்குள் அவன் முணுமுணுத்தது, அவனின் மகளுக்கும் கேட்டிருக்க வேண்டும். புருவத்தை உயர்த்தியபடியே, "அது அவரது மகா வாக்கியம்" என்றாள். அவன் வாயைப் பிடுங்குவதற்காகவே மிகைப்படுத்துகிறாள் என்றுதான் அவனுக்குத் தோன்றியது. அவள் பேச்சைக் கவனியாததுபோல், டி.வி.யுடன் அவன் ஒன்றிக் கலந்துவிட்டான். ஷோ முடிந்தவுடன், குருவி சொன்னாள். "உங்களுக்கு இதிலெல்லாம் ஏதும் ஆர்வம் இருப்பதாகத் தெரியவில்லையே. இதை ஏன் நீங்கள் பார்த்தீர்கள்? ஷா தொடர்புடைய ஏதோ ஒன்று, உங்கள் வாழ்வில் இருக்கிறதா அப்பா?" எனக் கேட்டாள். இதற்கும் அவன் வெளிப்படையாகப் பதிலளிக்கவில்லை. மென்னகையுடன் கடந்துசென்றுவிட்டான். ஆனால் அவள் கெட்டிக்காரி. ஏதோ புரிந்துகொண்டுவிட்டாள்.

நுழைவுத்தேர்வில் எழுபதாமிடம் பெற்றுப் புகழ்பெற்ற தலைநகர்க் கல்லூரி ஒன்றில் அவள் சேர்ந்துவிட்டாள். அந்தக் கல்லூரியில் ஓரிடம் கிடைத்தாலே போதும், எதிர்காலம் ஒளிமயமாகிவிடும் என்ற செய்தி எல்லாருக்கும் தெரிந்திருந்தது. "தலையெடுத்துவிட்டாள் மகள். இனியேனும் பொறுப்புடன் நடந்துகொள்ளுங்கள்" என்றாள் அவனின் மனைவி. அவள் சொல்வதும் சரிதான். குழந்தைகள் என்ன சாப்பிடுகிறார்கள், என்ன படிக்கிறார்கள், எப்படிப் பொழுதைப் பயனாக்குகிறார்கள் என்ற எதுவுமே அவனுக்குத் தெரியாதுதான். அவனும்,

அவன் தனிமைத் திளைப்புமே, அந்த வீட்டின் நிலையான பேசுபொருள்கள். ‘சுபாவத்திலேயே ரொம்பச் சாது’ என ஊரும் உறவும்கூட அவனை ஏற்றுக்கொண்டாகிவிட்டது. இது வேற்றுக்கிரகத்தாள் என்று மனைவியும் எப்போதோ தண்ணீர் தெளித்துவிட்டாள். மகளின் வெற்றிதான், அவளுக்குப் பெரும் உற்சாகத்தை அளித்திருந்தது. மெல்ல மெல்லக் கணவனும் தன்வழிக்கு வந்துவிடக் கூடுமெனக் கவலை தீர்ந்திருந்தாள். அவனுக்கும் அப்படியே பட்டது. இருபதாண்டுகள் மறதியைத் தருகின்றன; பின் புத்தம்புதிதாக எல்லாமே தொடங்கப்பட்டு விடுகின்றன.

உள்மனம் சமன்படுவதை அவன் உணர்ந்துகொண்டுதான் இருந்தான். எதையும் தேடிப்போகும் பழக்கம், எந்த நாளிலுமே, அவனிடம் படிந்திருந்ததில்லை. முடிந்தவரையில் அவன், தன் வெளிச்செல்லும் வழிகளையெல்லாம் அடைத்துவிட்டபிறகே எதனுள்ளும் நுழைவான். அதனால், தன் மனத்தனிமை தவிர, பிற தொந்தரவுகள் என்றுமே அவனுக்கு இருந்ததில்லை. அத்தனிமைகூட இனிப் பறந்துவிடும் என்று கருதியிருந்த நாள் ஒன்றில்தான், அவன் மகள், அவனுக்கு ஒரு ‘பார்சல்’ அனுப்பி இருந்தாள். அந்த மாதத்தின் இருபதாம் தேதி, அவனுக்குப் பிறந்தநாள் என்பதால், அதற்குச் சரியாக முதல் நாளே கிடைக்குமாறு, ஒரு சிறிய கடிதத்துடன், தன் அன்பை ‘பார்சல்’ செய்திருந்தாள். பார்சலை அவன் திறக்க நினைக்கவில்லை; முதலில் கடிதத்தையே பிரித்தான். அதைப் படித்து முடிப்பதற்குள், அவனுக்கு நிஜமாகவே மேல்மூச்சும் கீழ்மூச்சும் வாங்கிவிட்டது. உள்ளிருக்கும் ரத்த அணுவெல்லாம் ஒன்றுகூடி வெளிப்பிதுங்கி விட்டுப் பின் மீண்டும் உட்புகுந்துகொண்டாற்போல் புதுக்களிப்புப் பெருகிற்று.

“அன்புள்ள அப்பா, உங்களுக்குப் பிறந்தநாள் பரிசாக என்ன அனுப்புவது என்று ஒரு வாரமாகத் தேடிக்கொண்டிருந்தேன். குழந்தை முதல் இன்று வரையில் நீங்கள் என்னைக் கடிந்ததில்லை; அடித்ததில்லை. நான் எப்போது எது கேட்டாலும் மறுக்காமல் வாங்கித் தந்துள்ளீர்கள். நீங்கள் இன்னும் சிறிது கலகலப்பாய் இருந்திருக்கலாம் என்ற ஒன்றைத் தவிர, எனக்கு வேறு குறைகள் எதுவும் நீங்கள் வைத்ததில்லை. என் நண்பன் ரோஹித்துடன் நான், நேற்று சிட்டியைச் சுற்றிக்கொண்டிருந்தேன். ஒரு பழைய புத்தகக் கடைக்கு, ஒரு டிஃபரண்ட் ஃபீலிங்குக்காக, அவன் என்னைக் கூட்டிப்போனான். அது எவ்வளவு நல்ல விஷயம் என்று பிறகுதான் எனக்குப் புரிந்தது. அங்கே எவ்வளவோ அரிய பல புத்தகங்கள் கொட்டிக் கிடந்தன. ஃப்ராய்ட், யூங் நூல்களின் சில முதல் பதிப்புகளைக் கண்டெடுத்து ரோஹித் எனக்குப் பரிசளித்தான்.

அப்புத்தகக்குவியலைப் புரட்டிக்கொண்டிருந்தபோதுதான், பெர்னாட்ஷாவின் முழுநாடகங்களும் அடங்கிய ஒரு பெருநூல் என் கண்ணில் பட்டது. இன்னோர் ஆச்சர்யம் அப்பா. இந்நூல், எட்டாம் வகுப்பு மாணவி ஒருத்திக்குப் பேச்சுப்போட்டியில் அவள் வென்றதற்காகப் பரிசளிக்கப்பட்டிருந்தது. ஏனோ அந்த நூல், உங்களுக்குப் பிடிக்குமென்று எனக்குத் தோன்றி விட்டது. உடனே வாங்கிவிட்டேன். இது உங்கள் பிறந்தநாளுக்கு – பிரத்யேகமாக உங்களுக்கு மட்டும் – உங்கள் அன்பு மகள் குருவியிடமிருந்து"...

முரட்டுத்தனமாய்ப் பார்சலைக் கிழித்துக் கையிலெடுத்து, அவன் பார்த்தான். கிட்டத்தட்ட, கால்நூற்றாண்டுக்குப் பிறகு, அவன் கைக்கே திரும்பியிருக்கிறது அது. அந்தப் புத்தகத்தை அவளும் முழுதாகப் படிக்கவில்லை; அவனும் படிக்கவில்லை. இனியும்கூட அவர்கள் படிக்கப் போவதில்லை. ஒருவேளை, அவன் மகள் வேண்டுமானால் படிக்கலாம். அல்லது அவள் மகன். அல்லது... அவர்கள் வம்சத்தில் வரும் யாராவது ஒருவர் கூடவா ஷாவைப் படிக்கமாட்டார்கள்? அவனும் அவளும் சாகலாம்; பெர்னாட்ஷாவா சாவார்? என அவன் நினைத்தான்...

காலச்சுவடு, மார்ச் 2018

ஒரு பூனையும் சில மழை நாள்களும்

அந்தச் சத்தம்தான் என்னை எழுப்பியிருக்க வேண்டும். அது மழையின் சத்தம். வானத்திலிருந்து நூல் பிடித்தாற்போல், நேராய்க் கீழிறங்கிப் பூமியில் விழுந்து, நீர்த்துளிகள் மண்ணோடு கலந்தோடும் உயிர் ஒலி. இது பருவமில்லை. ஆனாலும்கூட மழை வந்துவிட்டது. 'என்னைப் பார்ப்பது தவிர, உனக்குச் செய்ய வேறு ஒரு காரியம் இல்லை' என்பதுபோல், பெரும்சத்தத்தோடு வந்துவிட்டது. அதிர்ஷ்டமில்லாத சனியனோ நான்! கறுத்துத் திரண்டு, 'சட்டச்சட, சட்டச்சட' எனப் பெய்யும் இந்த அற்புதத்தைப் பார்க்காது, எத்தனை நேரந்தான், குறட்டை விட்டுக்கொண்டு நான் தூங்கித்தொலைத்தேனோ? பெய்கிற வேகத்தைப் பார்த்தால், தொடங்கி ஒருமணி நேரம் ஆகியிருக்குமோ! கிரில் வைத்த ஜன்னல் கம்பிகளுக்குப் பின்னால், வழக்கப்படி, நாற்காலியைப் போட்டுச் சாய்ந்தபடி, புத்தகம் படித்துக்கொண்டிருந்தவன், புத்தகம் மடியில் கிடக்க, அப்படியே அயர்ந்துவிட்டிருக்கிறேன்!

என் கால்கள் பதறின. நான் கொல்லைக்கு விரைந்தேன். விரையும்போதே தெரிந்ததுவிட்டது, இந்த என் வேகம் வீண்! காலையில் வீடு விட்டு வெளிக்கிளம்பும்போதே, அம்மா படித்துப் படித்துச் சொல்லிவிட்டுத்தான் போயிருந்தாள். "ஒன்னோட துணிங்க, கொல்லையில கெடக்கு. தோய்க்கத்தான் கடப்படல தொரைக்கு. தோய்ச்சிப் போட்டதை

ஒழுங்கா மடிச்சாவது எடுத்துக் கொண்டாந்து உள் ரூம்ல வை. மாடியில கூழ்வடாம் போட்டிருக்கு. அதுக்குக் காவலா ரெண்டு கறுப்புக் குடையும் வெச்சிருக்கு. காவல மீறி, இந்த வூரு காக்கா ஒன்னும் வரப்போறதில்ல. ஆனா, மேக மூட்டத்தப் பாக்கறப்ப, ஒருநாளும் இல்லாத திருநாளா, இன்னிக்குக் கன மழையே வந்தாலும் ஆச்சர்யப்படறத்துக்கில்ல. எதுக்கும் நீ கொஞ்சம் கவனமாவே இருடா. கூழ்வடாம் கொஞ்சம் நனைஞ்சாலும் போச்சுடா; நான் பட்ட பாடெல்லாம் வீணாப் போயிடும், பாத்துக்க! என் போதாத நேரம், இது எல்லாத்தயும் ஒம் பொறுப்புல விட்டுட்டு நான் போக வேண்டியிருக்கு. "பத்திரண்டா கும்பகர்ணா, பத்திரம்!" குறைந்தது பத்து முறையாவது, இதையே சொல்லியிருப்பாள்.

கொல்லையில் மழை சிணுங்கிக்கொண்டிருந்தது. காயப் போட்டிருந்த துணிகள் தொப்பலாகியிருந்தன. மாடிக்குப் போக வேண்டுமா? போய் இனி ஆகப் போவதென்ன? அம்மா சொன்னது போலவே, வடாமெல்லாம் இந்நேரம் சாணிக் கரைசலாகி விட்டிருக்கும். அதை நினைக்க நினைக்கத் துக்கம் பொங்கிவந்தது. என் மறதி ரொம்பவும் இழிவாகப் பட்டது. பொறுப்பின்மை, பெரிய மலைப்பாம்பாய் விஸ்வரூபமெடுத்து, என் கழுத்தை இறுக்குவதாய் உணர்ந்தேன். அப்படியே வீட்டுக்குள் போய்விட, என் மனம் கிஞ்சித்தும் துணியவில்லை. செய்த பிழைக்கு எனக்கு நானே தரும் பரிசாய்ச் சற்று மழையில் நனையத் தீர்மானித்தேன். நனைந்துகொண்டுமிருந்தேன். மழையின் வேகம் அதிகரிக்க அதிகரிக்க, இதென்ன பைத்தியக்காரத்தனமெனத் தோன்றிற்று. பைத்தியந்தானே நான்? கழிவிரக்கம் உந்தித்தள்ள, நீர் ஊசிகள் உடலைப் பொத்தலிடுவதைத் தாங்கமுடியாதவனாய் வீட்டுக்குள் போய்விடவே காலெடுத்தேன். ஆனால், அதற்குள் ஒருசிறு சலனம். ஏன்? அதோ குடைபோல் விரிந்துகிடக்கிறதே மாதுளம் மரம், அதன் கீழ்நின்று மழையைச் சும்மா வேடிக்கை பார்த்தாலென்ன? தாமதியாமல், யோசனையை உடனே செயல்படுத்தினேன்.

மாதுளங்கிளைகள் நீண்டு, கொல்லைக் கிணற்றின் ஒரு பகுதியை மறைத்துக்கொண்டிருந்தன. பல பிஞ்சுகள் மட்டும், தரையில் உதிர்ந்திருந்தன. இதைப் பார்த்தால், அம்மா மேலும் வருத்தப்படுவாள். மாதுளங்கனிகள் என்றால், அவளுக்கும் உயிர். பேய் மழை, பொல்லாத காற்று, இரண்டும் கூட்டணி போட்டுக்கொண்டு போயும் போயும் இந்தப் பிஞ்சுகளை இப்படி உதிர்த்து எறிந்திருக்கின்றனவே! துளியும் இரக்கமற்ற சனியன்கள்; அடங்காப்பிடாரிகள்! திட்டியபடியே உதிர்ந்துகிடக்கும் அப்பிஞ்சுகளைப் பொறுக்கி எடுக்கக் கீழே குனிந்தேன். அப்படி நான் குனிந்தபோதுதான், அது எதேச்சையாக, என் பார்வையில்

வந்து சிக்கிற்று. அப்பூனையை, நான் நேராகப் பார்க்கவில்லை. என் கண் பரப்புக்குள், எப்படியோ அது, தானாகவே வந்து விழுந்துவிட்டது. என் முதல் கவனம், மாதுளம்பிஞ்சுகளிடமிருந்து சற்றே விலகியபோது, ஓர் இசைவற்ற கோணத்தில், அது என் விழியில் வலுவாக மாட்டிக்கொண்டுவிட்டது. கொடித்துணிகள் பேசின: "பாரு தம்பி! உங்கம்மா கிட்ட, இன்னிக்கு நீ, செமத்தியா டோஸ் வாங்கிக் கட்டிக்கப் போற!" தலைக்குமேல் போய்விட்ட பெருவெள்ளமாய், அந்தச் சொற்களை அலட்சியப்படுத்திவிட்டு, நான் பூனையைப் பார்த்தேன். 'வெள்ளை நிறம்; பளிங்குக்கண்கள்; சிறிய மெலிந்த காதுகள்; குளிரால் நடுங்கிக்கொண்டிருக்கும் உடல்; மருண்ட முகம்; படிந்திருக்கும் நீர்த்துளிகளை உதறும் சிறுவால்!

இப்படிப்பட்ட மகத்தான அவல ஓவியமாய்க் காட்சி தரும் இந்தப் பூனை, எங்கிருந்து வந்திருக்கக்கூடும்? நான், அது சென்ற தடத்திலேயே பின்தொடர்ந்தேன், மெல்ல. இப்பக்கத்து வீட்டிலிருந்து வந்திருக்கலாமோ? வாய்ப்பேயில்லை. அந்த வீட்டில் ஒரு முரட்டு ராஜப்பாளையம் உண்டே! தெருவழித் தாயின் கைப்பிடித்துக் குழந்தை போனாலும், களவாடிவிட்டுத் திருடன் ஓடினாலும் பேதமின்றி ஒரேபோல் குலைத்துக்கிடக்கும் சனியன் அது. ஒருவேளை எதிர்வீட்டிலிருந்து? எதிர்வீட்டில் பால் தரப் பசுவுண்டு; கறியடித்துத் தின்ன முயலுண்டு. ஆனால் பூனை? இந்தத் தெருவிலேயே நஹி, நஹி! பொதுவாகப் பூனைகள் பற்றி எனக்குப் போதிய அறிவு கிடையாது. அதுவும், கடந்த ஏழு வருஷமாக, ஒரு பேச்சுக்குப் பூனைகளையே நான் பார்த்ததில்லை என்றே சொல்லிவிடலாம். இதோ – இத்தனை அருகில் – இத்தனை பரிவில் – இப்போதுதான் முதல்முறையாகப் பார்க்கிறேன். ஆனால், ஏழெட்டாண்டு முன்பு – என் பால்யத்தில் – பூனைகளோடு எனக்குப் பரிச்சயமிருந்தது. நாங்கள் அப்போது ஒரு கிராமத்தில் இருந்தோம். எங்கள் வீட்டில் ஒரு கறுப்புப்பூனை இருந்தது. அதை நாங்கள் வளர்த்ததாகச் சொல்ல முடியாது. நாங்கள் குடித்தது போக எஞ்சிய பாலைப் போனால் போகிறது என்று, கொட்டாங்கச்சி வழிய வழிய, அதற்கும் ஊற்றி வைப்போம். அதுகூட, அண்ணனோடு நானும், ஒரு போட்டாபோட்டி போட்டுச் செய்வதுதான். எல்லாமே ஒரு கனவு போலத்தான் தோன்றுகிறது இப்போது. தாத்தா இறந்தபின் வீடு, நிலம் எல்லாம் விற்றுப் பணமாக்கிக்கொண்டு, ஊரையும் நிரந்தரமாகக் காலி செய்துகொண்டு நாங்கள் வருகிறபோதுதான் அது நிகழ்ந்தது. பேருந்து ஏறுவதற்காகக் காவிரியைத் தாண்டி நாங்கள் வந்து கொண்டிருந்தோம். அதுவரைக்கும் எங்கள் கூடவே ஓடி வந்த பூனை, நதியைப் பார்த்ததும் நின்று விடுமெனத்தான் அப்பா உட்பட யாவரும் நம்பியிருந்தோம். ஆனால், நிகழ்ந்ததென்னவோ வேறு. அது சற்றும் தயங்கவில்லை. முழங்காலளவு நீரோடிக்

கொண்டிருந்த நதியில், அது கொஞ்சமும் அஞ்சாமல், எங்களைத் தொடர்ந்து இறங்கிற்று.

நாங்கள் பதறிப்போனோம். அப்பாவின் முகத்தில் இழவு கேட்ட துக்கம். பெரும் பதற்றத்தோடு, பூனையைப் பிடித்துத் தூக்கி, எங்களை வழியனுப்புவதற்காக வந்திருந்த (இவ்வளவுநாள் எங்கள் தாத்தாவிடம் வேலை பார்த்த) கணக்குப்பிள்ளையிடம் நீட்டினார் அப்பா. அவரும் பொறுப்பாக வாங்கிக் கைகளால் இறுக்கிப் பிடித்துக்கொண்டார். ஏதும் பேசவில்லை அப்பா. மளமளவென நீருக்குள் நடைபோடத் தொடங்கிவிட்டார். ஒரே ஒருமுறைகூடத் திரும்பியே பார்க்கவில்லை. நட்டாற்றுக்கு நாங்கள் போனவுடன், அப்பாவுக்குத் தெரியாமல், நானும் அண்ணனும், கரையை நோக்கி மெல்லப் பார்வையைத் திருப்பினோம். கணக்குப்பிள்ளையின் பிடியிலிருந்து நழுவி, எங்கள் கறுப்புப்பூனை, எங்கோ ஓட்டமாக ஓடிக்கொண்டிருந்தது மங்கலாகத் தெரிந்தது.

இது பழைய, மிகப்பழைய ஒரு கதை. ஆனால், கிட்டத்தட்ட அதே போன்ற சாத்தியம்தான், இப்போதும் நேர்ந்திருக்க வேண்டும். எவரோ எங்கேயோ வீடு விற்றுக் குடித்தனம் காலி செய்துகொண்டு போக, வழிதப்பி அல்லது ஒரு புதிய வழிதேடி, இது இங்கே வந்திருக்க வேண்டும். இந்த மழைக்குப் பயந்து, இந்த வீட்டு மரத்தடியில் வந்து இது ஒதுங்கியிருக்கவேண்டும். இந்த யூகம் மெய்யோ பொய்யோ – (முழுப்பொய் என்றுகூடத் தோன்றலாம்) – ஆனால் அது முக்கியமே இல்லை – இப்படிக் கற்பனை செய்வது எனக்குப் பிடிக்கிறது. என் யூகம் தந்த மகிழ்ச்சியில் திளைத்தவனாய், நான் மாதுள மரத்தின் அடியில் ஒண்டியிருந்த வெள்ளைப்பூனையை ஏறிட்டேன். அந்த நொடியே, அதை மார்போடு அணைத்துக்கொள்ள, எனக்கு அடங்காத ஆவல் பொங்கிற்று. அதனருகில் போய், அதன் மேனி நீவவும், என் கரங்கள் துடித்தன. பூனைகளின் இனிய தோழனாக, என்னை நானே அறிமுகப்படுத்திக்கொள்ளும் பெருமித விருப்பம், என்னுள்ளே கிளர்ந்தது.

மெல்ல மெல்லத் தரை நோகாமல் அடியெடுத்து வைத்து, அதனை நான் நெருங்கினேன். அதுவரை என் பேதைமை, எனக்குத் தெரிந்திருக்கவில்லை. நெருங்கிய பிறகே, அதன் மனவோட்டம், எனக்குப் பிடிபட்டது. ஆனால், அதற்குள்ளே காரியம் கெட்டுக் குட்டிச்சுவராகிவிட்டது. ஓரடி என்றால், ஒரே ஓரடிகூட நான், முன்னாலெடுத்து வைத்திருக்க மாட்டேன். அது ஓடிற்று. அதன் விழிகளில் மிரட்சி; ஒரே பதற்றம்; அசைவுகளில் அதீதமான பாதுகாப்புணர்வு. என் முதல் நகர்வை அது தவறாகப் புரிந்துகொண்டுவிட்டது. தன் பரம வைரியிடமிருந்து

தப்பியோடுவது போலத் திறந்திருந்த கொல்லைக் கதவு வழியே, வீட்டினுள்ளே அது ஓடிற்று. உள்ளே நெய், பால் எதையாவது அது உருட்டித்தொலைத்தால்? பதட்டம் தொற்றிக்கொள்ள, நானும் அதைப் பின்தொடர்ந்து விரைந்தேன்.

முதலில் கிச்சனையே நோட்டமிட்டேன். அது அங்கே இல்லை என்பதில், பறிபோன என் நிம்மதியில் பாதி திரும்ப வந்துவிட்டது. கூடத்திலும் வாசற்புறத்திலும் அது ஓடிய சுவடுகள் தெரிந்தன. புதிய ஈரக்கால்கள்! எங்கிருக்கிறது அது? பீரோக்களுக்குக் கீழும் அலமாரிகளுக்குள்ளும் தேடினேன். இனி வேறு இடம் ஒன்றும் இல்லை. மாடி மட்டுமே மீதி. நிச்சயம், அது அங்குதான் போயிருக்க வேண்டும். மாடி ஏறும் என் ஆவலைக் கூழ்வடாம் நினைவால் தவிர்த்தேன். என் ஈரத்தலையைத் துண்டெடுத்துத் துவட்டும்போது, நிகழ்ந்தவைகளால் திரும்பவும் என் மேலேயே எனக்குத் தாங்கமுடியாத கோபமும் எரிச்சலும் சலிப்பும் பொங்கத் தொடங்கின. சுய நமைச்சலைச் சிறிதும் பொறுக்க முடியாமல், நுழைவறை நாற்காலியில் முன்போலவே நான் வந்து விழுந்தேன். ஆறுதலுக்காகக் கிரில் கம்பிகளுக்கு வெளியே பார்க்கத் தொடங்கினேன்.

மழை, இன்னுங்கூட வலுவாகப் பெய்துகொண்டிருந்தது. ஜன்னலுக்கு வெளியே என் கையை விரித்து நீட்டி, மழைத் துளிகளை உவகையோடு உள்வாங்கினேன். என் உள்ளங்கையைக் குவித்து வைத்துக்கொண்டு, பளிங்குபோல் உருட்டியுருட்டி விளையாடிக் கொண்டிருந்தேன். இதற்குமுன் கணக்கற்ற முறை மழை பார்த்தாகிவிட்டது. ஆனால், ஒவ்வொரு முறையும், எப்படியோ ஒரு புதிய நுகர்ச்சி, என் மனத்தில் கிளர்ந்துவிடுகிறது. உண்மைதான்! பின்னே, பொய்யா சொல்வான் நம் பாரதி? பல கோடித் தந்திகளையுடைய வீணைதான் இம்மழை. இந்த மழை நாதத்தை ரசித்துக்கொண்டே - இதில் நனையாமல் - வெளியே உலாவி வந்தால் என்ன? வரலாம். ஆனால், வீட்டைப் பூட்டிவிட்டுப் போவதற்குப் பயமாயிருக்கிறதே! இந்த மழை விடுவதற்குள், வெளியே சென்றிருக்கும் அம்மா திரும்பி வந்துவிட மாட்டாளா? பத்து நிமிஷத்திற்கும் மேலே காத்திருக்கப் பொறுமையற்றுப் போனது. அலுப்பு விரிந்து பரவிக் கண்களை அப்ப (உலாவலாவது காவலாவது), சரி ஆகட்டுமெனச் சாய்வு நாற்காலியில் படுத்துத் திரும்பவும் தூங்கத் தொடங்கிவிட்டேன். விழித்தபோது கிச்சனில் அம்மா நிற்கக் கண்டேன். வெளியே மழை முக்கால்வாசி நின்றிருந்தது. நெற்றிப்பொட்டை நீவியபடியே, காப்பி கிடைக்குமாவெனப் பார்த்துவரக் கிச்சனுக்குள் நுழைந்தேன். அப்படி நுழைந்ததுதான் தவறாய்ப் போய்விட்டது.

விபரீத ராஜ யோகம்

“தன் துணியக்கூட எடுக்க முடியலியா தொரைக்கு? வெட்டி முறிச்ச அலுப்புக்கு, ஈஸிசேர் வேறக் கேக்குதா? முண்டம், முண்டம்!”

இதற்குப் பதில் பேசுவது ஆபத்து. தலையில் அடித்துக் கொள்வதற்கும் அம்மா தயங்க மாட்டாள். பிறகு, தொல்லையாகி விடும் அது. சுழன்றடிக்கும் பெருங்காற்றுக்குமுன், நாணல் கட்டாயம் வளைந்தாக வேண்டும். அதுவே அதற்குப் பாதுகாப்பு. நான் கீழ்ப்படிவதுபோல் தலைகுனிந்து மௌனித்திருந்தேன். இன்னொரு பெரிய வசைக்குப் (கூழ்வடாம்!) பிறகு, அம்மா சற்று நிதானப்பட்டாள். “உன்ன நம்பிப் போன என் புத்திய, ஜோட்டாலத்தான் நான் அடிச்சுக்கணும். ஒழிஞ்சு போடா. மாடியில, பழஞ்செருப்பப் போடற அட்டைப்பெட்டிக்குள்ள ஒரு பூனை படுத்திருக்கே. அது ஏதுடா?” கொல்லையிலிருந்து பொறுக்கியெடுத்த மாதுளம்பிஞ்சைக் காட்டி, அம்மாவுக்கு நான் நிகழ்ந்த கதை சொன்னேன். அதன் பின்னே, என் ஆர்வத்தால் தூண்டப்பட்டு, மாடிக்கே ஓடினேன். அம்மா சொன்னதுபோல், அந்தப் பூனை, அட்டைப் பெட்டிக்குள் ஜோராய்ப் படுத்துக் கொண்டிருக்கவில்லை. பந்துபோலச் சுருண்டிருந்தது. அதற்குச் சற்று எட்ட நின்றே பார்த்தேன். இம்முறை, முன்போல அது அத்தனை மிரளவில்லை. ஆனால், என்னைக் கண்டவுடன், அட்டைப்பெட்டியோடு சேர்த்து, தன்னை மேலும் அது இறுக்கிக்கொண்டது. ஓடக்கூடச் சக்தியற்ற அதன் நொய்மை, அதன் முகத்தில் எழுதி ஒட்டியிருந்தது.

எதிர்ப்பற்ற உணர்வால் ஊக்கமுற்று, நான் அதனருகே, மிக அருகே போனேன். சட்டெனக் குளிரில் விரைத்திருந்த தன் உடம்பைச் சிலிர்த்துக்கொண்டது அது, மிக லேசாக. நான் சிறிது நேரம், பேசாமல் அதன் அருகிலேயே நின்றிருந்தேன். என் முகம், அதற்குப் பழக்கப்பட்டுவிட்டது உறுதியானபின், திடும் என ஒரே நொடியில் விரைவாகத் தீர்மானித்து, அதை அட்டைப்பெட்டியோடு சேர்த்துத் தூக்கினேன். பெட்டியின் உட்புறத்தைப் பிறாண்டும் அதன் நகங்களைப் பொருட் படுத்தாது, வேகவேகமாக நான் மாடிவிட்டுக் கீழிறங்கினேன். கொல்லைப்புறத் துவைகல் அருகில் அதை நான் விட்டேன். அம்மாவைக் கூப்பிட்டுக் காட்டினேன். அவளின் முதல் பார்வை ஆச்சர்யத்தில் மின்னியது. பின், அதை மறைத்துக்கொண்டு, ரசனையற்ற அதிகாரக் குரலில், “என்னடா இது?” என்றாள். “இதுக்கும் எதனாச்சும் போடும்மா, ப்ளீஸ்!” என்றேன்.

“உனக்கு வடிச்சுக் கொட்டவே எனக்கு முடியல. இதுல, இதுக்கும் வேறயா? ஏண்டா நீ, என் கழுத்த இப்படி அறுக்கற?”

“நீ உன் கையாலத் துளிப்பால் வைக்கக்கூடாதா ? ரொம்பப் பாவமாயிருக்கம்மா, இதப் பாத்தா !”

“பால் ஏதுடா இப்ப ? இனிம வந்தாத்தான் உண்டு. காலையில நீ வேண்டாம்னு போனியே, அந்தப் பழையதுதான் கிடக்கு. போடட்டுமா ?”

“பழையதா ? என்னம்மா இது ? சரி, தொலையுது போ… அதத்தான் எடுத்துக்கிட்டு வா. தின்னுமான்னு பாக்கலாம்” நீர் விட்டுத் தளரப் பிசைந்த சோற்றை, ஒரு தட்டில் எடுத்து வந்து, அம்மா துவைகல்மேல் போட்டாள். அது வயிறு குளிர விழுங்கி விட்டது. அதன்பின் அத்துவைகல், சோப்புப் போட்டு அலம்பி விட்டாற்போல் பளிச்சென மின்னிற்று. ஒரு பருக்கை அங்கிங்குச் சிந்தவோ சிதறவோ இல்லை. அத்தனை சுத்தமும் நாசூக்கும் ! அந்த இடத்திலேயே எரித்து, என்னைச் சாம்பலாக்கிவிட, அம்மாவுக்கு ஆசை. நிறுத்தி நிதானமாகப் பேசினாள். “மனுஷன் திங்கிற மாதிரி, அது திங்கிது. மாடுபோல நீ தின்ற. ஏண்டா ? நிஜமாத்தான் கேக்கறன், உனக்கு ஆறறிவா ? இல்லை அதுக்கா ?”

எங்கள் வீட்டுக்குப் பூனை வந்து நான்கு நாளாகிவிட்டது. இன்னும் மழை விட்டபாடில்லை. தரையெல்லாம் எறும்புகள்; சுவரெல்லாம் ஈசல்கள்; காற்றில் கொசுக்கள் ! பூனையாலும் எங்கும் வெளிப்போக முடியவில்லை. அதுவும் எல்லா நேரமும், எங்கள் வீட்டையேதான் சுற்றிக்கொண்டிருந்தது, என்னைப் போலவே ! போகப் போக மிதியடியோ, நாற்காலியோ, மேஜையோ, எதன் மீதும் அது தன்னிஷ்டத்திற்கு அமரவும் தொடங்கிவிட்டது. இந்தச் சில நாளிலேயே, எனக்கும் பூனையோடு உயிர்த்தொடர்பு ஏற்பட்டாற் போலிருந்தது. பெரும்பாலும் நானும் பூனையும் இவ்வீட்டில் தனித்திருப்பதே காரணம்போலும் ! இம்மழைநாளிலும் அம்மா, சினிமாவுக்கோ ஸ்நேகிதி வீடுகளுக்கோ போய்வருவது ஒன்றும் நிற்கவில்லை. அப்பாவும் அண்ணனும், வழக்கம்போலே, எட்டு மணிக்கு மேல்தான் வீடு திரும்புகிறார்கள். சோறு போடுகிறவர்கள் அவர்களாயிற்றே எனப் பூனை, அவர்கள் காலைச் சுற்றி நக்க முயன்றால், எரிந்து விழுகிறார்கள். அடிக்கக் கையை ஓங்கிவிட்டு, அது பதறக் கண்டு சிரிக்கிறார்கள். பின் சேறு ஒட்டிய செருப்பைக் கழற்றி வீசிவிட்டு, ஜமுக்காளம் விரித்துப் படுப்பதற்குமுன், “வயத்தப் போட்டு யாரோ பெசயறாப்பல வலி எடுக்குது. ஒரு வாய் ரசமாக் கரைச்சுக் கொடு, போதும் !” என்கிறார்கள்.

மீந்துபோகும் பழஞ்சோற்றைத் தின்பதற்குத்தான், நானும் பூனையும் தவமாய்த் தவங்கிடக்கிறோமே, பிறகென்ன ? எனக்குப் பிடிக்கிறதோ பிடிக்கவில்லையோ, அதைப் பற்றிய கவலையே

என் அம்மாவுக்குக் கிடையாது. தட்டில் மண்ணே விழுந்தாலும், அதையும் நான் தின்றாகணும். மீறிக் கோபித்தால், மோட்டார் அறைக்குள் சுருண்டுகொள்ளும் அந்தப் பூனை போல, நானும் ஏதேனும் ஒரு மூலையில் சுருண்டுகொள்ளலாம். அல்லது வாயே திறவாது தின்றுவிட்டுப் போகலாம். இரண்டு வழிகள் தான். பெரும்பாலும் நான் இரண்டாவதையே தேர்வுசெய்கிறேன்.

"எலி பிடிக்கக்கூட இதுக்கு வக்கில்ல, சனியன்! இவனப்போல, இதுவும் இங்கத் தண்டத் தீவட்டியாத்தான் கிடக்கு. எங்கிருந்தோ வந்திருக்குப் பாரேன், நமக்குன்னு!"

மழைநாளிலும் வெளிப்போக வேண்டியிருக்கும் எரிச்சலை, இப்போதெல்லாம் என் அப்பா, என்னையும் பூனையையும் திட்டித்தான் தீர்த்துக்கொள்கிறார், அம்மா போலவே. இவர்கள் ஒருவகையில் பரவாயில்லை. ஆனால், என் அம்மாவையும் அப்பாவையுமே விஞ்சிவிட்டான் என் அருமை அண்ணன், நேற்றுக் காலையில். வீட்டின் பின்புறத்தில் – அதாவது கொல்லையில் – கிணற்று மோட்டார் வைக்க, ஓர் அறை இருக்கிறது. ஒரு மிகச்சிறிய அறை. இரவுகளில் இந்தப் பூனை வழக்கமாகப் படுத்துக்கொள்வது அங்குதான். இது தெரிந்தோ தெரியாமலோ (நிச்சயமாகச் சொல்ல முடியவில்லை), அண்ணன் காலை ஆறு மணிக்கு மோட்டாரைப் போட்டுவிட்டான். மின்னல் தாக்கியதுபோல், பூனை ஒரு அலறு அலறிற்றுப் பாருங்கள்! எனக்குக் குடல்கலங்கிப்போய்விட்டது. அண்ணன் வாய்பொத்திச் சிரிக்கிறான். என் அம்மாவோ ஒத்தூதுகிறாள். கட்டுக்கடங்காக் கோபம் எனக்கு. அந்த நேரம் ஏதும் பேசாது, அதிர்ச்சியடைந்தவனாய் நான் அங்கிருந்து நகர்ந்துவிட்டாலும், அக்கோபம் நீண்ட நேரம் என்னுள் கனன்றிருந்தது ... அண்ணனும் அப்பாவும் வெளிப்போனபின், அம்மா, என்னைச் சாப்பிடக் கூப்பிட்டாள். இது ஒரு சரியான வாய்ப்பு. பின்விளைவைப் பற்றி யோசிக்காமல், சாப்பாட்டுத்தட்டைச் சப்தம் எழும்பத் தரையில் போட்டுவிட்டேன். அவ்வளவுதான்.

"திண்ணையும் கூடமும் ஒன்னாயிடுமாடா? இடம் போலத்தானே மனுஷனும்! சம்பாதிச்சுக் கொடுக்கறவாளுக்கு, அவா நாக்குக்கு ருசியாப் பண்ணிப் போடலாம். உனக்கும் அப்படிப் போட முடியுமா? தட்டை உடைச்சு ஆர்ப்பாட்டம் பண்ணிட்டா ஆச்சா? நீ கொண்டுவரக் குபேர வருமானத்துக்கு மண்ணத்தான் போடணும் அள்ளி!"

மேகங்கள் துளியும் கறுக்காத ஒரு வெயில் நாள் வந்தது. முதல்முறையாகப் பல தினத்திற்குப் பிறகு, நான் சுடுசோறு சாப்பிட்டேன். சாப்பிட்டுவிட்டுக் கொல்லைக் கிணற்றில்

எவ்வளவு நீர் இருக்கிறதென்று, நான் எட்டிப் பார்த்துக் கொண்டிருந்தேன். அக்கணத்தில் இப்பூனை, என் கால்களையே சுற்றி வளையமிட்டுக் கொண்டிருந்தது. பசியின் வேட்கை அதன் கண்களில் தெரிவதை, என்னால் படிக்க முடிந்தது.

இத்தனைநாள் பழக்கத்தில், என்னை வசீகரிப்பது எவ்விதம் எனத் தெரிந்துவிட்ட லயத்தில், கிச்சுகிச்சு மூட்டுவதுபோல், அது என் கால்களினூடே புகுந்து புகுந்து வந்தது. நான் கீழே குனிந்து, மிகுவாஞ்சையோடு அதை என் கைகளில் எடுத்துக் கொண்டேன். “அம்மா! கொஞ்சம்போலச் சோறு கொண்டு வாயேன்” என்றேன். “அதுக்கென்ன ராஜா? உன் பூனைக்கு இல்லாததா? எவ்ளோ சோறு நீரூத்திக் கிடக்கு! இதோ, ஒரே நொடியில கொண்டு வரன்டா ராஜா!”, கேலி பேசியவாறே, அம்மா பூனைக்குச் சோறிட்டாள். அப்போதும், கட்டுப்படுத்த முடியாத அவள் வாயிலிருந்து, மீண்டும் வசைகள் தெறித்துச் சிதறின, குட்டிப்பூதங்களாய்! “வரவரக் கிச்சன்ல வைக்கற பாலோட அளவு குறையுது. ஒரு தடவை நேராப் பாக்கறதுக்குக் காத்துக்கிட்டிருக்கன். அப்புறம் இதக் கொன்னுப் போடறனா இல்லயான்னு நீதான் பாரேன்!” ஏசிவிட்டுச் சோற்றையும் போட்டு விட்டு, உள்ளே போய்விட்டாள். அம்மா சொல்லுக்கு அர்த்தம் தெரியாத பூனை, அவள் போட்ட சோற்றருகே சென்றது... இதுவரை காணாத அதிசயமாய், இம்முறை சோற்றைப் பூனை முகர்ந்து பார்த்தது. மறுநொடியே முகம் திருப்பிக் கொண்டு விட்டது. அந்த முகம் திருப்பலில், ஒரு புறக்கணிப்பு, அப்பட்டமாக எனக்குத் தெரிந்தது.

முகத்தில் அதன் பசியைக் கணித்து, ஒன்றுமே நடவாதது போல, என் குரலில் அன்பைக் குழைத்து அழைத்தேன். அது அருகில் வந்து, மறுபடியும் முகர்ந்து பார்த்தது. தீய்ந்த தோசையை நுகர்ந்த நாசிபோலத் திரும்பவும் சட்டென அது முகம் திருப்பிக்கொண்டது. அர்த்தம் எனக்கு விளங்காவிட்டாலும், சாப்பிட முகங்கோணும் பூனையை, அதனிஷ்டத்திற்கே விட்டுவிட நான் தயாராயில்லை. வலுக்கட்டாயமாய்ப் பூனையைப் பிடித்துக்கொண்டுவந்து சோற்றருகே விட்டேன். மீண்டும் அதே பழங்கதைதான். இம்முறை முகர்ந்து பார்க்கக்கூட இல்லை. ஓட்டமான ஓட்டம் ஓடிற்று. கண் மூடிக்கண் திறந்திருக்கமாட்டேன். அது காம்பவுண்ட் சுவர்மீது தாவி விட்டிருந்தது. எனக்கு அதன் அத்தாவல் அதிர்ச்சியூட்டியது. அதிலிருந்து நான் விடுபடச் சிறிது நேரமெடுத்தது. ஒருவழியாகச் சுதாரித்துக்கொண்டு, மெல்லக் குரல் கொடுத்தேன்.

“ம்யாவ்! ம்யாவ்!”

வெளியில் என் குரல்தான் வெட்டிக்கு இரைந்தது. சற்றும் பொருட்படுத்தாமல், தன் பாட்டுக்கு அது வேறெங்கோ பார்த்துக் கொண்டிருந்தது. அது என்னைக் கேலி செய்வதாய்த் தோன்றியது. பொறுக்க முடியாமல், அம்மாவைக் கூப்பிட்டுக் காட்டினேன்.

"உன்னைப் போலவே உன் பூனையும் சுடுசோறு கேட்டு அழிச்சாட்டியம் பண்ணுதோ என்னவோ, நான் என்னத்தக் கண்டேன்?" என்றாள் என் அம்மா. "பூனை சாருக்கு, இனிம எலிக்கறிதான் ஆக்கிப் போடணும் போ" எனத் தொடர்ந்தாள் நக்கலாய். பின் பெருமூச்சு விட்டபடி, துக்கம் தொண்டையை அடைக்கும் தனிக்குரலில் சொன்னாள். "வெயில் வந்தவுடன, பழஞ்சோறு தின்றதுலயிருந்து இந்தப் பூனைக்குக்கூட விடிவு வந்திடுச்சி . . . ம்ம்ம் . . ."

நான் அம்மாவை நேருக்கு நேர் இமைகொட்டாது பார்த்தேன். என் பார்வையைச் சந்திக்க மறுத்துத் தன் பார்வையை அம்மா தாழ்த்திக்கொண்டாள். மிகச்சில நொடிகளே இது நீடித்தது. பின் அம்மா, தன்னியல்புக்கு விரைந்து மீண்டுவிட்டாள்.

"போடா, வெட்டிப்பயலே! வீணாக் கொல்லையில நிக்காத. உள்ள வா. லாஃப்ட்ல இருக்கற பெட்டியச் செத்த எறக்கித் தாடா" என்றாள்.

நான் உள்ளே போனேன். பூனை தின்ன மறுத்த அப்பழைய சோற்றையும், வெளிக்காயும் வெயிலையும் திரும்பித் திரும்பிப் பார்த்தபடியே!

நவீன விருட்சம், **ஜூலை – செப்டம்பர் 1995**

கழுத்துப்பிடி

இன்றைக்குச் சந்திர கிரகணம். பூரண ஆயுளில் ஒரு முறையே தோன்றும் முழுச்சிவப்பு வட்டம். அது பார்க்கக் கிடைக்காத அபூர்வம். செந்திங்களில், எனக்கு வேறு முகம் தெரிகிறது. இதைவிட அவள் சிவப்பு. என் அக்காதான் வானில் முகம் நீட்டுகிறாள். தம்பியிடம் அவளுக்குப் பெருங்கோபம். உன்னை வளர்த்து ஆளாக்கின எனக்கு, நீ என்ன செய்தாய்? எவ்வளவு சுயநலம். செய்வதெல்லாம் யாருக்கும் தெரியாது என்றா நினைக்கிறாய்? மறந்துவிடாதே சிவா. நீ எனக்கு வாக்களித்திருக்கிறாய். என் மகனை, நீ கைவிடலாகாது. அவனுக்குப் படிப்புத் தவிரப் பிற ஏதும் வரவில்லை என, எனக்குச் சமாதானம் சொல்லாதே. வெளி உலகச் சாமர்த்தியம் கைவராத பிள்ளைகள் எல்லாம், உலகில் வாழவே கூடாதா? நீ நன்றாகச் செழிப்பதற்குக் குடும்பத்தில் அப்பா அம்மா நான் அண்ணன் என்று எத்தனை பேர்கள் ரத்தம் சிந்தியிருக்கிறோம்! அது இன்று உனக்கு மறந்து போயிருக்கலாம். விபத்தில் இறந்த உன் அண்ணன் சொத்துதானே உன் மூலதனம்? அது இல்லாமல், இந்தச் சொகுசு வாழ்வு, உனக்கு ஏது? ஒரு நாள், உன் தூக்கத்திலேனும், அது உனக்கு நினைவில் வராமல் இராது. அதற்குமேல் நீ தூங்கவே முடியாது. ஒவ்வொரு நொடியும் உனக்குள் உறுத்தல் தொடங்கிவிடும். என் சாவுக்கு நீ பழிவாங்கவேண்டும். நாற்பதுவயதில் நான் இறந்ததற்குக் காரணம், உனக்கு மட்டும்தான் தெரியும். நீ பெரிய குடும்பியாகி

விட்டாய். ஒரு துரும்பையும் நீ எனக்காகக் கிள்ளிப்போடவில்லை. அவன் மேலும்மேலும் கொழித்துக்கொண்டிருக்கிறான். நீ வேடிக்கை பார்க்கிறாய். நான் செத்ததற்குப் பின் ஒரு குறிஞ்சி பூத்துவிட்டது. ஒரு கும்பமேளா கடந்துவிட்டது. என் சிபியை நீ ஆதரவற்றோர் பள்ளியில் சேர்த்ததைக்கூட, நான் மன்னித்துவிடுகிறேன். அப்படிச் செய்யாவிடில், நம் குடும்பத்திற்குப் பெரும்பழி சேரும் என்ற உன் எண்ணமும், எனக்குப் புரிகிறது. ஒரு பள்ளிக்கூட வாத்தியாரின் மகள், குடும்பக் கஷ்டத்தால் முதிர்கன்னியாகிக் கவலைப்பட்டுக் கலங்கிச் சரியாகச் சாப்பிடாமல் மஞ்சள் காமாலையில் விழுந்து எலும்பும்துரும்புமாகிச் செத்தாள் என்ற அச்சித்திரம் எனக்கும் பிடித்திருக்கிறது. நீ பம்பாயில் இருந்தபோது, நானும் அப்பாவும், உன்னோடு நாலு வருஷங்கள் அங்கேயே இருந்தோமே, அங்குதான் என்னை ஒருவன் விழுங்கி ஏப்பம்விட்டுத் துப்பியதும் என்ற உண்மையை, எப்படியோ நீ குழிதோண்டிப் புதைத்துவிட்டாய். நன்றி, ஊர் வாயை நீ மூடியதற்கு. ஆனால், உனக்குள் பாசநெருப்புத் தகித்துக்கொண்டிருக்குமே, அதை நீ எப்படித் தடம் அழிக்கப் போகிறாய்?

ஒரு துப்பாக்கி வாங்கு. அவனைச் சதா கண்காணி. மாதம் ஒருமுறை அவன் இன்னும் திருப்பதி போகிறான். காலை புலர்வதற்குள் தொடங்கிக் கீழிருந்து நடந்தே மேலே ஏறுகிறான். மலைப்பாதையில் அவன் அடிவைக்கும் முன், அக்கருக்கிருட்டில், அவன் சிறுநீர் கழிக்கச் செல்லும் வேப்ப மரத்தடிதான், உனக்குச் சாதகமான இடம். ஒரே ஒரு குண்டே போதும். குரல்வளையில் குறிவைத்துத் தோட்டாவைச் சீறவிடு. ஒன்றுமே நடவாததுபோலே, ஏழுமலையானைத் தரிசிக்கச் சென்றுவிடு. இதை நீ செய்யாவிடில், எனக்கு நீ தம்பியாக மாட்டாய். நம் அண்ணன் இருந்திருந்தால், இப்படியா உன்னிடம் நான் கெஞ்சுவேன் என்று மட்டும் நீ யோசி. எதற்கு வம்பு? என, உன் வாழ்வைப் பார்த்துக்கொண்டு நீ போனால், நீ நன்றி கொன்றவன் ஆவாய். என் மகனுக்குப் பின் நீ பதில் சொல்லவேண்டியிருக்கும். இல்லை, சிபியிடம் என்னைப் பற்றி முழுசாகச் சொல்லிவிட்டு, நீ ஒதுங்கிக்கொள். என் மகன் உன் போல் இருக்கவே மாட்டான்; என் பழியை நிச்சயம் அவன் முடிப்பான்!

கோவா. ஒரு ரிசார்ட். எதிரே குமுறும் கடல். செயற்கைப் பூக்குடையின் கீழே, ஷார்ட்ஸிலும் மிடியிலும் அவனும் அவளும். தர்ப்பூசணியைச் சுவைக்கிறாள். புகை வளையங்களை ஊதுகிறான். மூக்குக்கண்ணாடிக்குள் ஒளிந்திருக்கும் அவன் கண்களுக்குள், ஓர் அடிபட்ட வலி.

"பீ கூல் மேன். வொய் ஷுட் நாட் யூ பீ ஹேப்பி நௌ?"

“ஹேப்பி? நோ பேபி. எ வூண்டட் கேட், கேன் நெவர் பீ ஹேப்பி”

“வாட்ஸ் எ வூண்ட்? டைம் டெஸ்ட்ராய்ஸ் ஆல் யுவர் சின்ஸ்”

“சின்ஸ்? யூ ஆர் எக்ஸாக்ட்லி ரைட். மை லைஃப் இஸ் ஃபுல் ஆப் சின்ஸ்”

“ஹே! டோன்ட் பீ செல்டிஷ். நத்திங் இஸ் ஸேக்ரட் ஹியர். தேர் இஸ் நோ பிளேஸ் ஃபார் செல்ஃப் பிட்டி இன் லைஃப்”

“யூ மே ஸே வாட்டெவர் யூ வான்ட் டு ஸே. ஐயம் லீஸ்ட் பாதர்ட் அபெட் யுவர் வேர்ட்ஸ். யூ டோன்ட் நோ ஹர். ஷீ வாஸ் சச் அன் ஏஞ்சல். பீயிங் எ ராட்டன் எக், ஐ ஸ்பாய்ல்ட் ஹர் என்டயர் பிரைன் ஃபங்ஷனிங்”

“டெல் மீ மேன். லெட் மீ ஆல்ஸோ நோ த என்டயர் ஸ்டோரி”

“இட்ஸ் ஜஸ்ட் எ ஸ்டோரி டு யூ அண்ட் மீ. பட் இட் இஸ் ஹர் கிரேட் ஃபால். தேர் இஸ் நோ அதர் வே அவுட் டு ஹர், டு ரீபார்ன் எகெய்ன்”

“ஸ்வீட் அண்ட் சால்ட் ஆர் பார்ட் அண்ட் பார்சல் ஆஃப் லைஃப். ஸோ ஆர் பர்த் அண்ட் டெத். கம் அவுட் மேன். லெட்ஸ் என்ஜாய் அவர் சம்மர்”

“போடி! தேவிடியா நாயே!” எனக் கத்திவிட்டுக் கடலில் கொண்டுபோய்த் தள்ளவேண்டுமென்றிருந்தது. தள்ளிவிட்டு நான் என்ன செய்ய? நல்லவேளை, அவளுக்குத் தமிழ் தெரியாது. அட! தெரிந்தால்தான் என்ன? காசை எறிந்தால் வராமலா போய் விடுவாள்கள்? இந்த நினைப்பு – பணக்கொழுப்பு – மிருகத்திமிர்– எங்கிருந்து வருகிறது எனத் தெரியவில்லை. இதுவே அவளை நிர்மூலமாக்கியது. அவள் எவ்வளவு கள்ளம் கபடமற்றவளாய் இருந்தாள்! இவன் மீதுதான் அவளுக்கு எவ்வளவு நம்பிக்கை! தன் மனைவியிடம் இவன் எதையும் மறைத்ததில்லை. இந்தச் சம்மர் ஸ்பெஷல்களையும் அவளுக்குப் புரிந்துகொள்ளத் தெரியும். இப்போது அவள் பத்ரிநாத்தில் தரிசனத்தில் இருப்பாள். இவன் முக்திக்கும் சேர்த்தே அவள் வேண்டிக்கொள்வாள். சூடிமுத்தாற்போல் அவள் முழுப்பச்சையாய்ச் சொன்னாள். “நீங்கள் செய்தது பெரும்பாவம். உங்கள் தீராப் பாவத்திற்காகச் சூரியசந்திரரிடம் ஒவ்வொருநாளும் நீங்கள் மண்டியிட்டு மன்னிப்புக் கேளுங்கள். போனவள் திரும்பி வரமாட்டாள். ஆனாலும், நெஞ்சுருகி நீங்கள் கேட்கும் மன்னிப்பால், துயருற்று அலைந்து திரியும் அந்த ஆத்மா, ஒருநாள் இளகும். நீங்களும் நானும் நிச்சயம் மன்னிக்கப்படுவோம்” என்றாள்.

நான் பவானி, சாய் பவானி. எனக்குச் சாதாரண மிடில்கிளாஸ் வாழ்க்கையில் ஆசையே கிடையாது. வாழ்ந்தால் கிளியோபாட்ரா மாதிரி வாழவேண்டும். இது என் வெறும் ஆசை மட்டுமில்லை. என் வாழ்வின் பரிபூரணத்துக்கான வேட்கையும். ஆடு மாடுகளைச் சரியாக ஜோடி சேர்க்கிறார்கள். மனிதர்களின் இணைவில்தான் எவ்வளவு அகட விகடங்கள்! என் கல்யாணத்தை நினைத்துப் பார்த்தால், அதைத் திடீர் விபத்து என்றே சொல்ல வேண்டும். அப்பா இல்லாத நிலையில், என் தாய்தான், என்னையும் என் அக்காவையும் பாடுபட்டுப் படிக்க வைத்தாள். ஒரு வேலைக்குப் போகும் முன், என் அக்காவுக்குக் காதல் கைகூடிவிட்டது. ஆனால், அவளுக்கு அந்த வாழ்வு ஏனோ நிலைக்கவில்லை. ரூபாவைப் பெற்றுவிட்டுப் பிரசவத்திலேயே அக்கா கண்மூடி விட்டாள். என் தாயின் வற்புறுத்தலை மீற முடியவில்லை. மாமாவை மணப்பது எனக்குக் கடமையானது. ரூபாவை என் கையில் ஒப்படைத்துவிட்ட திருப்தியுடன் மறுவருஷம் அம்மாவும் போய்விட்டாள். எனக்கும் மாமாவுக்கும் பத்து வருஷம் வயசு வித்தியாசமிருந்தது. உணர்வுச் சோர்வும் அவருக்கு அதிகம். இயல்பில் என் மாமா நல்லவர்தான். பாவம், அவர் ஒரு கடுமையான உழைப்பாளி. உடனே ஏதோ கூலி வேலை என்று அப்பாவியாக நினைத்துவிடாதீர்கள். அவர் வொர்க்கஹாலிக் என்பதையே, அப்படி நான் குறிப்பிடுகிறேன். ஷேர் புரோக்கிங்கில் அவர் பெரிய நிபுணர். எப்பவும் அதே சிந்தைதான். எத்தனையோ பேருக்கு அவர் எவ்வளவோ யோசனைகள் கூறி நம்பகமானவர், நாணயமானவர் எனப் பேர் சம்பாதித்திருந்தார். பணம் அவருக்கு ரெண்டாம் பட்சம். அவர் யூகங்கள் சந்தையில் பெறும் வெற்றிகளிலேயே அவருக்குக் குறி! டே – டிரேடிங்கில் எனக்குத் தெரிய ஒரே நாளில் ஒரு லட்சம் சம்பாதித்திருக்கிறார். என் தேவைகளைப் பூர்த்தி செய்வதிலும் சோடை போனவரில்லை. ஆனால், என் ஆழ்மனம், அவ்வப்போது பித்துப் பிடித்தலைகிறதே, அதை உணர்வூற்றி அணைக்கத்தான் அவரால் முடிந்ததேயில்லை. அது அவருக்குப் புரியவேயில்லை.

எட்டு வருஷம் ரூபாவுக்காகப் பொறுத்தேன். தன் மகளிடம் அவருக்குப் பாசம் அதிகம். இனி எனக்குக் கவலை கிடையாது. நான் அவரைக் கெட்டவராகச் சொல்லவில்லை. அவர் உலகம் வேறு; என் உலகம் வேறு. ஆயிரம் வருஷம் ஒன்றாகவே நாங்கள் இருந்தாலும் பிரிந்தேயிருப்போம் என நான் சொல்வதை, உங்களால் புரிந்துகொள்ள முடிகிறதா? இது ஒரு மலையேற்றம். இரு குதிரைகள் பூட்டிய தேரில் ஒன்று குளம்புகளை முன்வைக்க, இன்னொன்று பின்னிழுக்க . . . இந்த விளையாட்டை ரொம்ப நாள் நீங்கள் ஆட முடியாது. ஒரே வீட்டில் அவரும் நானும் இருந்தாலும், எம் ருசியும் கவனமும் வேறு வேறாய்த் திரிந்ததை

விதி என நீங்கள் வியக்கலாம். உங்கள் விதியை மிதித்துத் தனியே நான் நடப்பேன். என்னைப் புரிந்துகொள்ள, எனக்கே பல சமயங்களில் முடிவதில்லை. அப்படி ஒரு மகா வெறுப்பில்தான், இவனோடு நான் ஓடிவந்தேன். இங்கே வந்தபின்தான், இவன் வெக்கைக்கு முன், நான் எல்லாம் எவ்வளவோ தேவலாம் எனத் தெரிந்தது. பாதி ராத்திரியில் எழுந்து, என் தலைச்சடையைப் பிடித்திழுத்து, "நீ என்னடி ரொம்ப ஒழுங்கா? உனக்கு முன் நான்லாம் பச்சக் குழந்தைடி. எனக்குத் தூக்கமேயில்ல. ஏன் தெரியுமா? தூங்கறப்பப் பாறாங்கல்லத் தூக்கிப் போட்டுட்டு, நீ எவனோடாவது ஓடிப் போயிடுவியோன்னு ஒரு பயந்தாண்டி" என்பான். ஈஸ்வரா! நாள்கள் எப்படியோ விரைந்து பறந்துவிட்டன. ஒருவரையொருவர், முரட்டு வசைகளால் குடமுழுக்காட்டிய சித்ரவதைகளுக்குப் பின், எப்படியோ இனந்தெரியாத நெருக்கம் எம்முள்ளும் கூடிவிட்டது. துர்வசைகளும் குஷிச்சொற்களும் ஒன்றாகிப் பசைபோல் நம்பிக்கைத் துரோகியும் மாப்பாதகனும் ஒட்டிக்கொண்டுவிட்டோம்.

சாய் பவானி இப்படிச் செய்வாள் என யார் நினைத்தார்கள்? புகுந்த வீட்டில் அவள் போல் யாரால் இவ்வளவு நல்ல பேரைச் சம்பாதித்திருக்கமுடியும்! பண்டிகை தினங்களில் படைபடையாய் உறவினர்கள் திரள்வார்களே. ஒரு சிறிய முகக்கோணலும் காட்டாது அவ்வளவு பேரையும் கவனித்தனுப்புவாளே! என்னை விடுங்கள். நான் முரடன். அக்கா தங்கச்சியுடன் பிறக்காதவன். முப்பது வயசு வரை பெண் வாசனையே படாமலிருந்துவிட்டுப் பூரணியைப் பார்த்ததும் மயங்கிவிட்டவன். அதைச் சொல்லில் வெளிக்காட்ட அறியாது, அவளைச் சதா தொணதொணத்துச் சாவில் தொலைத்து நிற்பவன். மூணு வருஷமும் எதிர்வாதம் செய்து செய்தே வாழ்வை இழந்துவிட்டவன். ஆனால் பவானியுமா, என் போலவே மனம் ஒன்றாது கூடவேண்டும்? நான் என் தந்தையையும் தாயையும் பார்த்து வளர்ந்தவன். ஆண் என்னவும் செய்வான்; பெண் யாவும் பொறுப்பாள். இது நான் கண்ட வாழ்வின் சாரம். குக்கிராமத்தான் பட்டண வழக்கங்களுக்கு மாறி வருதல் எளிதா?

சாய் பவானியை எனக்கா பிடிக்காது! அதை ஒத்துக் கொள்ளத் தைரியம் இல்லியே. என்னை மேலதிகாரி போலும், அவளைப் பணியாள் போலும் நினைப்பதுதானே எனக்கு இயல்பாயிருந்தது! அதை அவளும் எதிர்க்கவில்லையே. அவள் அடைகாத்த மௌனம் எதிர்ப்புக்குரல் என்பதைப் புரிந்து கொள்ளும் விசால புத்திதான் எனக்கில்லையே. அவளுக்கு அல்வாவும்நகையும்புடவையும்சினிமாவும் அவள்கேட்காமலேயே அளிப்பதாக நினைத்துவிட்டேனே! என் புத்தியை எதால் நான்

அடித்துக்கொள்வது? எதிலாவது, தன் இஷ்டப்படி நடக்க, அவளை நான் விட்டிருப்பேனா! எனக்கு எது பிடிக்கும் என, அவள் பார்த்துப் பார்த்துச் செய்வாளே. ஒருநாளாவது அவள் விருப்பத்தை எதற்காவது நான் மதித்துக் கேட்டிருக்கிறேனா? இல்லையே, அதனால்தானே என்னை விட்டுப்போகும் எண்ணம் அவளுக்குத் தோன்றிவிட்டது. சரி, தள்ளு. அது அவள் சுதந்திரம். அவள் மனதுக்குள் நினைப்பதை எல்லாம் அப்படியே புரிந்துகொண்டு, அதற்கேற்பத்துடியாகச் செயல்படுவதெல்லாம் எனக்கு முடியாது. வாய்விட்டுச் சொன்னால்தான் எதுவும் எனக்குப் புரியும். அவளுக்கோ, அது இயல்பில்லையே! வேறு வழிதான் என்ன?

இது இப்படித்தானே நடக்கும்! எந்தப் பெண்ணுமே என்னோடு உடன்படுவது மகாகஷ்டம் என்று, எனக்கே தெரிந்திருக்கும்போது, பவானி மாதிரிக் கல்மிஷமில்லாத ஒரு பவ்ய ஜீவனைக் குற்றம் சொல்லியாகப் போவதென்ன? ஒரே ஒரு வருத்தம். எட்டு வருஷம்! இனி இது இப்படித்தான் எனத் தோன்றியதைப் பொய்யாக்கி, ரூபாவைப் பரிதவிக்கவிட்டுப் பவானி ஓடிப் போவானேன்? பூரணியையும் நினைக்காதிருக்க முடியவில்லை. டேக்கன் ஃபார் கிராண்டட் உறவல்லவா அது! என் பூரணி பேசுகிறாள். “என் தங்கையும் என்ன மாதிரியே இருக்கணும்னு என்ன கட்டாயம்? எவ்வளவு அருமையானவ என் பவானி! ஒன் குரங்குக் கையில அவ பூமாலையானதுக்கு நீதானே பொறுப்பு? ச்சீ . . . நாயே! வெக்கமா இல்லியா, இப்பிடியுமா வாழ்ற ஆச வரும் உனக்கு? புரிஞ்சிக்க. என் பவானிக்கு இங்கிருக்கப் பிடிக்கல. அவளத் தேடித்திரியாத. அவ போக்கில அவள விட்டுடு. அவளாவது நிம்மதியா வாழட்டுமே. உன்னயும் எனக்குப் புரியாம இல்ல. உனக்கு எங்கயுமே நிலைக்க முடியாது. ஆனா, உனக்குத்தான் உன் ரூபா இருக்காளே. அவள வளத்துத் திருப்தி தேடிக்கோ. உனக்கு அது போதாதா?” பூரணி சொன்னது சரி. நான், ரூபாவையே இனி நினைக்க வேண்டும். அவ என் வித்து, என் ரத்தம். அந்த நினைவே, என்னை எப்படிப் பிடித்தாட்டுகிறது? பூரணி தந்தவளை வளர்த்தவள் பவானி என்பதால், ரூபாவுக்காகப் பவானியையும்கூட நேசிக்கிறதே என் மனம்! என்ன விவஸ்தை கெட்ட நிலை இது? எங்கே போனாளோ பவானி! என் குறைகள் நாளைக்கே குணங்களாகப் போவதில்லை. ஆனாலும் நான் காத்திருப்பேன். என்னைப் பொறுப்பேற்க வைத்த ரூபா, பவானியையும் என் வழித்திருப்புவாள். அப்போது அவளிடம் போய் நான் சரணடைவேன். இல்லாவிடிலும் புரிந்துகொள்வேன், நான் அவளைப் பழிக்கமாட்டேன்!

அவன் குள்ளமானவன். ஐந்தடி இரண்டு அங்குலம்தான். அவனை அக்காதான் உருவாக்கினாள். அவளுக்கும் அவனுக்கும் தலைமுறை இடைவெளியே கிடையாது. தன் வீட்டுக்கு வெளியே,

கள்ளனை நம்பினாலும் குள்ளனை நம்பாதே என்ற ஏசலைக் கேட்டுக் கேட்டுத்தான் அவன் வளர்ந்தான். தன் காரியங்களில் உஷாராயிருப்பான். பழக்கடையில் குள்ளன் ஜூஸ் குடிக்கும்போது, முதலில் வேண்டாம் என மறுத்துவிட்டுப் பின் சிறிது குடித்ததும், தன் கிளாஸில் ஐஸ் கட்டி போடச் சொல்வான். சக மனிதர்களின் பலவீனங்களைப் பார்த்துக் காய் நகர்த்துவதில் ஆள் கில்லாடி. அதனாலேயே, அந்தப் பம்பாய்ப் பெரும் புள்ளியின் அந்தரங்க 'ஆல் இன் ஆல்' ஆக, அவனால் முடிந்தது. அக்கா படித்திருந்தாள். ஆனால், உள்ளூரில் ஒரு வேலையும் அவளுக்குக் கிடைக்கவில்லை. கல்யாணமுமாகவில்லை. தன் அப்பாவையும் அக்காவையும் அவன் பம்பாய்க்கு வரவழைத்தான். பெரும்புள்ளியின் மகன் நடத்திய ஓர் ஆரம்பப்பள்ளியில், அக்காவைத் தம்பி வேலைக்குச் சேர்த்துவிட்டான். அக்கா ஓவியங்கள் வரைவாள். அவள் ஓவியங்கள் ரெட்டைச்சுழித் தலைகள், பெரிய காதுகள், சிறிய கண், வளைந்த மூக்கு, கோணிய வாய் என ரவிவர்மாவுக்கு எதிர்ப்படங்கள்! பள்ளி முதலாளியின் கண்ணில் அவை விழுந்தன. அருவங்களை உருவங்களாகச் சிந்திப்பதன் சிதிலங்களை அவன் கண்டுபிடித்தான். அக்காவிற்குப் புதிய சித்திர உலகங்களை அறிமுகப்படுத்தினான். அவன் அளித்த ஊக்கத்தில் அக்கா ஓர் ஊழ்வட்டம் தீட்டினாள். அதைக் கூர்ந்து நோக்கினால், அதற்குள்ளே, போதி மாதவனின் குறுஞ்சிரிப்பைக் காணலாம். வெளிக்கண்ணுக்கு உருண்டை வடிவப் பலாப்பழம் போலவே தெரிந்தது. ஓர் ஆங்கில வீக்லியின் அட்டைப்படத்திற்கு, அந்த 'அரூப ரூபம்' தேர்ந்தெடுக்கப்பட்டது. அக்காவின் சோர்வோ, இப்போது பெரும் சுறுசுறுப்பாகிவிட்டது. அவனுக்கு நன்றிக்கடன் பட்டாள். மகளைத் தந்தை எச்சரித்தார். ஆனால் தம்பி நம்பினான்.

அக்காவுக்குப் பிரகாசமான எதிர்காலம் தெரிவதாகச் சந்தோஷப்பட்டான். தன் தயவில் அக்கா பிழைப்பது போய், அவள் தயவில் தனக்கும் பெரிய அதிர்ஷ்டம் உண்டாகப் போவதாகக் கனவு கண்டான். அந்தப் பகற்கனவு கலைந்தபோது, தலைவிழுந்த அடியைத் தாங்கமுடியவில்லை. அக்காவும் தம்பியும் சென்று நியாயம் கேட்டார்கள். "எவ்ளோ பணம் வேணும்னாலும் தர்றன். இத இப்பிடி ரொம்ப உணர்வா நீங்க பாக்காதீங்க. இதான் பம்பாய். இங்க இது சகஜம். இது ஒரு வாழ்நாள் விஷயமில்ல. உங்களுக்கு ஒன்னு தேவ. எனக்கு இன்னொன்னு தேவ. பண்ட மாத்துச் செஞ்சிக்கிட்டாத் தப்பு இல்லியே?" "அப்பவே நீங்க, ஒரு கோடி காட்டியிருந்தாக்கூடப் போதுமே! இதுக்குள்ளாற நான் வந்திருக்கவே மாட்டேனே. இது ஏமாத்தில்லையா?" "வியாபாரமே ஏமாத்துத்தானே. நீ ஏன் இவ்ளோ பதற்ற? பின்னால நெனச்சா, நீயே சிரிப்ப! இந்தச் சின்ன விஷயத்துக்கா, நாம அவ்வளவு கூப்பாடு போட்டோம்னு!"

அக்காவின் 'கண்ணீர் மழை' என்னைத்தான் சுட்டது. அவன் சட்டைக்காலரைப் பிடித்துக் கையோங்கினேன். "விட்டுடு சிவா. உன்ன ஜெயில்ல போட்ட பாவம் எனக்கு வேணாம். மரியாதயாப் போயிடுங்க. உங்களுக்கு நான் காட்ற அதிகப்பட்சமான கருணை இதுதான்" எனச் சொல்லிச் சிரித்தான். அக்கா, என் கையைத் தொட்டாள். "தம்பி, வா. நம்ம தப்புக்கு அவரச் சொல்லி என்ன! அண்ணன் இருந்திருந்தா, இந்தக் கதியா நமக்கு வரும்? இந்தப் பம்பாயே வேணாம். நாம ஊருக்கே போயிரலாம் வா" என்றாள். ஒரே நாளில் போட்டது போட்டபடியே கிளம்பி வந்துவிட்டோம். திட்டமிட்டு அவன் சங்கறுக்கக் கறுவிக்கொண்டிருந்த அப்பாவும் போய்ச் சேர்ந்துவிட்டார். நினைத்தாலே என் அடிவயிறு எரிகிறது. ஆனாலும் பயன் என்ன? அவன் வலிமை கூடியதே ஒழியக் குறையவே இல்லை. அக்கா என்னிடம் அளித்த டைரியைச் சிபியிடம் தந்துவிட வேண்டியதுதான். வள்ளிக்குக் கல்யாணம் செய்வதா? இல்லை, என் அக்கா வஞ்சம் தீர்க்க, நான் அலைவதா?

மூகாம்பிகைக் கோவில். ஒரு மிக அழகான பெண், உயரமான ஒரு பெரியவருடன் நிற்கிறாள். அவர் தாத்தாவைப் போலிருக்கிறார். ஆனால், அப்பா என்கிறாள் அந்த அழகி. பாலாபிஷேகம் நடக்கிறது. சுற்றிலும் ஒரு பெருங்கூட்டம். ஆரத்தி காட்டுகிறார்கள். அப்பாவும் பெண்ணும் தேவியைத் தூர இருந்து வழிபட்டார்களே தவிரக் கூட்ட வரிசையில் நின்று தரிசிப்பதற்கு ஆர்வம் காட்டவில்லை. கண்ணை மூடிக் கையைக் கூப்பிவிட்டுக் கோவிலுக்கு வெளியே ஆல மரத்தடிக்கு வருகிறார்கள். வெள்ளரிப்பிஞ்சு விற்பவளிடம் கேள்வியைப் போடுகிறார். "இங்கக் கிருஷ்ணப் பண்டாரம் வீடு எங்கிருக்கம்மா?" "கிழக்க நேரப்போய் மணிக்கூண்ட ஒட்டினாப்ல மேக்கத் திரும்பு. அம்பதடில ஒரு வளவு வரும். அது உள்ளாரப் போ. ஏழாம் நம்பர் வீடு" என்கிறாள். அப்பாவும் பெண்ணும் வெயிலைப் பாராமல் நடக்கிறார்கள். பத்து நிமிஷத்தில் இன்னும் மூணு பேரை விசாரிக்கிறார்கள். எப்படியோ வீட்டைக் கண்டுபிடிக்கிறார்கள். வீட்டின் பின்வாசலில் ஒரு சின்ன அறை இருக்கிறது. ஒரே நேரம் பண்டாரத்திற்கு எதிரே நாலுபேர் மட்டுமே அமரமுடியும். இவர்கள் இருவர் என்பதால் வசதியாய் இருக்கிறது.

சோழியைக் குலுக்கிப் போட்டுத் தலையை இடது வலதாய்ப் பண்டாரம் ஆட்டுகிறார். சந்தனம் பூசிய மார்பு. தோளில் பட்டு. நெற்றி முழுக்கப் பட்டை பட்டையாய் விபூதி. ரூபாவின் உள்ளங்கையை விரிக்கச்செய்து, எதையோ கண்டுகொண்டவராய்த் திடுக்கிடுகிறார். ஜாதகத்தை வாங்கிக்கொள்கிறார். மேலும் கணக்குப் போடுகிறார். "ரெண்டுல ராகு; எட்டுல கேது. என்ன இது இப்பிடிக் காட்டுதே. இது தப்பு. சில கட்டங்கள்ல விபரீதமிருக்கு.

இது பௌர்ணமியில பொறந்த பொண்ணாச்சே" என்கிறார். "இந்தப் பொண்ணோட தாயார் ஜாதகம் இருக்கா?" "இல்லியே சாமி!" "போவுது. தாயார்பொறந்த வருஷம் தேதியாவது தெரியுமா?" "அது தெரியுமே!" எனச் சொல்கிறார். கேட்டுக்கொண்ட பண்டாரம், அரைமணி நேரம், தன் கணக்குகளிலேயே மூழ்குகிறார். மூக்குக்கண்ணாடியைக் கழற்றிவிட்டு, "நீங்க இருங்க சும்மா. வீட்டுக்குள்ள இந்தப் பொண்ணு மட்டும் போய்வரட்டும். ராகிணி! ரூபாவுக்கு நீர்மோர் குடுத்து விசாரி" என்கிறார். ரூபா உள்போனபிறகே வாய்திறக்கிறார். "இது கொஞ்சம் சிக்கலான கேசு. இது பௌர்ணமின்னாலும், இதோட அம்மா, அமாவாசையில பொறந்திருக்கா. உண்மையச் சொல்லுங்க. ஒங்கப் பொஞ்சாதி இந்நேரம் ஓடிப்போயிருக்கணுமே!" "நீங்க சொல்றது நிசந்தான் சாமி. ஆனா, அது நடந்து, இப்பம் வருஷம் பதினேழாயிடுச்சே. இப்ப இவ ஒருத்தனக் காதலிக்கறதா சொல்றா. அது சரிப்படுமான்னு கேக்கத்தான் இங்க வந்தது" "அதொன்னும் சரிவர உங்களுக்குத் தோதுப்படாதுங்க. ஒன்னு அவன் ஒரு கொலைகாரனாப் போயிருவான், இல்ல அற்பாயுசில பயலோட கதயே முடிஞ்சிரும்" "இதுக்கு எதனா பரிகாரம்னு உண்டுங்களா?" கிருஷ்ணப்பண்டாரம் பதிலே பேசவில்லை. கண்ணிமைப்பில், நாற்காலியை உதறி எழுந்துவிட்டார்.

இப்போது நான் வெளியே வந்துவிட்டேன். ஆனால் நான், அங்கு இல்லாதபோதும், எனக்கு அந்த ஆஸ்ரமத்தை மறக்க முடியவில்லை. அண்மையில் அதன் தலைவர் இறந்துவிட்டார். அவருக்குப் பின் என் மாமாதான், என் நினைவில் எப்போதும் நிற்கிறார். என் அப்பாவை எனக்குத் தெரியாது. என் அம்மாவின் முகம் ஒரு நிழல்போல் அலையாடுகிறது. மாமாவும் அத்தையும் எனக்குத் தெய்வங்கள். கோபிக்கும் எனக்குமிடையில் அவர்கள் எந்தச் சிறு வேறுபாடும் காட்டியதில்லை. எனக்கு வயது இருபது. ஆடிட்டர் கனவில் இருக்கிறேன். "எவ்ளோ வேணும்னா நீ படி" என, மாமா சொல்லிவிட்டார். பேங்க் எக்ஸாம் எழுதிக் கோபி ஆபிசராகி விட்டான். "அவம் போக்கு வேற; உம் போக்கு வேற. நீ மேலப் படிடா கண்ணு" என்று அத்தையும் ஒத்தூதிவிட்டாள். ஆம்! நான் படிக்கத்தான் போறன். பெரிய ஆடிட்டராகிக் காட்றன். மாசம் ரெண்டு லட்சம் சம்பாதிப்பன். மாமா அத்தைய உலகம் முழுக்கச் சுத்திக் காட்டுவன். கோபிக்குக் கார் வாங்கித் தருவன். இப்படித்தான் நேத்துவர நான் நினைச்சன். இன்னிக்கி எல்லாமே தலகீழாப் போச்சு. அம்மா டைரிய எதுக்காக மாமா என்கிட்டக் காட்டணும்? ஐயோ, அத என்னால அழாமப் படிக்க முடியலையே. வன்கூடல்ல பொறந்தவன் என்னவிடச் சந்தோஷமாயிருப்பானே! ஏமாத்தப்பட்டவ என் தாய்னு தெரிஞ்சும் எப்படி என்ன நிம்மதியா வாழச்சொல்றீங்க? ஐயோ, தர்மப்பிரபுக்களே! அது எப்படி ஐயா

என்னால முடியும்? "இது உன் உதிரம். நீயும் நானும் மகிழ்ந்து குலாவிப் பெத்தது. அந்தக் கணத்தில, என் நெஞ்சு முழுக்க நீதான் நிறைஞ்சிருந்த. உன் நினைவிலும், அப்ப நீ மட்டுமே இருந்தன்னு எனக்குத் தெரியல. தெரிஞ்சிருந்தா இந்தப் பிள்ளயவே பெத்திருக்க மாட்டன். ஒரு பொய்யையா நான் கூடினேங்கற அந்த நெனப்பு, எவ்ளோ வேதனய எனக்குத் தருதுன்னு உனக்குத் தெரியுமா? நாளை இந்தப் பிள்ள வளரும். அது உன்னத் தேடிவரும். அப்ப நான், இங்க இருக்கமாட்டன். இவனயும் நீ ஒருவேள சமாளிச்சிப்புடுவ, என் அப்பாவக் காசால சரிக்கட்டினது போல. ஆனா, என் தம்பி, எனக்கு ஒரு வாக்குத் தந்திருக்கான். என் டைரிய, என் மகனுக்கு அவன் நிச்சயம் காட்டுவான். இதப் படிச்ச பின்ன, என் தம்பியச் சேத்துக்கிட்டு, உன் கிட்ட என் சிபி வருவான். இது என் நம்பிக்க. என் எல்லாக் கனவும் போலவே இதுவும் வீணாயிடுமோ! சிபி! உங்கம்மா உயிரோடில்லை. ஆனா, உன் அப்பா, உயிரோடவும் நிறையப் பணத்தோடவும் இருக்கான். நீ என்ன செய்யப்போற? எங்கப்பா செய்யாதத, எந்தம்பி மறந்தத, உங்கிட்ட எதிர்பார்க்க எனக்கு உரிமை ஏது!"

இதை நான் படித்திருக்கக்கூடாது. என் தாய் சொன்னது மெய்தான். என் அகவிழி திறந்துவிட்டது. பழிக்குப்பழி வாங்கத் துடித்தேன். பம்பாய்க்கு என் தகப்பனை நான் தேடிப் போனேன். அவன், ஒரு பெரிய பக்தனாகியிருந்தான். ஒரு புனிதவதி, அவனுக்குத் துணையிருந்தாள். "நான் ரொம்பத் தூரத்திலிருந்து வருகிறேன். உங்க சார் கிட்ட, எனக்கு ஒரு பெர்சனல் விஷயம் பேசணும்" என்றேன். தயங்கினாள் அவள். ஆனால், அவன் மறுக்கவில்லை. "மாடிக்குப் போவோம் வா!" என்றான். போனோம். அந்த அறையில்தான், என் தாயை அவன் சந்தித்திருக்கக்கூடும் என, எனக்கு ஏனோ அக்கணம் தோன்றியது. உள்நுழைந்தவன் கதவைச் சாத்தித் தாழிட்டான். எதிர்நாற்காலியைச் சுட்டிவிட்டுச், சோபாவில் சாய்ந்தவாறே, "நீ சொல். என்ன பேசணும்?" என்றான். மூன்று நொடிகளே, அவனை நான் உற்றுப்பார்த்தேன். பின், சோபாவோடு சேர்த்திறுக்கி, அவனைக் கட்டிப் போட்டேன். இடக்கையால் அவன் பின்கழுத்தைப் பிடித்தபடி, என் வலக்கையால் அவன் குரல்வளையில் துப்பாக்கியை வைத்து, "கலா என் தாய்'' என்றேன். அவன், எந்த எதிர்ப்பும் காட்டவில்லை. "சிபியா, எவ்ளோ உயரமா இருக்க நீ!'' என்றான். அவன் கண்ணில் பயமில்லை. என்னைப் புன்னகையுடனேயே பார்த்தான். அவன் கழுத்துப்பிடியைத் தளர்த்தினேன். "ப்ளீஸ் சிபி, என்னச் சுட்டுடு. என் நிம்மதி உங்கையில" என்றான். சுடக்கூடாது. இவனிருந்து என் தாயயும், என்னயும் நெனச்சுப் புழுங்கணும். அதான் இவனுக்குச் சரியான தண்டனை! சடாரெனத் திடீர்

முடிவெடுத்துச் சற்றும் தாமதிக்காமல் என் நெற்றிப்பொட்டில் துப்பாக்கியை வைத்தேன். என் ஆட்காட்டி விரலால் அழுத்த வேண்டியதுதான் பாக்கி.

கதவு இடிக்கப்பட்டது. "ஐயோ சிபி! கதவத் திற. ஒரே ஒரு நிமிஷம், நான் சொல்றதப் பொறுமையாக் கேளு. உன் அப்பாவ நீயே கொன்ன அந்தப் பாவம், உனக்கு வேணாம்!" யார் ரூபாவா? இவள் எப்படி இங்கே? யோசிக்காமல் நான் கதவைத் திறந்தேன். அவசரமாய் உட்புகுந்த பவானி, ஒருநொடியில் பதறிவிட்டுப் பின்னர் விரைந்து தன்னவன் கட்டை அவிழ்த்துவிட்டாள். ரூபா, என் கழுத்தைப் பிடித்துத் தொங்கிக்கொண்டே, "அப்பா போய்ட்டார் சிபி. இந்த மாதிரி எதுனா பண்ணிட்டு, நீயும் என்ன விட்டுட்டுப் போயிடாதடா. நீயே விடப்பாத்தாலும், உன்ன அப்படியெல்லாம் நான் விட்டுட முடியுமாடா?" என்றாள். "சினிமாவா இது? முதல்ல என் கழுத்த நீ விடுடி. அப்பறமா நீ என்னக் கொஞ்சலாம்" என்றேன். "இது பேச்சக் கேட்டியா சித்தி? எப்பவும் இப்பிடியேதான் முரண்டு புடிக்கும். ஆனா, தன் மார்ல, என் பேரப் பச்ச குத்தி வெச்சிருக்கு. கொஞ்சம்போலக் கோட்டி, மத்தபடி தங்கக் கம்பிதான் என் சிபி" என்றாள் ரூபா.

ரூபாவின் வெண்மைப்பேச்சை, அவள் கன்னம் தட்டி, ருசித்து ரசித்தாள் பவானி. ரூபாவின் சித்தியாமே! அப்போது, கிரகணம் விட்ட பிறகான புதிய சூரியனாய்ப் பார்க்கப் பளிச்சென்றிருந்தது, அவள் முகம். அதை நோக்கிக் கட்டு அவிழ்க்கப்பட்டவர் நன்றியுடன் சிரித்தார். நான் ஒன்றும் அம்மா பையனில்லை, 'அப்பா பையன்தான்' என்பது, அவருக்கும் புரிந்துவிட்டது போலும்!

பேசும் புதிய சக்தி, ஆகஸ்ட் 2018

பிரும ஞானம்

எனக்கு வயது முப்பத்தொன்பது. இந்த வயதில் பாரதி செத்துப்போய்விட்டான். ஆனால், இனிமேல்தான் எனக்குக் கல்யாணமேயாக வேண்டும். நான் ரோஜா நிறத்தில் இருப்பதாகச் சொல்கிறார்கள். எங்கள் குடும்பத்து முன்னோரில் ஒருவர், திருமலை நாயக்கர் சபையில் வைத்தியராகப் பணி புரிந்தாராம். ராஜவம்சப் பெண் ஒருத்தியை, அவர் இரண்டாந்தாரமாக மணந்தாராம். அந்த ராஜ ரத்தம் என்னுள்ளும் ஓடுவதால்தான், எனக்கு இந்த நிறமும் வசீகரமும் வாய்த்ததாம். பாரம்பரியப் பெருமையுள்ள ஒரு கல்லூரியில் இளம்வயதிலேயே நான் தத்துவப் பேராசிரியராகி விட்டேன். எனக்குத் தனிவீடு இருக்கிறது; 'வடகலைச் சம்பிரதாயத்தில்' ஊறிய வயதான பெற்றோர் உள்ளனர். எவர் உதவியும் எனக்குத் தேவையில்லை. கணினியும் கைப்பேசியும் இருந்தால் போதும். இம்மாநகர் முழுவதும் சுற்றிவந்து விடுவேன். ஊபரையும் ஓலாவையும் சுளுவாய் நான் பயன்கொள்வேன். எப்பிகியூரஸ் தொடக்கம் ஓஷோ வரைக்கும், நிறுத்தாமல் பேசிக்கொண்டே போவேன். என் வகுப்பை, எந்தப் போக்கிரியும், 'கட்' அடிக்கவே மாட்டான். இலக்கிய ஆசிரியர்கள், சில சமயம், என் வகுப்பினுள்ளே அமர்ந்து, நான் பாடம் நடத்துவதைச் செவிமடுப்பர். எந்தச் சாலையைக் கடந்தாலும், நான் எந்தக் கூட்டத்தில் நுழைந்தாலும், கடைக்குள்ளோ வங்கிக்குள்ளேயோ தடுமாறப் பார்த்தாலும், யாரோ ஒருத்தி ஓடிவந்து கனிவோடு உசாவித் தேவைப்படும் உதவியைச் செய்வாள். 'கிருஷ்ண ராஜா' என்ற என் பெயரைக் கேட்டுத் தெரிந்துகொண்டதும், அந்தக் குமரிகள்தாம் எவ்வளவு

ஆசையாக ஒலிப்பார்கள் தெரியுமா! என்ன இருந்தும் என்ன? என் அம்மாவுக்குப் பெரிய மனக்குறை. திருக்கல்யாணமங்கைக்கும் திருவிடந்தைக்கும், அவள் எத்தனை தடவைதான் அலைவாள்? தாயாருக்குப் புடவை சாத்திச் சாத்தியே நொந்துவிட்டாள்! சாளக்ராமத்தைப் பூஜையில் வைத்து, என் அப்பா செய்யாத பிரார்த்தனையா? நித்திய ஆராதனைதான்; நித்திய மண்டகப்படி தான். எத்தனை பேருக்குக் கேட்காமலேயே இதெல்லாம் குதிர்ந்துவிடுகிறது!

"பத்து வயசிலிருந்து இந்தப் பய, முப்பது வருஷமா, விடாம ஆஞ்சனேய ஸ்வாமிக்கு, 'வட மால' சாத்திண்டு வரானில்லியோ? அதனாலேயே அந்தக் குரங்கு, இவனயும் தன்னப் போலப் பிரமச்சாரியா ஆக்கிப்புடுத்தோ என்னவோ! இவன் பொறந்தப்போ, எந்தம்பி, பிடிவாதமா நான் எவ்வளவோ தடுத்தும் கேக்காம, குமரிக்கு ஸ்நானம் பண்ணப் போனானே, அந்த ஜலப்பீடதான், இப்படி இவனத்துவச்சுக் காயப்போட்டுடுத்தோ!" என்பார் பெரியப்பா. அவருக்குத் தம்பியைக் குத்துவதில் அவ்வளவு குஷி.

என் ஒருநாள் எப்படிக் கழிகிறது? பன்னிரண்டு மணிக்குப் படுப்பேன். காலை ஆறு மணிக்குள் விழிப்புத் தட்டிவிடும். குளித்துப் பூஜையை முடித்துச் சாப்பிட்டுவிட்டுச் சரியாக ஏழுக்கெல்லாம் ஸ்டிக்குடன் நான் கிளம்பிவிடுவேன். மெதுவாய் நடந்துபோய் ரயில் பிடிப்பேன். செல்லில் தமிழ், ஆங்கிலச் செய்திகளைப் பத்து நிமிஷம் உள்விழுங்குவேன். முகநூலில் 'கோட்' போடுவேன். பஜகோவிந்தம் முணுமுணுப்பேன். கூலிங்கிளாஸை எடுத்து மாட்டிக்கொள்வேன். கல்லூரிக் குமரிகள் என்னிடம் நேரம் கேட்கும்போது, அவர்கள் முகத்தை உத்தேசமாய்க் கணித்துக் கையை உயர்த்தி, ஸ்டைலாய்க் காட்டுவேன். சிரித்துவிட்டு நகர்வார்கள். "இவங்கிட்டத்தான் நேரம் கேக்கணுமா? ச்சை... நம்மள எல்லாம் ஒருத்தியும் மதிக்கிறதே கிடையாதுடா. நொண்டி முடம்னு, கூன் கரடிங்களோடத்தான், இந்த ஒய்யாரிங்க வழிவாளுங்க!" இந்த இளங்காலை இப்படியா எனக்கு விடியணும்? என்னவோ போ! "சிட்டியிலயே நாம பிறந்து வளந்து படிச்சு வேலை பாத்து என்ன யூஸ்? நம்மள எல்லாம் இங்க எவ சீண்டறா? நமக்குந்தான் இந்தக் கூலிங்கிளாஸ் போட்ட பயலப் போல, ப்ளெஸண்ட்டா ஒரு ஸ்மைல் பண்ணத் தெரியுதா, சொல்லு! ஆபீஸ்ல ஒருத்தி முகம் கொடுத்துப் பேசறாளா... கண்ணில்லாத சனியனுக்கில்ல எல்லா அதிர்ஷ்டமும் இங்க அடிக்குது!" அந்தக் குரல், நீங்காமல் என் காதில் எதிரொலித்துக் கொண்டிருக்கிறது. அந்தத் துஷ்டனின் நீசக்குரலில்தான், எவ்ளோ வக்கிரம்? இவ்ளோ விஷம் கக்கறானே!

இப்போது நான் என்ன செய்யணும்? உடனே கோபப்பட்டு, அவனை அடிக்கப் பாயணுமா? அடித்துவிட்டால், இது எல்லாம் சரியாகிவிடுமா? இவன் ஒருவன் என்றால் மல்லுக்கு நிற்கலாம். ஊரைப் பகைத்து எங்கே போய் வாழ? தேங்கிய துக்கம் மனத்தை அழுத்தும்போது, ஒருவழிதான் இருக்கிறது. எப்போதோ அனுபவித்த எளிய சந்தோஷங்களை நினைவுக்குக் கொண்டு வந்து, வலிக்கும் நிகழின் ரணத்தை மறக்க வேண்டியதுதான். நேற்று நான், ஒரு ஸ்கூல் பையனின் கையைப் பிடித்துக்கொண்டு, கோவிலுக்கு வெளியே வரும்போது, "அங்கிள்! இந்தாங்க ரோஜாப்பூ. மோந்து பாருங்க!"ன்னானே, எத்தனை அற்புதக்கணம் அது!

எட்டு மணிக்குக் கல்லூரியிலேயே முதலாளாய் நான், 'அட்டென்டென்ஸ்' போட்டுவிடுவேன். எட்டரைக்குப் பின்தான் பலரும் வருவார்கள். ஒருநாளுக்குப் பெரும்பாலும் ரெண்டு மணி நேரம் வகுப்பிருக்கும். ஓரிரு நாளில் மட்டும் மூன்று வகுப்பெடுப்பேன். சக பேராசிரியை ஒருத்தி, எனக்கும் சேர்த்து மதியச்சாப்பாடு கொண்டுவருவாள். கைம்மாறாகத் தினமும் அவளுக்கு வ்யாக்யானத்துடன் பாசுரம் சொல்லித் தருவேன். அவள் ரிடையராகப் போகிறவள். அப்படியுமே நாக்கில் நரம்பின்றிப் பேசுவார்கள். அத்வைதத்தில் ஐயம் கேட்கச் சில மாணவிகள் வருவர். அந்த வகுப்புப் பையன்களையும் என்னுடன் வைத்துக்கொண்டு, கயிற்றரவைப் பேசிப் பேசி வியப்பேன். மதியம் ஒருமணியானால் போதும், உடனே நான் வெளிக்கிளம்பிவிடுவேன். அது அரசு நிதி உதவி பெறும் ஒரு மொழிச் சிறுபான்மைக் கல்லூரி. அவர்களின் தாய்மொழியிலும் எனக்குப் போதிய பழக்கமுண்டு என்பதால், நிர்வாகத்தால் பெரிய இடைஞ்சல்கள் வருவதில்லை. ஒரு மாற்றுத்திறனாளிக்கு வேலை தந்த பெருமையிலும் அவர்கள் திளைத்திருந்தார்கள். அதைப் பயன்படுத்திக் குறித்த நேரத்தில் நான் கிளம்பிவிடுவேன்.

நேராகப் பார்வையற்றோர் மையம் செல்வேன். ஒருமணி நேரமிருப்பேன். பின் கணினிப் பயிற்சியகம் போவேன். இளம் பிள்ளைகளிடம் ஆதரவாகப் பேசுவேன். "யாருக்கும் நாம் குறைந்தவர்கள் இல்லை. தனித்திறன் படைத்தோர் நாம். நம்மை யாரும் இங்கே வளர்த்துவிட மாட்டார்கள். நம்மை நாமாகவே தாம் வளர்த்துக்கொள்ள வேண்டும். நமக்குக் கண் இல்லாதிருக்கலாம்; ஆனால் கூரிய மூளையுள்ளது. நம் மூளையால் இந்த உலகையே நாம் மாற்றலாம். இது வெற்றுக்கோஷம் இல்லை. நாம் நம்ப வேண்டிய உண்மை!" என்பேன். மிக மிக உற்சாகமாய்க் கைத்தட்டுவார்கள். எனக்குப் பயம் வந்துவிடும். துளசியை உண்டு பண்ணின பெருமாள், அதற்கு ஏற்றம் தராமலா போவான்? எனக் கேட்டுக்கொள்வேன். அப்போது என் குரல், எனக்கே கேட்காது!

மூன்றரைக்குக் ‘கார்’ வரும். அவள் வருவாள். சமூகசேவகி. பரமேஷ்டி வியந்த பேரழகி. ஒரு கூட்டத்தில் நான், தத்தாத்ரேயர் பற்றிப் பேசியபோது, எனக்கு அவள் சிநேகிதி ஆனாள். ஐம்பதுவயது தொழிலதிபருக்கு வாழ்க்கைப்பட்ட முப்பது வயதுக்காரி அவள். அவளுக்குப் பணமெல்லாம் ஒரு பொருட்டேயில்லை. பணத்தைச் செலவழித்து என்ன நன்மை செய்வது என்பதில்தான் குழப்பம். என்மீது அவளுக்கு ஏதோ ஒரு பரிவு. கொஞ்சம் அதிகப்படியான வாஞ்சை. அவள் காரில் என்னை ஏற்றிக்கொள்வாள். இரண்டு மணி நேரம், அவளோடு ஒவ்வொரு மாலையிலும் செலவிடுவேன். அதிகப்பட்சமாய் ஏதாவது ஹோட்டலுக்குத்தான் போவோம். முந்திரி பக்கோடாவுக்கும் காஃபிக்கும் ஆர்டர் தருவாள். அவள் பேசுவதை, நடுவில் குறுக்கிடாமல் நான் கேட்டுக்கொள்ளவேண்டும். அவளுக்கு எத்தனை லவ் லெட்டர்கள் வந்தன? இன்றும் எத்தனை பேர் அவளிடம் ஜொள் விடுகிறார்கள்? ஆனால், அவளை ஏன் சகலரும் ஏய்க்கிறார்கள்? அவள் புருஷன் ஏன் பணம் பணம் என அலைகிறான்? கவலைகள் தீர்ந்து அவள் வாழ்வில் நிம்மதி என்றுதான் வரும்? இவ்வளவையும் விஸ்தாரமாய்ச் சொல்லித் தீர்த்தால்தான், அவளுக்குத் திருப்தி! இது ஒரு நித்தியப்போக்கு. வாரத்தில் இரு நாள்கள் கடற்கரைக்குப் போவோம். எங்கு நாங்கள் போனாலும், அங்குள்ளோர் விழிகள், எங்களையே மொய்ப்பதாய்ச் சொல்லி, அவள் சிரிப்பாள். எனக்கும்கூடச் சிரிப்பு வரும். என்னோடு அவள் பேசுவதைப் பார்த்துப் பிறர் பொறாமைப்படுகிறார்கள் என்பாள். அதைக் கேட்கையில், அவளோடு வாழ்ந்துவிட்ட சுகம் எனக்குத் தோன்றும்!

ஒருநாள் புருஷன் கன்னத்தைக் கடித்தான் என்பாள்; மறுநாள் குடித்துவிட்டு வந்து எட்டியுதைத்தான் என்பாள். எதிர்வீட்டான் இவளையே விழுங்குவதுபோலப் பார்க்கிறானாம். அதைச் சொல்லி இவள் புருஷன் அசிங்கமாய்த் திட்டுகிறானாம். இத்தனைக் கஷ்டத்திலும் இவளுக்குச் சிரிக்கும் முகமாம். இவள் தோழிக்கு இவள் எப்படி எப்பவும் இப்படிச் சந்தோஷமாவே இருக்கான்னு ஆச்சர்யமாம். இவளைச் சாகசக்காரி, எதற்கும் துணிந்த கட்டை என அவள் ஏசுகிறாளாம். “என் புருஷனப் பிடிக்கலன்னு, எனக்குப் பிடிச்சவனோட நான் ஓட முடியுதா என்ன? இல்ல, எவனயோ நெனச்சுக்கிட்டு அவனோடப் படுத்துப் பொரளாமத்தான் இருக்கறனா? ராஜா! இந்த மாதிரி, உன்னோட நான் பேசிக்கிட்டே இருந்தாலே, எனக்குப் போதும். மீண்டும் நான் கன்னியாயிடுவன். ம்... ஆனா அது, எப்படி முடியும்! சொல்றதப் பொறுமயாக் கேட்கற பாரு. அது போதும் ராஜா. நூறு மனுஷி பலம் வருது எனக்கு” என்பாள்.

அவள் பாவம் என்று எத்தனை நாள்தான் நான் நினைப்பது? எனக்குக் கண்ணில்லை என்பதற்காக, என் உள்ளுணர்வோடு,

அவள் விளையாடுவதா? 'ஹே! மை டியர் யங் பாய்ஸ்! வீ ஆர் நாட் பிளைண்ட். வீ ஆர் டிஃபெரண்ட்லி ஏபிள்ட். சியர் அப் கய்ஸ். மைல்ஸ் டு கோ பிஃபோர் வீ ஸ்லீப்' என்று மேடையில் நான் முழங்கலாம். இதைக் கேட்கவும் நன்றாகத்தான் இருக்கிறது. ஆனால், சீனியெனப் பெயர் வைத்துவிட்டால், என் வாழ்வு இனிப்பாகிவிடுமா என்ன? அதற்காகச் சேர்மனைச் சேர் பெர்சனாக்கியதை நீ எதிர்ப்பாயா? வெறும் வார்த்தையிலாவது, ஒரு சிறிய மாறுதல் வரட்டுமே கிருஷ்ண ராஜா! அதைப் பரிகசிப்பதில் உனக்கு எதற்கடா இத்தனை வேகம்? நீ மேம்பட்ட ஒரு மாற்றுத்திறனாளி என்பதை நிறுவப்போகிறாயா? கைரேகை வைக்கமாட்டாய். உன் ஸ்டிக்கைத் தரையில் பூவைத் தொடுவதுபோல் ஓசை இல்லாமல் அவ்வளவு மென்மையாய்ப் பதித்து நடப்பாய். 'கேன் யூ ப்ளீஸ் ஹெல்ப் மீ?' என, யாரைப் பார்த்தும் நீ கெஞ்சமாட்டாய். எந்தப் பரிவும் சலுகையும் உனக்கு வேண்டவே வேண்டாம்.

உனக்குக் கூட்டம் போடணும்; நல்லா ஆழமாப் பேசணும்; குரூப்பாக் கூடிக் கூடி விவாதிக்கணும்; நீ தலைமை தாங்கி வழிநடத்தணும்; மேலே மேலே நீ முன்போகணும்! இவை எல்லாம் உன் ஆசைகளா, இல்லை உன் பிடிவாதங்களா? "கிருஷ்ண ராஜா, உனக்கு என்ன வேண்டும்? இவ்ளோ ஹைப்பர் ஆக்டிவா நீ ஏனிருக்க? எண்ணம் இறந்தநிலை என்கிறானே உன் ஜிட்டு! அதப் பத்தி, என்னிக்காவது நீ யோசிச்சிருக்கியா? வேட்கைகளைத் துரத்தியபடி ஓடுவதா உன் வாழ்வு!" இப்படித் தன்னுள் பேசிப் பேசிக் குழப்பம் அதிகப்பட்டதுதான் மிச்சம். இதெல்லாம் மனம் பின்னும் மாயை என்பான் சங்கரன். மாயையைச் சூன்யத்திலிருந்து கடன்வாங்கிப் பெருக்கிக் கொண்டான் அவன். அம்மாயையை உதறினால், பிருமம் புலப்பட்டுவிடுமாம். எம்மாயையை நான் உதறுவது? கடவுளையா காமத்தையா? ராமானுஜனிடம் பெருமாள் இருக்கிறான்; சரணாகதி இருக்கிறது. அநாத்மவாதம் பேசும் புத்தனை நம்பிப் போக எனக்குத் தைரியமில்லையே. வேறு வழி ஏது? நெடுஞ்சாண்கிடையாகத் தாயார் சந்நிதியில் போய் விழ வேண்டியதுதான். அப்பா அப்படித்தானே எனக்குப் போதிக்கிறார்?

"கிருஷ்ணா! பேசாம இரு. தாயாரச் சேவி. சதா அவளயே நீ தியானம் பண்ணு. அவ புருஷகார பூதை. தெரியாமலா வலப்பக்கத்த விஷ்ணு தந்திருக்கான்? லக்ஷ்மி, நாராயணீ, பூமாதேவி, பெரிய பிராட்டி, நப்பின்னே, தாமரைத்திருவே, என்னப் பெத்த தாயாரே, தேவின்னு கண்ல ஜலம் பெருகத் தலமேலக் கைக்கூப்பி நீ நில்லு. உன் பாவம்லாம் ஓடிக் கிரகலக்ஷ்மி உன் கைப்பிடிக்க வந்துருவா. நம்புடா கிருஷ்ணா, இத நம்பு! உங்கிட்டப் போய்ப் பொய்யையா சொல்வன் நான்!" இந்தப் பேச்செல்லாம், எத்தனை வருஷம், நான்

கேப்பது? கற்கண்டுத் தித்திக்குங்கறதுக்காகக் கற்கண்டயேவா மூணு வேளையும் தின்ன முடியும்? உடம்புன்னு எனக்கும் ஒன்னு இருக்கே. அது இவா யாருக்கும் கண்லயே தெரியாதா? எத்தன பெண்கள நான் பாத்தாச்சு! மொதல் அஞ்சு வருஷம் வடகலையாவே பாத்தோம். அப்பறமா அம்மா, தென்கலை, அய்யர்னு எதுன்னாலும் எனக்குப் பரவாயில்லடான்னா. இப்ப விதவ, விவாகரத்தானவன்னாலும் அவ பிராமணத்தியா இருந்துட்டாலே போதுங்கறா. ஆனா எனக்கு, இப்பவும் ஒரு நிபந்தனையிருக்கு. எனக்குக் கண்ணில்லதான். அத நான் ஒத்துக்கறன். அதுக்காகக் கண்ணில்லாதவளயேதான், நானும் பண்ணிக்கணுமா? என்னடா இரக்கமற்ற உலகம் இது? எவ்வளவு வாய் பேசறானுங்க, கை ஒடிய எழுதித் தள்ளறானுங்க! ரெண்டு கண்ணில்லாதவங்க, ஜோடியாச் சேந்து, இன்னும் ஜாஸ்தியாக் கஷ்டப்படணுமா? கல்யாணங்கறது எதுக்கு? ஒருத்தருக்கொருத்தர் ஒத்தாசயா இருக்கறதுக்குத்தானே, இல்லியா? ரெண்டு கண்ணும் இல்லாதவன,ரெண்டு கண்ணுமுள்ளவ கல்யாணம் பண்ணிக்கிறது தானே நியாயம்! சாதி இல்ல, மதம் இல்லம்பானுங்க. ஹோமோ, லெஸ்பியன், அரவாணிகள் ரைட்ஸ் பத்தியெல்லாம் ரொம்பப் பரிவாப் பேசுவானுங்க. ஆனா, இதுல மட்டும், எல்லாப் பயலும் ஒரே கட்சிதான்.

அந்த 'மேரேஜ் மேச்சிங் செண்டர்' நடத்தறவ, அன்னைக்கு என்ன சொன்னா? "இப்ப உனக்குக் கண்ணில்லன்னா, என்ன ராஜா? கால் நொண்டி, டமாரச் செவிடு, ஊமை, குருடு, கை முடம், பாரிச வாயு பீடிச்சதுன்னு எதுன்னாலும் சம்மதம்னு நீ எழுதி வெச்சா, உனக்குச் சீக்கிரமாவே பொருந்திடும். ஒரு நார்மல் பொண்ண, நீ கேட்டின்னா, உன் ஸ்டிக்க பிடிச்சு நடக்க, எவ 'எஸ்' சொல்வா, ப்ளைண்டா?"ன்னாளே! அவ கிட்ட நான், "நீ என்ன அஃப்பண்ட் பண்ற. நீ சொல்ற பச்சையான வார்த்தைகள, இந்த நாகரீகச் சமூகம், இன்னிக்கு 'பேன்' பண்ணியிருக்கு. என் கிட்ட,நான் ஒரு மாற்றுத்திறனாளின்னு,மட்டு மரியாதயா நின்னு,நீ பேசாட்டா,உன் மேல நான்,போலீஸ் கம்ப்ளெய்ண்ட் கொடுப்பன். ட்ரீட் மீ அஸ் எ ஃபெலோ ஹ்யூமன் பீயிங். ஐ ஆல்ஸோ பிளாங் டு யுவர் சொசைட்டி"ன்னு, அவ்ளோ ஸ்ட்ரெயிட்டா சொல்லிவிட முடியுமா? நோ. நெவர், எவர்.

இவ்வளவு படிச்சிருந்தும்கூட, எவ்வளவு பயமா இருக்கு எனக்கு! ஏன் நான் இப்பிடி ஒரு கோழையாயிருக்கன்? நான் கோபப்பட்டுட்டா, எனக்கு ஒரு நல்ல 'மேச்' அமையறத, அவ தடுத்துடுவான்னா? இல்ல, இது ஒரு பார்வையற்றவனோட அவஸ்த. சுதந்திரத்த சுவாசிக்க முடியாத ஒருத்தனோட அச்சம். இது புரியணும்னா நீங்களும் என்னப் போலவே பிறக்கணும்.

இது புரிய, வேற வழியே கிடையாது. உங்களுக்குப் புரியாது. இதுதான் நீங்க 'ப்ரீச்' பண்ற மனுஷத்தனமான்னு கேக்கறன். என் வேல வேணும், என் சம்பளம் வேணும், என் ஜாதி வேணும், என் வீடு வேணும்! ஆனா, நான் வேணாம்! பார்வையுள்ள உங்களுக்கு ஒரு நீதி, இல்லாத எங்களுக்கு அநீதியா? என்ன மாதிரி ஓர் உலகம் இது!

"கிருஷ்ண ராஜா! நீ யார்? ஏன் இவ்வளவு அற்ப ஜீவியா நீ இருக்க? எதுக்குடா உனக்கு இப்பக் கல்யாணம்? நீ பாட்டுக்கு, இப்ப இருக்கிறது போலவே, சுதந்திரமா இருந்துட்டுப் போய்த் தொலையேன். என்ன கெட்டுடும்! தாலி கட்டிக் கூடினாத்தானா? அரிப்பெடுக்கறப்பப் போய்வந்தாப் போச்சு! இதுக்காகவாடா, இவ்ளோ ஆர்ப்பாட்டம்?" இது மேல்மனம். இதை ஆழ்மனம் ஏற்க மறுக்கிறது. அது கனவு காண்கிறது. எறும்பும் ஓர் உயிரே என்கிறது. நீட்ஷேவின் சூப்பர்மேனைத் தவிடுபொடியாக்கி விட்டுத் தன்னை அதன் மீது ஏற்றி அது நிறுவிக்கொள்கிறது. நான் பலகீனன்தான். ஆனால், என்னுடைய இருப்பை, அவ்வளவு லேசாய் நான் காலிசெய்துவிட மாட்டேன்.

இவ்வுலகில் பிற யாவற்றையும் போலவே கல்யாணமும் பண்டமாற்றுத்தானே. ஒரு பெண் எனக்கு அவளைத் தந்தால், நான் அவளுக்கு என்னைத் தருவேன் என்ற கணக்குத்தானே, அதுவும்! அன்பா? அது எங்கே இங்கிருக்கிறது? அப்படி ஒன்றிருந்தாலும், எனக்கெல்லாம் அது எப்படிக் கிடைத்துவிடும்? என் நேர்மையும் உண்மையும் யாருக்குமே வேண்டாமா? எவ்வளவு பேர், அடியுதை படுகிறார்கள்! எத்தனை சவங்கள் நடமாடித் திரிகின்றன! குடும்பம் காவுகொள்ளும் பலிகளுக்கு, இங்கே கணக்கு வழக்குண்டா? பால் சுரண்டலைப் பேசித்தான் முடியுமா? இத்தனைக்குமிடையில், ஒரு நல்ல ஆத்மா கூடவா இல்லை, என் கையைப் பிடிக்கன்னு, நீ ஏங்கறதில இருக்கற அபத்தம், உனக்கே புரியலயா கிருஷ்ண ராஜா! நோ, நோ. அன்று ஜென்னி சொன்னதே உண்மை. இந்தச் சாதிதான், என் ஒரே பிரச்னை! ஜென்னிதான் என்னிடம் எத்தனை அன்பாயிருந்தாள்! எனக்குச் சங்கரனையும் ஹெகலையும் வாசித்துக் காட்டியவள் யார்? அவ, 'ஸ்கிரைப்' எழுதித்தானே நான், 'கோல்டு மெடல்' வாங்கினேன்!

'பட்டமளிப்பு விழா' முடிந்து, நாங்கள் 'டைட்டானிக்' பார்க்கப் போயிருந்தோம். அந்தச் சினிமா முடிந்ததும், ஒரு பெரும் மௌனம் எங்களுக்குள் குடிகொண்டது. அதை மறுநாளே அவள் உடைத்தாள். தயங்கித் தயங்கித் தன்னிஷ்டத்தைச் சொன்னபோது, எவ்வளவு மூர்க்கமாய் நான் அதை மறுத்தேன்? அந்தப் பாவமே, இப்படிப் புலம்பச்செய்கிறது போலும். இப்போதுதான் எல்லாம் புரிகிறது. ஜென்னிதான் என்னோடில்லை. அதுவும் நல்லதே. என்

மாதிரி ஒரு மூர்க்கனுக்கா, அந்தப் பவித்திரம் பலியாவது! அடிக்கடி அம்மா சொல்வதுபோல், பெருமாள் போடும் கணக்கா தப்பும்?

பதினைந்துவருஷம் தலைகீழாய் நின்று பார்த்துவிட்டோம். எவளுமே அமையவில்லை. ஆனால் என்ன மாயம்? அன்று அம்மா, எவ்வளவு பிடிவாதமாயிருந்தாளோ, அதற்கு முற்றெதிராய் இன்று அவளே திரும்பிவிட்டாள்!

"ராஜா! நாம, என்னடா பாவம் பண்ணினோம்? உங்க அப்பாவும் நானும் நெருங்கின சொந்தந்தான். அந்தக் காலத்தில இதெல்லாம் யாருடா பாத்தா? எல்லாருந்தான் சொந்தம் போகக் கூடாதுன்னு கல்யாணம் பண்ணிண்டா. அப்படித்தானேடா, நாங்களும் பண்ணிண்டோம்? நீ இப்படிக் கண் தெரியாமப் பிறந்ததுக்கு அதுதான் காரணம்னு உன் மெடிக்கல் சயின்ஸ் சொல்றதன்னு சண்டைக்கு வர்றியேடா! அதுக்காகச் சொல்றன். இம்மாதிரின்னு தெரிஞ்சிருந்தா, நாங்க இதச் செஞ்சிருப்போமா?"

"விடும்மா. ஏதோ ஒரு வேகத்தில, அப்படி நான் கேட்டுட்டன். 'ரிசர்ச்சர்ஸ்', தினந்தினம் புதுசு புதுசா எதனா சொல்றான். காஃபி குடிக்காதங்கறான். அப்பறம் அவனே தப்பில்ல, அதக் குடிங்கிறான். அதப் போய், நீ பெரிசாப் பேசிக்கிட்டு!"

"சரிடா, பெரிய மனுஷா! நீயே, இப்ப எனக்கு ஆறுதல் சொல்லக் கிளம்பிட்டியா? என்ன சொன்னாலும், ஒரு நொடி, உள்ளுக்குள்ள சுருக்குன்னு குத்தத்தான் குத்துதுடா. ஆனா, இனிம அத மாத்தவா முடியும்?"

"ஐயோ அம்மா. இந்தச் சுய ஹிம்சயே வேணாம். எனக்காக, நீ ஏன் உன்னக் கஷ்டப்படுத்திக்கிற? நான் இப்படியே இருந்துட்டுப் போறன். என்ன நஷ்டம்?"

"என்ன பேச்சுப் பேசறடா? ஒன்னே ஒன்னப் பெத்தது, இதக் கேக்கத்தானா? இப்போ எனக்கு விஷயம் புரிஞ்சிடுத்துடா. இந்த ஜாதிய நம்பி, நாம மோசம் போயிட்டோம்! ஒவ்வொருத்தி என்ன பேசறான்னு உனக்குத் தெரியுமாடா? வேத்தாளே தேவலாம்னு தோணிப் போச்சுடா. நம்பளவாளாச்சேன்னு விரும்பிப் போய்க் கேட்டா, பிச்சக்காரியப் பாக்கறாப்பல என்ன நாய் நரியாப் பாத்துப்புட்டு, மூஞ்சியத் திருப்பிக்கறாளே, நம் சொந்த ஜாதிக்காராளே!"

"ஊரப் பத்தி, உனக்கு எதுக்கம்மா, வேண்டாத இந்தக் கவல? அப்பா என்ன சொல்றார்னு, நீ பாத்தாப் போதுமே! அவரும் நீயும் வீண் சண்ட ஏதும் போட்டுக்காம, ஒத்துமையாவும் ஒரு மனசாவும் திடமா நின்னு, மனம்விட்டுக் கலந்து பேசிச் சீக்கிரமா என் கல்யாண விஷயத்துல துணிச்சலா ஒரு முடிவெடுத்தாப் போதாதா?"

"போன வாரம் நடந்தது உனக்குத் தெரியாதா? மனுஷன் இப்ப ரொம்ப இடிஞ்சு போய்ட்டார்டா. அவர் சிநேகிதர் பொண்ணு விஜி, எஸ்.எஸ்.எல்.சி.தான் படிச்சிருக்கு. பால்ய சிநேகிதர்ங்கற ஒரு விசேஷ உரிமையிலப் போய், உங்கப்பா பெண் கேட்டிருக்கிறார். அதுக்கும் முத்திப்போய் முப்பத்தஞ்சு வயசாச்சேன்னு இவருக்குப் பாவம் ஆதங்கம். ஆனா, அந்த இன்ஷூரன்ஸ் ஏஜெண்ட்காரர், சாதாரணமாச் சொல்றாப்லத் தன்னோட நாற வாயாலக் கக்கின அந்தக் குரூரமான சொல் விஷத்தக் கேட்டுப்புட்டுச் சட்டுன்னு இவருக்கு மார்வலியே வந்துடுத்துன்னா பாத்துக்கயேன். என் பொண்ண, நான் ஒரு சமையக்காரப் பயலுக்குக் கொடுத்தாலும் கொடுப்பன்; ஒரு திருதராஷ்டிரனுக்குத் தரவே மாட்டேன்னுட்டாராம் சிநேகிதர்! "போடா, தெரு நாயே, போ!"ன்னு திட்டிப்புட்டு வந்தவர்தான். அதயேதான், திருப்பித் திருப்பி, என்கிட்டச் சொல்லிப் புலம்பறார். இதுங்களுக்கெல்லாம் பாடம் கத்துத் தரணும். எந்த ஜாதின்னாலும் எனக்கு இஷ்டந்தாண்டின்னு சொல்லிட்டார். நானும் தீர்க்கமா யோசிச்சாச்சு. ஏன்? உடையவரோட சம்மதமேயிருக்கு இதுக்குங்கிறா, ரொம்பப் படிச்சவா! அதுக்கும் மேல, நமக்கு என்னடா வேணும்? நீ உனக்குப் பிடிச்சவளா ஒருத்தியப் பாத்துண்டு வாடா. அவள ஒரு வார்த்த அதிகப்படியா நான் கேட்கமாட்டன். அவ யாரோ, எவளோ? அவ எவளா இருந்தாலும், உன்னப் பண்ணிக்க, அவளும் தன் மனசார ஒத்துக்கணும், இதுகளப் போலவே, அவளும் கனிவில்லாமத் தன் மனம் சுளிச்சிரக்கூடாது, அது மட்டுந்தான் இப்ப என்னோட ஒரே கவல! எனக்குப் புரியுதுடா. ஜாதி ஒத்துப் போறதவிட, ரெண்டு மனசுங்களாக் கூடி ஒத்துப் போகணும். அதுதான்டா அபூர்வம். அது ஜாதிக்குள்ள உனக்கு நடக்கறாப்போல எனக்குத் தெரியலடா. சரி. அதுதான் நமக்குப் பெருமாள் கைகாட்டி விடற வழின்னா, ஜாதிக்கு வெளியிலதான் அது உனக்கு நடக்கட்டுமே! யாரு இங்க வேண்டாங்கறா? உன் ஜென்னி மாதிரியே இன்னொரு நல்லவ, உனக்குக் கிடைக்காமலா போயிடுவா? நான் நம்பறன். நிச்சயமா, உன் மனசுக்குப் பிடிச்சவளா ஒருத்தி, சீக்கிரமாவே உனக்குக் கிடைப்பாடா. அவ பொங்கிப் போடறத, ஒரு நொட்டும்கொட்டும் சொல்லாம, நான் சாப்பிடப் போறன். போதும் போதும் போடா, இந்த இழவெடுத்த ஜாதிய நாம கட்டிக் காப்பாத்தினது!"

அம்மாவா இது? அடடா, எப்படிப் பேசுகிறாள் அவள்!

இது போதும் எனக்கு. இனி எனக்குக் கல்யாணமானால் என்ன? இல்லை, ஆகாவிட்டால்தான் என்ன!

***மலைகள்.காம்*, ஏப்ரல் 2018**

இமய விடியல்

"நிரஞ்சனா, உன் கைப்பேசியை அணைத்து வையேன். இது விளையாட்டில்லை. இன்னொரு வாய்ப்பு, நமக்குக் கிடைக்காது"

"இந்தக் காட்டுக்குடிலை, ஒரு 'க்ளிக்' பண்ணிக் கொள்கிறேன். இதை என் முகநூலில் போட்டால், ஆயிரம் லைக்குகளை அள்ளிவிடலாம்"

"நாம், எதற்காக இங்கே வந்திருக்கிறோம்? அலுவலக நண்பர்களுடன், 'வீக் எண்ட் பிக்னிக்' போவதாகப் பொய் சொல்லிவிட்டுத் தனியாக நாம் இருவரும் இங்கே ஏன் வந்தோம்?"

"இப்படிச் சண்டை தொடங்காமல், பேசவே உனக்கு வராதே! டேக் இட் ஈசி மேன். நாம ஆசப்படலாம். முயற்சியும் பண்ணலாம். பட் எவ்ரிதிங் ஹேஸ் டு ஃபால் இன் லைன், இல்லியா?"

"ஒன்னில்ல, ரெண்டில்ல. எட்டு வருஷமாச்சு நிரஞ்சனா, எட்டு வருஷம்! இன்னும் டிசைட் பண்ண முடியலன்னா எப்படி?"

"எப்படின்னா எப்படி? அப்படித்தான் நான் இருக்கன். என் ஃபேமிலி இருக்கு. இருபத்தெட்டு வயசாயிடுச்சு எனக்கு. ஸ்கூல் காலேஜ் படிக்கிற என் தம்பி தங்கைங்களுக்கு யார் பொறுப்பு? குடிகார அப்பாவையும், என் நோயாளி அம்மாவையும் நம்பி அவங்கள எப்படி நான் விட்டுட்டு வரது?"

"அப்ப நிலைகொள்ள முடியாம இப்பிடித்தான் எப்பவும் நான் திண்டாடிக்கிட்டே இருக்கணுமா?

எங்கப்பா பிரஷரத் தாங்க முடியல. கடைக்குட்டிப் பையன் நான். என் கல்யாணம் முடிஞ்சிட்டா, அவர் ஊர்ப் பக்கமா ஒதுங்கிருவாரு. இங்கத் தனியா இருக்க அவருக்கு முடியல. எனக்காகத்தான் சகிச்சிக்கிட்டிருக்காரு"

"அம்மா இல்லாத பையன்களோட பிடிவாதம் உங்கிட்ட ரொம்ப இருக்கு மணி. பக்கா கிராமத்தாளு உங்கப்பா. உங்கம்மா இல்லாம முப்பது வருஷத்தத் தாண்டிப் பிள்ளைகள வளர்த்து ஆளாக்கிட்டாரே! அந்த மனுஷன ஏன் படுத்தற? அவரக் கிளம்பி ஊருக்குப் போகச் சொல்லு. நம்ம பிரச்சன இப்பத் தீராது"

"இப்படிப் பேசினா என்ன செய்யறது? எங்கப்பா சொல்றாப்ல ஒரு புளியம் விளார எடுத்துப் பண்ணையாரப் போல உன்னையும் ஒரு விளாசு விளாசினாத்தான் நீ சரிப்படுவ போலயிருக்கு"

"எங்க நீ விளாசு பாப்போம். எங்கை என்ன, தலைவாரிக் கிட்டிருக்கும்னு நெனச்சிட்டியா?"

"ஐயோ, நிரஞ்சனா! வாட்டர் பாட்டிலால, என்ன நீ அடிக்காத. இருக்கிறது அது ஒன்னுதான். இன்னும் மூணுமணி நேரமிருக்கே. இங்கிருந்து பத்துமைலுக்குக் கடையேதும் கிடையாது. அப்பறம் விக்கி விக்கி, நாம மேல போக வேண்டியதுதான்!"

"போயிடலாமா? நிம்மதியாயிருக்கும். இங்கக் கெடந்து நாம தவிக்க வேணாமே. இரண்டாம்முறையா கலைக்க வேணாமே"

"நிரஞ்சனா வேணாம். அது பாவம். மொத முறையே நான் வேணாம்னுதான் சொன்னேன். நீதான் கேக்கல. இப்பவாவது நான் சொல்றதக் கேளு. நாளைக்கே நாம கல்யாணம் பண்ணிக்கலாமா?"

"இதோ பாரு மணி. எத்தன வாட்டிச் சொல்லிட்டன் உனக்கு? இன்னும் நாலு வருஷத்துக்குக் கல்யாணம் கண்டிப்பா கெடயாது. அப்பறமாத்தான் அதப் பத்தியே நான் யோசிக்கணும். சரி. அத விடு, இதப் பேசு. யார்னா டாக்டர உனக்குத் தெரியுமா?"

"எதுக்கு நிரஞ்சனா? நான் சொல்றதத்தான், ஒருவாட்டி நீ கேளேன். உன் தம்பி தங்கைங்கள, நான் பாத்துக்க மாட்டனா? இத எதுக்கு லேட் பண்ணணும்?"

"இதப் பாரு மணி. சினிமா டயலாக்கெல்லாம் பேசாத. அவங்க படிப்ப முடிச்சு வேலைக்குன்னு போறவரைக்கும்தான். அதுக்குப் பின்னாடி அவங்க வாழ்க்கை அவங்களுக்கு. அதப் பத்தியா இப்பப் பேச்சு? நாப்பது நாளைத் தாண்டியாச்சு. அடுத்த வாரத்துக்குள்ள ஒரு கிளினிக்கக் கண்டுபிடி. நம்ம அவுட் ஆஃப் சிட்டி பிராஞ்சில, ஒரு வாரம் குவாலிட்டி கண்ட்ரோல சூப்பர்வைஸ் பண்ண ஆர்டர் வாங்கியிருக்கேன்.

நீ லீவ் போட்டுடு. கடைசி ரெண்டுநாள் போய், நான் எட்டிப் பார்த்தாப் போதும். மத்ததெல்லாம் கமலா பாத்துக்குவா. ஆக்ட் ஃபாஸ்ட் மணி"

"எனக்குப் பிடிக்கலன்னு சொல்றதக் காதுல வாங்கிறியா? நீ சொல்றதொன்னும் எனக்குப் பெரிய விஷயமில்ல. என்கூடப் படிச்சவ ஒருத்தி, இப்ப ஒரு நர்சிங்ஹோம்ல கொழிச்சிக் கிட்டிருக்கா. ஆனா, இதச் செய்யணுமா நாமன்னுதான் கேக்கறன்"

"போடா லூசு. திஸ் இஸ் மை ஃலைப். எனக்கு எது நல்லது கெட்டதுன்னு நாந்தான் முடிவு பண்ணனும். நீ யார் தலையிட? எட்டு வருஷம் முன்னால, எங்கிட்ட நீ என்ன சொன்னன்னு, இப்ப உனக்கு மறந்து போயிடுச்சா? அப்ப நான், டு பி வெரி ட்ரூ டு யூ, ஒரு தற்கொலைக்கு 'ட்ரை' பண்ணிச் சாகாமத் தப்பிச்சுப் பிழைச்சிருந்தேன். வெளியில எதுவுமே யாருக்கும் தெரியாது. பட், உனக்குக் காரணம் தெரியும்ல?"

"தெரியாம என்ன? உங்கதயக் கேட்டுத்தான், எங்காதே புளிச்சிப் போய்க் கிடக்குதே!"

"அதப் பத்தி ஒரு தரம், அதுவும் அப்ப நான் சொன்னதுதான். இப்ப நல்லாச் சொல்றன், நீ கேட்டுக்க. அந்த ஃபிரெஞ்சு வாத்தி, என்ன நாசமாக்கிட்டான். அவனுக்குப் பொண்டாட்டி ஒருத்தி இருக்கான்னு தெரிஞ்சப்பத் தாங்க முடியாம முதல்ல நான் குமுறிக் குமுறி அழுதன். கோபப்பட்டு அவன் சட்டயப் பிடிச்சுக் கிழிச்சன். அந்தப் பொறுக்கி அசரலயே. காம்யூ சார்த்தர்னு பினாத்தினான். கன்னத்துல ஒன்னு விட்டுக் கேட்டன். சார்த்தர் ஹிப்போகிரட்டா? ஆனா, நீ ஒரு போலி. முதுகெலும்பில்லாத நாய். ஏமாத்துவார்த்தை சொல்லித் தின்னுப்புட்ட என்ன. உங்கிட்ட உண்மயில்லடா, நீ ஒரு சுயமோகின்னு சண்ட பிடிச்சன். வெளியில எங்கயும் போய்ச் சொல்லிடாத, எங்கோவணத்த நடுரோட்டுல அவுத்துடாதன்னு கால்ல விழுந்து கெஞ்சினான். எங்கோபமெல்லாம் திரண்டெழுந்து சாபமாச்சு. குஷ்டம் பிடிச்சுச் சாவடா பாருன்னு கத்திட்டு வெளிய வந்துட்டன்"

"அந்தப் பழங்கதயெல்லாம் இப்ப எதுக்கு? அவனெல்லாம் ஒரு மனுஷன்னு நீ போய்ப் பேசிக்கிட்டு..."

"ஏன் பேசக்கூடாது? எதுக்கு மறைக்கணும்? என் அட்டெம்ப்ட் பத்தித் தெரிஞ்சி, நீ, என் ஃபிரெஞ்சு கிளாஸ்மேட்டான நீ, என்னப் பாக்க வந்தப்ப, உன் கண்ணுல ஒரு பரிவப் பாத்தன். ட்ரீட்மெண்ட் இல்ல, உன் ஈரந்தான் என்னத் திருப்பிச்சு. அப்ப நீ சொன்னத, இன்னும் என்னால மறக்க முடியல. சுய மதிப்பு வேணும் நிரஞ்சனா. நீ ஏன் சாகணும்? அவனில்ல இந்த ஊர விட்டு ஓடணும்! யாரும் வேணாம்; நீ எழுந்து நின்னாப் போதும். ஆயிரம்

பேரு வருவான் போவான். விட்டுத்தள்ளுன்னு சொன்னியே, அத மறக்க முடியுமா மணி?”

“ப்ளீஸ் நிரஞ்சனா. இந்தப் பேச்ச நிறுத்து. இதக் கேட்கவே, எனக்குப் பிடிக்கல!”

“பிடிக்காததக் கேக்கறதும் பாக்கறதும்தான் மணி, நம் வாழ்க்கை! இப்ப அவன் முகம்கூட, என் ஞாபகத்தில இல்ல. ஆனா அப்ப, ஏதோ ஒண்ண, நான் இழந்துட்டதா, உள்ளே குமுறிக்கிட்டேயிருந்தது. அதத் தாங்கமுடியாமப் போய்த்தான், ஒருநாள், தூக்கமாத்திரகள எடுத்து நான் முழுங்கிப்பிட்டன். அவனைத் தாண்டித்தான் எனக்குள்ள நீ வந்தடா. அந்த வலிய உன்னாலத்தான் நான் மறந்தன். ஆனா, நீ பாரு மணி, நான் உனக்கில்ல, நீ அன்னிக்கிச் சொன்னாப்ல, எவனுக்குமே நான் எப்பவுமே அடிமையாக மாட்டன். புரிஞ்சிக்க மணி. நீ எனக்குச் செஞ்சதெல்லாம் சாதாரணமில்ல. ரொம்பப் பெரிசுதான். எனக்கு நல்லாத் தெரியும். எதயும் நான் மறுக்கல, ஒத்துக்கறன். உனக்கு ரொம்பக் கஷ்டம் குடுத்திட்டன். ஆனா, இதுக்கும் நீதான் உதவணும். இதுல உனக்குப் பங்கிருக்கிறத மறந்திடாத. நான் எதயுமே கமிட் பண்ணிக்க விரும்பலடா. அதப் பிறகு பாத்துக்கலாம். பட் திஸ் ஹேஸ் டு பீ டன் இமீடியட்லீ. ப்ளீஸ் ட்ரை டு அண்டர்ஸ்டேண்ட் மீ, மணி!”

“சரி நீ வா. அவுட் ஆஃப் சிட்டி போயிடலாம். மாலாகிட்ட நான் சொல்லி ஏற்பாடு பண்றன். நான் ஒன்னும் உங்கிட்ட எதிர்வாதம் பண்ண வரல. ஆனா, எனக்கு உங்கிட்ட, எந்த உரிமையுமே இல்லியா? இப்பவே என்ன நீ, கல்யாணம் பண்ணனும்னு, நான் ஒன்னும் உன்ன வற்புறுத்தல. ஆனா, அது எப்ப நடக்கும்னு, ஆவலாக் கேக்கற எனக்கு, நீ பதில் சொல்ல வேண்டாமா? எனக்கென்னவோ, நீ ஃப்ரீயா இருக்க விரும்புறீயோ, கல்யாணமில்லாம தனியாவே வாழத் திட்டம் போடுறீயோ, அதுக்காகக் குடும்பக் கவலைகளப் பெரிசுபடுத்திக் காட்றீயோன்னே படுது. அந்த வாத்தி மேட்டர, இப்ப நீ எதுக்கு, ‘ரீ ஓப்பன்’ பண்ண? அதக் கேட்டு, நான் கஷ்டப்படணும், என் ஈகோவ நீ சீண்டிட்டு, சீச்சீ இந்தப் பழம் புளிக்கும்னு என்ன உங்கிட்ட இருந்து விலக்கி நீ ஓட வைக்கணும். இதுதானே உன் ஆசை? ஆனா நிரஞ்சனா, டேக் இட் ஃப்ரம் மீ. அது எங்கிட்ட நடக்காது. என்ன நடந்தாலும், உன்ன விட்டுட்டு, எங்கியும் நான் ஓட மாட்டன். ஏன்னா, என்னைவிட, எனக்கு உன்னத்தான் அதிகம் பிடிக்கும். இது உனக்கும் நல்லாத் தெரியும்தானே. அதனாலத்தான், எங்கிட்ட இருந்து நீ தப்பிக்கப் பாக்கிறியோ, என்னவோ? சரி, நீ பாரு. முடிஞ்சா தப்பிச்சுக்க. நான் என்ன சொல்லப்போறேன்? நீ சூரியனாவேயிருக்கலாம் நிரஞ்சனா.

அதுக்காக நான் குரைக்கிற நாயாயிடுவேனா ? எனக்கும் கொஞ்சம் புத்தி இருக்குமில்லியா ? என்னை ஏன் நீ எதிரியாக்க நினைக்கற ?"

"இன்னும் எத்தனை வருஷம் இப்படிப் பாலாப் பொழிஞ்சு தள்ளுவ மணி. பதினஞ்சு வயசில, இன்னிக்கு ஸ்கூல் ஃபைனல் போற ஒரு பையன்கூட, நேரடியா விஷயத்துக்கு வந்திர்றான். இங்கப் பாரு! இன்னிக்கெல்லாம் யாரும் யாருக்கும் எந்த வாக்குறுதியும் தர முடியாது. அதுவும் நான் ?"

"என்ன பேசற நிரஞ்சனா ? குழம்பிட்டியா இல்ல குழப்பறியா ? ஒரு நம்பிக்கய நீ அழிக்கிற. கொடுத்த என் கையப் பிடிச்சேறிட்டுக் குழிக்குள்ள என்னப் பிடிச்சித் தள்ளிவிடப் பாக்கற !"

"எதுக்கு மணி, உன் வார்த்தைங்கள, இப்பிடி நீ வேஸ்ட் பண்ற ? இப்ப நான் உனக்குத் துரோகியாவே ஆயிட்டேனா ? நான் ஒரு சம்பவம் சொல்றன் கேளு. அப்ப நான் நாலாவது படிச்சிக்கிட்டிருந்தன். எங்க வீட்டுக்குப் பெரியப்பா பையன் - கல்யாணமாகித் தன் புதுப் பொண்டாட்டியோட வந்திருந்தான். பெட்ரூமுக்குள்ள உக்காந்து பாட்டுக் கேட்டுக்கிட்டிருந்தான். உள்ள எட்டிப் பாத்தன். இங்க வான்னு கூப்பிட்டான். போயி நின்னன். தூக்கி அவன் மடியில வெச்சிக்கிட்டான். பாப்பா சாக்லட் திங்கிறியான்னு கேட்டு, அவன் வாயாலயே என் உதட்டக் கவ்வி, எச்சித்துண்ட ஊட்டிவிட்டான். அன்னைக்கே தெரிஞ்சிடுச்சு, ஆம்பளன்னா யாருன்னு"

"தெரிஞ்சுமா இப்பிடி ? வேணாம். வேற ஏதாவது பேசேன்."

"நீ கேட்டுத்தான் ஆகணும் மணி. வேற வழியில்ல உனக்கு. பதினொரு வயசுலயே பெரியவளாயிட்டன். பஸ் டிக்கெட்ட, கண்டக்டர், என் கையத் தொட்டுக் கொடுப்பான். கடைக்காரன், கண்ணாலயே என்னக் கூப்பிடுவான். எதிர்வீட்டுத் தாத்தா, என் கன்னத்தப் பிடிச்சுக் கிள்ளுவாரு. பதினாலு வயசுல, என் பல்லுல சொத்தன்னு, ஒரு டாக்டர் கிட்ட, அம்மா என்னக் காட்டினா. ஒரு வாரம், அவன் வரச் சொன்னான். நாலாம்நாள், எங்கம்மாவால வர முடியல. தனியாப் போனேன். பல்லுப் பாக்கறாப்பல, என் உதட்ட நாக்கால வருடினான். பிடிச்சுத் தள்ளிட்டேன். எழுந்து சிரிச்சான். டாக்டர் ! நீங்க இப்பிடிப் பண்ணலாமான்னு கேட்டன். எப்பவுமே நான் டாக்டராவே இருக்க முடியுமான்னான். காறித் துப்பிட்டு வந்திட்டேன். முப்பது காதல் கடிதம் வந்திருக்கு. ஒன்னொன்னும் ஒரு தினுசு. அப்பறம்தான் வாத்தி; அடுத்துத்தான் நீ"

"இத எல்லாம் நீ வெறுக்கறாப்ல தெரியல. ரசிக்கிறியோன்னு தோணுது. இந்தக் கசப்பெல்லாம் பழகிப் பழகி, இப்போ உனக்கு இனிப்பாயிடுச்சா நிரஞ்சனா ?"

“கரெக்ட். நீ சரியாச் சொல்லிட்ட. வயதேற ஏற, ஏதோ ஓர் ஏக்கமும், எனக்குள்ள வளந்துக்கிட்டேதான் போச்சு. இத எங்கண்ணில அந்த வாத்தி பாத்துப்புட்டான். அதனால வந்த வம்புதான் எல்லாம். ரெண்டு வருஷம் எப்படிப் போச்சின்னே, எனக்குச் சொல்லத் தெரியல மணி. அவங்கிட்ட இருந்து நான் விலகி வர, நீ எனக்குப் பயன்பட்ட. இப்ப உங்கிட்ட முழுசா நான் மாட்டிக்கிட்டன்”

“யாரு, யாருகிட்ட மாட்டிக்கிட்டாங்கன்னு தெரியலயே! நீ பேசறது ஒன்னு. செய்யறது வேறொன்னு. இப்பிடி எத்தினிநாளு நீ இருப்ப? பயன்படுத்திட்டுத் தூர எறியற ஒரு பொருளாப் போயிட்டனா நான் உனக்கு? உன்கிட்ட நான் என்ன கேக்கறன்? சாதாரணமா ஒரு மனுஷன் இஷ்டப்படறத விட, அதிகமா எதனா வேணுங்கறனா நான்? நீ அழகாயிருக்க. நல்லாவே சம்பாதிக்கற. பாக்கிறவங்ககிட்ட எல்லாம், பதமாப் பேசப் பழகச் சிரிக்க உனக்குத் தெரியுது. எவனும் உன்ன வேண்டாம்னு மறுக்க மாட்டான். அதிலும் என்னப் போல முரடனுங்க, உன்ன ரொம்பவே நேசிப்பானுங்க. எனக்கென்னவோ, இதெல்லாமே உனக்கு நல்லாத் தெரியும்னுதான் தோணுது. அதனாலயே, நீ இப்பிடியிருக்கியோ என்னவோ! ஒரு உறவ எப்ப வேணும்னா உன்னால ஏற்படுத்திக்கவோ வெட்டிவிடவோ முடியும்தானே?”

“நிறுத்து மணி. திஸ் இஸ் பீயாண்ட் யுவர் லிமிட். நீ என்னப் பத்தி என்ன நெனச்சிக்கிட்டிருக்க உன் மனசுலன்னு எனக்குத் தெரிஞ்சு போச்சு. தாசின்னு நேராச் சொல்லல நீ, அவ்வளவுதான். உன் நாக்கு முழுக்க விஷமாப் போச்சு. இப்பச் சொல்றன் கேட்டுக்க. உன்ன எனக்கு ரொம்பவே பிடிக்கும், இந்தப் பூமியில இருக்கற வேற யாரை விடவும் நீதான் எனக்குப் பிடிச்சவன். ஆனா மணி, எனக்கு என் மேலயே சில சமயம் நம்பிக்கையில்லாமப் போயிடுது. அதுல உன்ன வேற எதுக்கு நான் கஷ்டப்படுத்தறதுன்னு யோசிக்க ஆரம்பிச்சிர்றன். ஹைஸ்கூல்ல ஒரு பய, என்னைப் பைத்தியம் பிடிச்சவன் மாதிரித் தினமும் சுத்திக்கிட்டிருந்தான். நான் எங்கப் போனாலும், என் பின்னாடியே அவனும் வருவான். ஒன்னுமே பேசமாட்டான். நான் ஏர்ற பஸ்ல அவனும் ஏறி, நான் இறங்கற ஸ்டாப்ல அவனும் இறங்கி, நான் போற கடைக்குள்ளெல்லாம் நுழைஞ்சு என்னோடவே வெளியேறி, வீட்டுக்குப் பின்தொடர்ந்து, என் உருவம் மறையறவரை கண்குத்தி நின்னு... அப்பப்பா, எவ்வளவு டார்ச்சர்!”

“இரு நிரஞ்சனா, கொஞ்சம் பொறுத்துக்க. ஒரே ஒரு கேள்வி. அப்பறம் எனக்கு அது மறந்துடப்போவுது! கேட்கணும்னு நான் நினைச்சதக் கேட்றட்டுமா? உன்ன ஈஸியா நெருங்கறதுக்கு, நீயேன் வாய்ப்புக் கொடுத்துக்கிட்டேயிருக்க? வாட்ஸ் ராங் வித் யூ?”

“வாட்ஸ் ராங் வித் மீ? அதான்டா, எனக்கும் தெரியல. ஜாஸ்தியா ஆசையிருக்கு. யார நான் பாத்தாலும், எதனாப் பரிவா, எனக்குப் பேசத் தோணுது. எனக்குள்ள எதோ ஒன்னு சதா அலைபாயுது. தப்பா ஒன்னுமில்ல. ஒரு தவிப்பிருக்கு. அதத் தணிக்கணும். எப்படின்னுதான் எனக்குப் புரியல. அப்ப அவன் என் கண்ல பட்டுக்கிட்டேயிருந்தான். ஒருநாள், ஒரே ஒரு நொடி, நான் அவனப் பாத்தன். ஒரு சின்னச் சிரிப்புத்தான். அதுக்கே அந்தப் பய தள்ளாடிப்புட்டான். ஆனா, அவன் நேரம், அப்பச் சரியில்லாமப் போச்சு. பஸ்ல ஒரு தடவை, வாசல்படியில நின்னு தொங்கிக்கிட்டிருந்தான். ஜன்னல் சீட்லயிருந்து அவன முறைச்ச எங்கிட்ட, தன் கையில வெச்சிருந்த லாங் சைஸ் நோட் புக்க எடுத்து, ஸ்டைலா அவன் நீட்டினான். ரோட்ல தன் யமஹாவுல திமிராப் போய்க்கிட்டிருந்த என் மாமா, அதப் பாத்துத் தொலைச்சுட்டாரு. உனக்குத்தான் நல்லாத் தெரியும்ல, எனக்குத் தாய் மாமனுங்க மூணு பேரு! எங்க ஊர்ல, எல்லாவிதப் பஞ்சாயத்தும், அவனுங்க பண்றதுதான். மறுநாள் முதல், அந்தப் பயலக் காணல. பொண்ண ஒழுங்கா வளர்க்கத் தெரியாத தங்கச்சிக்குப் பொங்கல் சீர் எல்லாம் ஒரு கேடான்னு கேட்டுப் படபடன்னு பொரிஞ்சி தள்ளிப்புட்டு, என் மாமா போயிட்டாரு. அவனப் போட்டுச் சாத்திப்புட்டாருன்னு, ரொம்பப் பின்னால, அப்பா சொல்லித்தான் எனக்குத் தெரிஞ்சிது”

“இத எங்கிட்ட, ஏன் நீ சொல்ற நிரஞ்சனா? உன் தாய் மாமனுக்கு, ஏதாவது பிள்ளை இருக்கானா? அடி வாங்காம ஓடிப்போயிடுன்னு சொல்லி, என்ன நீ மிரட்டறியா? இதை எல்லாம் முன்னாடியே நீ யோசிக்கிறதில்லியா? ரொம்பத்தூரம் தாண்டி வந்துட்டம்மா. இனித் திரும்பிப்போன்னா, எப்படி நான் போறது? அல்லும் பகலும் ஒரு நினைவுதான். எப்பவும் நான் உன்னப் பாத்துக்கிட்டே, பேசிக்கிட்டே, நிரஞ்சனா நிரஞ்சனான்னு கொஞ்சிக்கிட்டேயிருக்கணும். இதுவும் மெய்யா? இல்லை, வெறும் கனவு மயக்கமா? எதுவுமே விளங்கலயே. உணர்வு மட்டும் அப்படியே துடிச்சிக்கிட்டிருக்கு. உன்னோட சால் ஜாப்பு, சமாதானம், திசை திருப்பல் எல்லாத்தயும் எத்தினியோ பாத்தாச்சு. மூணு வருஷம் முன்னாடி நீ என்ன பண்ணன்னு, உனக்கு இப்ப நெனவிருக்கா? எல்லாரும் உங்க ஊருக்குப் போயிருந்தாங்க. அப்ப உன் வீட்டுக்கு, நீ என்னக் கூட்டிட்டுப் போனியே! திடீர்னு எங்கழுத்துல ஒரு மாலையப் போட்டுத் தாலியக் கையில குடுத்துக் கட்டுடான்ன. ஒரு சொல் மறுத்துப் பேசினேனா? நீ சொன்னாப்பல, உடனே நான் கட்டலியா? அத நீ எங்க மதிச்ச? மூணு மணிநேரம் கழிச்சுத் திரும்பறப்பத் தாலியக் கழட்டித் தந்துட்டு, “பத்திரமா நீயே வெச்சிக்க மணி. நல்ல ஞாபகார்த்தமா இருக்கும்டா உனக்கு”ன்னு, சிரிச்சியே பாவி!

நிரஞ்சனா நீ யார்? இது என்ன ஒரு கோணல்? என்னைப் பொம்மையாக்கறதுலதான், உனக்கு எவ்வளவு சந்தோஷம்?”

“கோணல்னு தெரியுதில்ல! அப்புறமும் எதுக்கு, என் பின்னாடியே சுத்திக்கிட்டுத் திரியற நீ? சரிதான் போடின்னு சொல்லிப்புட்டுப் போய்த்தொலையேன் நீ. இப்பிடி நல்ல பிள்ளயா, ஜெண்டில்மேனா வேஷம் போடறவங்களயே, எனக்குப் பிடிக்கிறதில்ல. மனுஷன்னா கொஞ்சமாவது அவன் பொய் சொல்லணும், முன்னப் பின்ன லேசா அவன் மாறணும், சிறிசா ஏமாத்தணும், பெரிசா வேடிக்கைகளக் காட்டணும், பலதயும் அவன் மறந்துபோகணும், சிலதயாவது மன்னிக்கத் தெரியணும், பிரிஞ்சும் சேந்தும்னு நல்லா மூச்சுத்திணறணும், முடியலன்னா கண்காணாமத் தலைமுழுகிட்டுப் போயிடணும், அறுநீர்ப்பறவைங்க போலக் குளத்த விட்டுட்டு ஒரேயடியா ஓடிடணும்... இதெல்லாம் உனக்குச் செய்ய வராது. என்னக் குத்திக் குத்திக் குளிர்காயத்தான் தெரியும். பசி வருது. சாப்பிட உக்காந்தீனா, சுத்தமா பசி போயிடுது. என்ன செய்யச் சொல்ற? இப்பிடித்தான், நான் எதோ நெனச்சி, எதோ செஞ்சிப் பின்ன எதோவா இருந்துக்கிட்டேயிருக்கன். இது உனக்குக் கஷ்டம் மணி. நான் உனக்குக் கெடுதலா நெனப்பன்? நீ வாத்தி இல்ல, அடிபட்ட ஸ்கூல் பையன் இல்ல, நம்ம ஆபீஸ் மூர்த்தி இல்ல, சலீம் இல்ல, எதிர்வீட்டுக் கிழவன் இல்ல, நீ என் மாமாப் பையன் இல்ல, பஸ்ல இடிக்கற பொறுக்கி இல்ல, என் மனம் உரசற வெத்துத் தீக்குச்சி இல்லன்னு எனக்குத் தெரியாதா? நீ புலம்பிப் பொருமாத மணி. அது உனக்கு நல்லாவே இல்ல. நான் எப்படிப் போனா, உனக்கென்ன? நீ நீயாவே இரு. அப்படியிருக்க உன்னால முடியலன்னா, நீ போயிடு. இது உன் பத்ம வியூகம் மணி. இத வேற யாருமே போடல. நீயேதான், உன்ன சுத்திக் கட்டியெழுப்பிக்கிட்டுக் கஷ்டப்படற. உள்ள வந்துட்டவனுக்கு வெளியில போகவும் வழி தெரியணும்தானே?”

“நிரஞ்சனா, நீ இவ்வளவு புத்திசாலின்னு நான் நெனச்சதில்ல. எவ்ளோ அழகாப் பேசற நீ! நீ சொல்றதெல்லாம் உண்மையோ என்னவோன்னு, எனக்கே ஒரே குழப்பமா இருக்கே! தீதும் நன்றும் பிறர் தர வாராங்கற. ஓகே, அக்செப்ட் பண்ணித்தான் ஆகணும். உன்ன எதிர்த்து நிக்கறதுக்குப் பலம் வேணும். எனக்கு அவ்வளவு பலமில்லேன்னு புரியுது. தண்ணீர் போல, உன் முன்னால, இப்ப நான் நிக்கறன். உனக்குத் தாகமிருக்கறாப் போலவும் இருக்கு, இல்லாதது போலவும் இருக்கு. ஒன்னு தெரியுது. நான் இல்லன்னாலும் நீ நல்லா இருப்ப. எனக்குத்தான் அது முடியாதுன்னு, எதோ குடையுது, என் உள்ள. அதுக்கு நீ என்ன செய்வ? நீ பாவம் நிரஞ்சனா! உன்னக் கேவலமா

திட்டறதுக்கான ஒரு சிறிய வலு கூடவா எனக்கில்லாமப் போச்சுன்னு நெனச்சாலே புழுங்குதே. சரி நீ வாழு. எங்க நான் இருந்தாலும் உன்னப் பாத்துக்கிட்டிருப்பேங்கறத மறந்துடாத. இன்னொரு ஏமாளி, உனக்கு மாட்டாமயா போயிடுவான்?"

"மணி, நீ பச்சைக்குழந்தை வேஷம் போடாத. ஆமாம், எனக்கு ஏமாளிதான் வேணும். நீ ஏமாளி இல்ல, இல்லியா? ஸோ, புத்திய வெச்சு உன்ன நீ வளத்துக்கோ. என்னோட இருந்தீன்னா, உனக்கும் மனநோய் வந்துடும். நீ தெளிஞ்சவன். பயணம் போ. நாலு ஊரப் பார். உங்கப்பன் சொல்றவளயே நீ கட்டிக்க. என் முகத்திலயே முழிக்காமப் போயிடு. ஆனா, போறதுக்குள்ள இந்தப் புண்ணியத்த மட்டும் நீ பண்ணிட்டுப் போயிடு. இது வளந்துட்டா, நான் ஆபீஸ் போக முடியாது. வீட்ல பாத்திரமும் தேய்க்க முடியாது. அம்மாவ ஆஸ்பத்திரிக்குக் கூட்டிட்டுப் போக முடியாது. எதிர்த்துப் பேசற என் தம்பி தங்கய இழுத்துக் கன்னத்தில அறைய முடியாது. மணி, மணி! எங்கோபத்தக் கிளறாத. நீ எவ்வளவோ எனக்குச் செஞ்சிட்ட. உன் கணக்குப் பாக்க இதுவா நேரம்?"

"அவுட் ஆஃப் சிட்டி போலாம்னு முன்னாடி நீ கேட்டப்பவே நான் சொல்லிட்டன், நிரஞ்சனா. பிரச்சன அதில்ல. செடியோட அடிவேர் மண்ணுக்குள்ள இல்ல. அது உன் ஆழ்மனசுக்குள்ள இருக்கு. அதப் பிடுங்காம எதுவும் சரியாகாது. அத நீ யாருக்கும் தெரியாம மறைக்கணும்னு ஏன் பாக்கிற. அத மறைக்கற திறம, உனக்கிருக்குங்கறதுல எந்தச் சந்தேகமும் இல்ல. ஆனா, அத நீ செய்யறப்ப, உங்கிட்டவுள்ள கருணையெல்லாம் வேப்பங்காய்க் கசப்பாயிடுது. இந்தக் கசப்பு, மனுஷனுக்கு ஆகாது நிரஞ்சனா. இது எதிராளிய இல்ல, நம்ம சுயத்தயே முழுங்கிடற கசப்பு. அதனாலத்தானே ஜாக்ரதையாயிரு, உஷாராயிரு நீன்னு சொல்லிக்கிட்டேயிருக்கேன். நம்ம மேல, நமக்கே மதிப்புப் போயிடுச்சின்னா, பின்ன என்ன மிச்சமிருக்கும்? கூரான அம்பக் கையில பிடிச்சு, உன்னயே நீ எதிராளியா நினைச்சுக் குறி பாத்துக்கற. அது எனக்குத் தெரியுது!"

"நன்றி மணி. நீ சொல்றது சரியா தப்பான்னு, எனக்குச் சொல்லத் தெரியல. இப்போ என் கவலை எல்லாம், இதிலிருந்து நான் தப்பிக்கறது, எப்படின்னு மட்டுந்தான். நாளை வேற வேல, வேற சுருக்கு, வேற பாதை, வேற பயணம்! இதுதான் என் நிஜம். நான் நிஜமில்ல, நிஜமாக நான் ஆசைப்படவுமில்ல. பொய்லதான் என் ருசியிருக்கு, பொய்லதான் உயிரிருக்கு. என் உபாதையெல்லாம், நான் நெனச்சாப்ல, அவ்வளவு பொய்யா என்னால ஆக முடியலயே, அது ஏன் நடக்கலங்கறதப் பத்தித்தான்!"

“பிரமாதம் போ. எறும்பிருக்குப் பாரு, எறும்பு. அதுகூடத் தன்னோடி இனிப்பத் தேடித்தான் போவும். நடுவில தடைன்னு எதுனா குறுக்க வந்தா, அது திரும்பிடும். கொஞ்சநேரம் கழிச்சுத் திரும்பவும் அதே வழியிலப் போய்ப் பாக்கும். இனிப்புல ஒரு வாய் வெக்காமப் புறம் போகாது. ஆனா, நீயோ இயற்கைக்கு எதிராப் பேசற. தன்னக் கடிச்ச அந்த எறும்ப, நசுக்காம மிதிக்காம, அந்தாண்ட எடுத்துவிடற பெரிய மனுஷத்தனத்த, நான் உங்கிட்ட எதிர்பார்க்கல. உன்னக் கடிக்காத எறும்பக் கறுவி, உனக்கு என்ன ஆகப்போவுதுன்னுதான், நான் உங்கிட்டக் கேக்கறன்...”

“நான் எறும்பில்ல மணி. நிரஞ்சனா, ஒரு மனுஷி. எங்காது முழுக்க, உன்னோட குரல் கேட்குது. ஆனா, அது என்ன வழி மறிக்கல. உன் போக்குக்கு என்னத் திருப்பல. சொல்லப்போனா, உன் குரல்தான், பெரிசாக் கேக்குதுடா. ஆனா, அது எனக்கு அர்த்தம் ஆகல! இனி, நீ பேசாத மணி. நீ பேசறதெல்லாம் வீண். இதெல்லாம், ஏன் இப்பிடி எனக்கு நடக்குதுன்னு, நீ கேளு. தெரியலயே, எனக்குத் தெரியலயேன்னு பணிஞ்சு பெருங்கும்பிடு போடு. அங்கப் பார், அந்த ஆடு, தன் குட்டியோடத் துள்ளியோடுது, அதுக்குத்தான் எவ்ளோ மகிழ்ச்சி! நாளைக்கு நாளன்னைக்கெல்லாம், இதே துள்ளல், அதுகிட்ட இருக்கப் போவுதா என்ன? போ மணி, போய் ஆக வேண்டியதைப் பாரு. உன்னப் பத்தியே எப்பவும் யோசிக்காத. நான் உங்கிட்டக் கேட்டத, முடிஞ்சா நீ செய். நீயா தர்மப்பிரபுவா உன்ன நெனச்சிக்கிட்டு, எனக்குப் பிச்ச போடப் பாக்காத!”

“இது சரியில்ல நிரஞ்சனா. ரெண்டு மாசமாவுது, என்கிட்ட நீ தனியாப் பேசி. ஆபீஸ்லயும் ஃபோன்லயும் பொதுவாப் பேசறதோட சரி. எனக்குத் தெரியாம, என்ன நீ அவாய்ட் பண்ணிட்டதாச் சிரிச்சுக்கறது, எனக்குத் தெரியாதுன்னா, நீ நெனச்சிக்கிற? எல்லாம் சரியாயிருந்தா, இங்கக்கூட, எதுக்கு நாம வரப்போறம்! இந்த உன் குரூரத்துக்குக் கட்டாயமா நீ எனக்குப் பதில் சொல்லித்தான் ஆகணும். ஏன், நீ நீ நீன்னு, ஒரேயடியா நீ போய்க்கிட்டேயிருக்க?”

“உன்னப் பத்தி, ராபர்ட், ஒரு வருஷம் முன்னாடியே சரியாச் சொன்னான். எனக்குத்தான் அதப் புரிஞ்சிக்கப் புத்தியில்லாமப் போச்சு. மணி உனக்குச் சரிப்பட மாட்டான்னு அவன் சொன்னது, இவ்வளவு உண்மையா இருக்கும்னு கனவுலயும் நான் நெனச்சதில்ல. உன்ன அண்டர்கிரவுண்ட் ரூம்ல கொண்டுவச்சி, பெரிய பூட்டா அவன் போடப்போறான் பாருன்னா ஹேமா. உன் சந்தேக புத்தி, உங்கிட்டயிருந்து போகும்னு இனியும் எனக்கு நம்பிக்கையில்ல. நான் சொல்றதக் கேட்டுக் கோச்சிக்காத. நிதானமா நீ யோசிச்சிப் பாரு.

நம்ம அமுதா கிட்ட வேணும்னாலும் கேட்டுப் பாரேன். எனக்கு என்னவோ, அவ உனக்குச் சரியாயிருப்பான்னுதான் படுது மணி!"

"அசிங்கமாப் பேசாத நிரஞ்சனா. அவ எனக்குத் தங்கச்சி மாதிரின்னு, நல்லாவே உனக்குத் தெரியும். தெரியாதுன்னு பச்சப் பொய் சொல்லி நடிக்க, நீ ட்ரை பண்ணாத. இவ்ளோ தூரம் நீ போனதுக்கப்றம், நீ எதோ, 'வெல் ப்ளாண்ட் டிராமா' பண்றன்னு கூடவா, எனக்குத் தெரியாமப் போயிடும்? ஸோ, அவ்ளோ முட்டாளாவா, நான் உனக்குத் தெரியறன்! சரி விடு. இனிம உன்னோட, நான் பேசப்போறதில்ல. நாம வெளியூர் போய்ட்டுத் திரும்பறப்ப, நான் உன் மணியாய் நிச்சயம் இருக்க மாட்டன். நீ பழையபடி, முழு நிரஞ்சனாவா அப்ப நிமிர்ந்துடலாம். உன்னத் தினந்தினம் துளைச்சுக்கிட்டேயிருந்த இந்தப் புழு, வேற இலைக்குப் போயிடும். இந்த ஜந்துவ நீ பாக்க முடியாது. உன் திசை, எனக்கு இருட்டிப் போச்சு! இன்னும் ஒரே ஒரு வாரம்தானே. ஆல் இஸ் நாட் வெல், பட், நியூ பிளட் இஸ் ஃப்ளோவிங் லைக் ரெயின் நிரஞ்சனா!"

"அப்பா! எவ்ளோ நிம்மதியாயிருக்கு தெரியுமா, இப்ப? நான் பேச நெனக்கறத, நீ பேசற. நீ பேசாததயும் சேத்து, நான் பேசறேன். போ மணி, போடா! நீ இல்லன்னா கார்த்தி. கார்த்தி இல்லன்னா, பீட்டர்! நீங்க பண்ணாததயா, நாங்க பண்ணிடப்போறோம்? நீ எவ்ளோ பேசிட்ட, மணி! நானே கூப்பிட்டாலும், இனி நீ திரும்ப வந்துடாத. வந்தீன்னா நரியே, என்னப் போலவே நீயும் ஆயிடுவ, அதனால ஒழுங்கு மரியாதயாத் தூர ஓடிப் போயுடு!"

"போறண்டி. போகத்தான் போறன். பெரிய இவளா நீ? என் மனசில, உன்ன நான், பெட்ரோல் ஊத்தி, ஒருநாள் எரிப்பேன். உன் சாம்பலக் கொண்டுபோய்க் கோடை விடியல்ல இமயமலை மேலத் தூவுவேன். அந்தப் பொழுது, அப்படிப் பொன்னாய் எனக்குப் புலரும். பின் உன் சதை எனக்கு மறக்கும்; நான் நானாயிடுவேன்!..."

காலச்சுவடு, அக்டோபர் 2018

ஏழாம் பிறை

1

முதல் ஞாபகம் எது? மூன்று வயதில் நான் பார்த்த கொலுவா? சுருண்டிருந்த மரவட்டையா? மரக்குதிரை ஏற முயன்று, என் காலை உடைத்துக் கொண்டதா? கொலுவும் மரவட்டையும் நினைவில் நிழலாடுகின்றன; வலக்கால் முறிவு இன்றும் படமாய்ப் பதிந்திருக்கிறது. மூக்குச் சளி ஒழுகும்; எச்சிலூறும்; மாவடு ருசிக்கும்; கிணற்றடி வழுக்கும்; நீர்க்குமிழி உடையும்; பலூன் வெடிக்கும்; பிரம்பு மிரட்டும். திறந்த கண் எப்படி மீள மூடுகிறது? மூடிய கண் எப்படிப் பின் திறக்கிறது? ஒன்றுமே தெரியாது. அப்போதெல்லாம் மனமே கிடையாது. உடல்கூடப் பெரிதாய்க் குறுக்கிட்டதில்லை. ஆனால், உணர்வுகள் மிதந்துள்ளே ஓடிக்கொண்டேயிருக்கும். கோவிலும் ஆறுமே அலைக்கழியும் இடங்கள். பேராற்றல் உந்தும்; காற்றுவெளியெங்கும் உற்சாகம் ஆர்ப்பரிக்கும். செம்பருத்தியும் கனகாம்பரமும் துளசியும் பவழ மல்லிகையும் முல்லைக்கொடியும் கொல்லையை விழுங்கும்.மாவும்பலாவும்தென்னையும்கொய்யாவும் வழிநடையைக் குளுமை செய்யும். முதல்நாள் நீரூற்றி வைத்த பழையதுதான். ஒரு பருக்கையும் எஞ்சாது.

பாவாடை கட்டுவதற்குள், எச்சில் துடைத்துத் தரை கழுவிப் பாத்திரம் தேய்க்கக் கற்றுத் தேர்ந்து ஆயிற்று. இருள் பிரிவதற்குள் குடமெடுத்து அரை மைல் நடந்துபோய்க் கூட்டமாய்க் குதியாட்டம் போட்டுவிட்டுப் பாதி மலர்ந்த தாமரையாய்த் தாயின்

புடவைத்துண்டைச்சுற்றியபடியேதிரும்பிவிடலாம்.நாலுமணிக்குப் பொழுது விடிந்து விட்டால், பிறகு இரவு எட்டு மணி வரைக்கும், ஏரில் பூட்டிய எருதாய், வீடும் வீடு சார்ந்தும் சுற்றுப்பம்பரமாய் ஆடியும் ஓடியும் தசை நாடிகளை விரட்டியபடியேயிருக்கலாம். ரெட்டைச் சடைதான்; முழுகாத நாள் கிடையாது; அரைப்படி எண்ணெயைத் தலைகுடிப்பதாகப் பாட்டி கத்துவாள். கோலி, சடுகுடுவுக்கு அனுமதியில்லை. வேடிக்கைகள் பார்க்கலாம். சோழி, தாயக் கட்டம், பல்லாங்குழி, ஆடு புலி ஆட்டம், அப்பா அம்மா விளையாட்டு யாவும் திகட்டத் திகட்டப் பழகியாகிவிட்டது. என் இரண்டு கைகளிலும் மருதாணி இட்டு, ராத்திரிக்குத் தண்ணீர் கூடக் குடிக்கமுடியாது, விக்கி விக்கித் தாத்தாவிடம் திட்டு வாங்கிய அந்நாளையெல்லாம் மறந்துவிட முடியவில்லை.

இளங்காலையில் மூன்றுமைல் நடந்துபோய்த் தோழிப் பெண்களுடன் இலந்தையும் நாவற்பழமும் பறித்துவந்த அப்பதின் பருவங்களைத் தொலைத்தாயிற்று. ஆறாம் வகுப்பில், கணக்கில் நூற்றுக்கு நூறு வாங்கினேன். ஸ்தெனிஸ்லாஸ் சார், முதுகில் தட்டிக்கொடுத்துப் "பொம்பள ராமானுஜன்!" என வியந்தார். அவர் கற்றுத் தந்த ஏழை, இப்போதும் 7 என்றுதான் நடுவில் சிலுவைக் கோடிழுத்துக் கைப்போடுகிறது. ஆனால், என்ன பிரயோஜனம்? ஏழாம் வகுப்புத் தொடங்கிய மூணாம் நாளே, கடைசி மணிக்கு இருபது நிமிடங்களிருக்கையில், அந்தக் கோரச்செய்தி வந்தது. ராணுவத்திலிருந்த என் அப்பா, போர் ஒத்திகையின்போது, தவறுதலாகச் சுடப்பட்டுவிட்டாராம்! அதற்கப்புறம் ஒரு மாதம் கழித்துப் பள்ளிக்குப் போன மறு நாளில், நான் முதல் ரத்தம் பார்த்தேன். அவ்வளவுதான். ஆறே மாதத்தில், எனக்குக் கல்யாணமாகிவிட்டது!

2

பன்னிரண்டு வயது. இன்று, பெரிய மனுஷிகளைப்போல், குழந்தைகள் பேசித் திரிகின்றன. அன்றோ, பெரிய மனுஷிகளே குழந்தைகளைப் போல்தான் இருந்தார்கள். இருநூறுமைல் தாண்டிக் குக்கிராமம் ஒன்றில் கொண்டுபோய் என்னைத் தள்ளிவிட்டார்கள். அதன்பின் முப்பதாண்டுகள், என் அம்மா உயிரோடிருந்தாள். ஏழெட்டுமுறை நான் போய்ப் பத்திருபதுநாள் தங்கி வந்திருப்பேன். அவள் என்னிடம் வந்தது, மூன்று நான்கு முறை இருந்தாலே அதிகம். முதல் முறை, அவள் வந்துபோனது, மிகப்பசுமையாய் நிற்கிறது. அதிகாலையில், ஈரமுண்டுடன், ஆற்றங்கரையில் என்னை நிற்கவைத்து, "ஜெண்பக லஷ்மி! என்னால முடிஞ்சது இவ்ளோதான். நான் என்னடி பண்ண? அந்த மனுஷன் இருந்தாலாவது ஒப்புக்குச் சப்பாணியா, எதனா

அப்பறம் செஞ்சு போடறேன்னு சொல்லி, ஒன்ன ஏமாத்தலாம். இப்பத்தான் அதுக்குமே வழியில்லாமப் போச்சே. இந்தா, இதப் பிடி. ஒரு மூணு பவுன் இருக்கும்டி. ஒசந்த வைரக்கல்லு மூக்குத்தி. ஒங்கப்பா, ஒரு தடவ, ஒங்க தாத்தா பாட்டிக்குக்கூடத் தெரியாம, ஆசயா எனக்கு வாங்கித் தந்தார் இத. பரண்மேல டிரங்குப் பெட்டிக்குள்ள போட்டுப் பூட்டி வெச்சிருந்தன். நீயும் இத, இப்பிடியே வெச்சிக்க. ஒனக்குப் பிறக்கற புழு பூச்சிக்குத் தேவைப்படும். மறிச்சி மறிச்சிச் சொல்றதுக்கு, நேக்கு ஒன்னும் இல்லடி. இனிம இதான் ஒனக்கு ஊர். இவாதான் ஒன் ஒறவு. நானும் நீயும் பிரிஞ்சு அலையிற மேகம் மாதிரி. ஆற அமரப் பேசறதுக்கு நமக்கு நேரமில்ல. ஓடிக்கிட்டேயிரு நீ. அவ்ளோதான், நான் உனக்குச் சொல்றதுக்கு இருக்கு" என்றாள் அம்மா. பாவம்! நானாவது சுமங்கலி, அவள் விதவை. அதிலும் முப்பது வயதுக்குள் தாலியறுத்தவள்! கூடப்பிறந்த தங்கைகளையும் தம்பிகளையும் அவள்தானே பராமரித்தாக வேண்டும்?

அம்மாவைச் சொல்லியென்ன? பதிநாலு வயதில் ஒருமுறை உண்டாகிக் கலைந்து, பின்னர் பதினைந்து வயதில் என் முதல் பெண்ணை நானே பெற்றெடுத்தாயிற்று. அந்த வயதில் கடலை மிட்டாய் தின்னப் பிடிக்கும். தைப்பிறந்துவிட்டால், யாருக்கும் தெரியாமல், கொல்லைக்குப் போய், இரவில் கரும்பு தின்று கொண்டிருப்பேன். இவர் அப்படியே என்னைக் கட்டிப்பிடிப்பார். உதட்டைக் கடித்து விழுங்கிவிடுவார். மூணு நாலு நிமிஷந்தான். "கண்ணப்பா! எங்கடா போயிட்ட? லக்ஷ்மியையும் காணோமே. எங்கடா தொலஞ்சிங்க, இங்கத் தனியா என்ன விட்டுட்டு?" என, ரெங்கம்மாவின் குரல் உறுமும். "இங்கதாம்மா, கெணத்தடியிலதான். நேத்திக்கி நீ சொன்னியே, அந்த அம்மிக்கல்ல ஓரமாப் போடப்படாதாடான்னு. அதத்தான் நகர்த்தப் பாக்கறன். இதோ முடிஞ்சிடுத்தும்மா. வந்துட்டேனே!" என்றோடுவார் இவர். கண்ணப்பன்தான்; சிவபெருமானுக்குப் போல ரெங்கம்மாவுக்கு இவர்! அப்பவும் அவள் விடாள்.

"நல்ல ராக்கூத்தடிக்கற. போடாப்போ. அம்மிக்கல்ல இவன் நகத்தறானாம், நான் சொன்னன்னு. அற்பத்துக்கு அதிர்ஷ்டம் வந்தா அர்த்த ராத்திரியில குடை பிடிக்கும்பாளே. அப்படின்னா இருக்கு, நீ பேசறது செய்யிறது எல்லாம்! அவ எங்கடா? கூஜா தூக்கிப் பயலே!"

"இதோ இருக்கேம்மா. ஒங்க ஒம்பது கஜப் புடவயப் பிழிஞ்சு ஒலத்தினன். நீங்க ரொம்பநாளா சொல்லிண்டிருந்தீங்களேம்மா. இன்னிக்குத்தாம்மா, எனக்குக் கொஞ்சம் போது ஒஞ்சுது. அந்த ரெண்டும் தூங்கினப் பிறகுதானே, எதுவும் நான் செய்ய முடியறது?"

மறுநொடி நான் ரெங்கம்மாவின் முன்னால் பறந்துபோய் நின்றுவிடுவேன். இவர்மீது அவள் பொழியும் வசைமழையைத் தாங்கிச் சிரிப்பேன். இப்படித்தான் எங்கள் தாம்பத்யம் நாற்பது வருஷம் நடந்தது. ரெங்கம்மா போய்ச் சேர்வதற்குள் மேற்போய்விட்டார் இவர். அதற்குள் ஏழைப் பெற்று, ரெண்டை நான் பறிகொடுத்துவிட்டேன். இன்னும் ஐஞ்சு மிஞ்சி நிற்கிறது. மூத்தது மூன்றும் பெண்; இளையது ரெண்டும் ஆண்.

3

ஊரில், ஒரு பெருமாள் கோவில் இருந்தது. அது பாழடைந்து கிடந்தது. ஒரே ஒரு பட்டர் மட்டும்தான், தம் சொந்தச் செலவில் பெருமாளுக்குக் கைங்கர்யம் பண்ணிக்கொண்டிருந்தார். ஊரில் அவருக்கு எந்தவித ஆதரவுமில்லை. உண்மையில் அந்தப் பட்டருக்குப் பிராமணரிடம் துளிமதிப்புமில்லை. அவர்களில் பலர் பண முதலைகள்; சிலர் பெருங்குடிகாரர்கள். காலப்போக்கில் கடவுளின் தேவையும் குறைந்து வருவதாகத்தான், அந்நாள்களில் தோன்றிக்கொண்டிருந்தது. இருந்தபோதும், கொள்ளிக்குப் பிள்ளை இல்லாத ஒரு மனக்குறையோ என்னவோ, நவநீதக்கிருஷ்ணனை, அப்படிப் பட்டரும் மாமியும் கொண்டாடினார்கள். எனக்குப் போக்கிடமாக இருந்தது, அவர்களின் அகம்தான். இங்கே என் மாமியார் தொல்லையென்று, காலையிலும் மாலையிலும் நான் குளிக்கப்போவது – பின் பெருமாளைப் பார்க்கப்போவது – தவிரப் பிற பொழுதெல்லாம், எனக்கு ஆண்டாள் மாமியோடுதான் பேசிக் கழியும். நான் அங்கே போகாவிட்டால், மாமியே என்னைத் தேடிக்கொண்டு, இங்கே வந்துவிடுவாள்.

ஆற்றங்கரை மேலேதான் கோவில். ஆலும் தேக்கும் அரசும் ஆட்சி செய்யும். பாரி ஜாதமும் பாதிரிப் பூவும் கொட்டிக் கிடக்கும். சிறிய தாமரைக் குட்டையைத் தாண்டி, ஞாரத்தையும் பூவரசும் தாண்டிச் சுற்றிச் சிதைந்த நிலையில் திண்ணையும் ரேழியும் வெந்நீர் உள்ளுமாய்ப் பெரிய வீடு. வயதான அந்தத் தம்பதியினருக்கும், போது போக, நான் அவசியப்பட்டேன். அந்நாள்கள், இனி வாரா. இவ்வாழ்வில் நான் கண்ட தனி ருசி என்று ஏதாவது உண்டானால், அது அந்தச் சில வருஷங்கள்தான். என்னவர், ஒரு பெரிய பண்ணையில் நூறு வேலி நிலபுலங்களை மேற்பார்த்திருந்தார். மேலும், அவ்வூரில் நிகழும் பல வம்படி வழக்குகளிலும், அவர் தலையிட்டுக் கொண்டிருந்தார். கடவுள் சம்பிரதாயம் சாஸ்திரம் சடங்கு எதிலும் பிடிப்பின்றி, இஷ்டப்படி நாடோடியாய் அலைந்திருந்தார். அப்போது, முதல் மூணும் என்குப் பிறந்துவிட்டிருந்தன. அவர்களை என் மாமியார்தான் கவனித்துக்கொண்டார். எனக்குக் கோவிலாத்து மாமியிடம்

சென்று பேசுவதில்தான் பெருலயிப்பிருந்தது. என் தாத்தாவிடம் இருந்தும் பெரிய அத்தையிடமிருந்தும் உள்நிறைய நற்செல்வப் பேற்றைச் சேகரித்திருந்தேன். பத்து வயதிலேயே பிரபந்தத்தில் பாதியேனும் பாடமாகியிருந்தது. அந்தச் சிறுவயதிற்குள்ளேயே பத்துப் பதினைந்து திவ்ய தேசங்களையும் சேவித்திருந்தேன். ஆண்டாள் மாமியுடன் சேர்ந்த பிறகு, கூண்டு வண்டி கட்டிக் கொண்டு, வருடம் நான்கு தடவை, திவ்யதேசப் பயணத்திற்கும் பழகியிருந்தேன். இப்படி ஒரு பயணத்தில்தான், இஷ்டப் பரமபதம் போனார் பட்டர் மாமா!

திருக்கண்ணங்குடியில் பிரகாரம் சுற்றிக்கொண்டிருந்தோம். "ஆண்டாளு! ஒரு வாய் ஜலம் குடுடி. என் தொண்டய, ஏதோ அடைக்கறாப்பல இருக்கு!" என்றார். ஓடிப்போய் மாமி ஜலம் கொண்டுவந்து தருவதற்குள்ளேயே, மாமா போய்விட்டார். யாருக்கு வரும், அப்படி ஒரு சாவு! அதற்கப்பறம் மாமியின் முகத்தில் நான் சிரிப்பைப் பார்த்ததில்லை. என்னைத் தவிர, ஊரில் யாரோடும் மாமிக்குப் பேச்சுமில்லை. "ஆண்டாளு! நீயுமாடி என்னப் போலவே மொட்டச்சியா ஆகணும்! சரி, நம்ம ப்ராப்தத்துக்கு, நாம என்னடி பண்ண முடியும்?" என்ற ரெங்கம்மாவின் ஆறுதல் மொழி, மாமிக்கு வேண்டியிருக்கவில்லை. நான்தான் இவரைத் தார்க்குச்சி போட்டிழுத்துக் வெளிக் கிளப்பினேன். அடுத்த ஏழாண்டுகளில், நூத்தி ஆறு திவ்ய தேசங்களையும் பார்த்து முடித்தோம். சாளக்கிராமத்தில் கண்டகி நதியில் இவரை விட்டுத் தன்னவருக்குக் காரியம் செய்து ஏதோ மனம் ஆற்றிக்கொண்டாள் மாமி. அங்கிருந்து வந்தபிறகுதான், எங்களுக்கு மோகன் பிறந்தான்.

பல வருஷம் கழித்துப் பிறந்த முதல் ஆண் வாரிசு என்பதால், எல்லாருக்கும் மோகன் செல்லமானான். அதிலும் மாமிக்குப் பட்டர் மாமாவே வந்து பிறந்துவிட்டதாகத்தான் நினைப்பிருந்தது. பட்டருக்குப் பின்னே, பூஜையறையில் வீட்டுப்பெருமாள், அப்படியே கவனிப்பாரற்றுக் கிடந்தார். கோவில்பெருமாளுக்கும் பூஜை நின்று போயிற்று. ஆனால், வைஷ்ணவ மணத்துடனேயே, மாமி, தினந்தினம் தளிகை பண்ணுவாள். மோகன்தான், அவ்வளவுக்கும் கொள்கலம். என் பெண்களுக்கும் மாமியாருக்கும் ஏனோ கோவில் மாமியோடு ஒட்டவேயில்லை. என்னை விடவுமே, மோகன்தான் அதிகமாய் ஒட்டிக்கொண்டிருந்தான். உசிலி மாமி என்றே, அவன் விளித்தான். ஒரு சிற்றஞ்சிறு காலை. குளித்துவிட்டுப் படித்துறையில் ஈரப்புடவையோடு ஏறிக்கொண்டிருந்த உசிலி மாமி, காலிடறிக் கீழே விழுந்தாள். தலையில் பலமாக அடிபட்டுப் படுத்த படுக்கையாய்க் கிடந்து, மூன்றாம் மாதம் திருநாடேகினாள். அப்போது எனக்குத் தெரிந்திருக்கவில்லை; இப்போதுதான்

நன்றாக அது உறைக்கிறது. என் ஆன்மாவோடு கட்டுண்டிருந்த ஒரு வஸ்து, என்னைத் தவிக்கப் பண்ணிவிட்டுத் தான் மட்டும் கடைத்தேறிவிட்டது!

4

மோகனுக்குப் பிறகு, பத்து வருடம் சென்று, அமுதன் பிறந்தான். அவன் வளர வளர, ரெங்கம்மாவின் வாய் ஏசலும் அதிகமாயிற்று. "போயும் போயும், நாப்பது வயசிலயா பிள்ளை பெப்பா கடங்காரி! நான் பெத்ததும் சரியில்ல, அதுக்கு வந்து சேந்ததுகளும் சரியில்ல. இதுகளத் தாங்கித் தாங்கியே என் ஆயுளும் முடிஞ்சிடப்போறது, போ!" எனக் கத்தினாள் ரெங்கம்மா. ஆனால், அப்பாழ்விதி நினைத்ததோ வேறு. கண்ணப்பனே முதலில் போனான். "நல்ல வேளை! பெண்களுக்குக் கல்யாணத்தையேனும் முடித்துவிட்டுப் போனானே!" என, ஆறுதல் பட்டுக்கொண்டாள் ரெங்கம்மா. எனினும், என் மீதான அவளின் கடுங்கசப்பு, அதன் பின்னேதான், மேலும் கூடி இறுகிற்று. "பட்டரத் தொலச்ச அந்த மொட்டச்சியோட சேந்து சுத்திச் சுத்தி, இவளும் அதே மாதிரியா, எம் பிள்ளய முழுங்கிப்பிட்டாளே! இதான் நான் கண்ட பலனா?" என்ற மகராசியோடு, பின்னும் ஆறாண்டு, நான் போராட வேண்டி வந்தது. ஒருவழியாகத் தூக்கத்திலேயே அவள் போனபோது, எனக்கும் வாழ்வு விடிந்துவிட்டாற் போலிருந்தது. இனி யாருக்கும் நான் பதில் சொல்ல வேண்டியதில்லை. நான் பெற்ற ஐவரும் எனக்குத்தான் பதில் சொல்லக் கடமைப்பட்டவர்கள் என நினைத்துக்கொண்டேன். சில காலம் அப்படித்தான் கழிந்தது. பட்டம் பெற, அமெரிக்காவுக்கு ஃபுல்பிரைட் ஸ்காலர்ஷிப்பில் மோகன் போன மறுவாரம்தான், ரெங்கம்மாவும் மேலே போனாள். அவளுக்குப் பிடித்தமான பேரனின் கொள்ளி, அவளுக்குக் கிடைக்கவில்லை. அமுதனே கொள்ளியிட்டான். மாமிக்குக் கொள்ளி இட்டதை நினைவுறுத்திக் கடிதமெழுதியதோடு சரி, பின் இந்தப் பக்கமே மோகன், திரும்பிக்கூடப் பார்க்கவில்லை. அங்கேயே ஒரு சீனாக்காரியைப் பண்ணிக்கொண்டுவிட்டான். அவ்வப்போது வளர்த்த கடனுக்காகப் பணமனுப்புவான். எனக்கும் அது வேண்டித் தானிருந்தது!

எப்படியோ தட்டுத் தடுமாறி விட்டுத்தான், அமுதனால் தன் கல்லூரிப் படிப்பை முடிக்க முடிந்தது. அவனுக்குக் கைக்கட்டிப் பிறருக்குச் சேவகம் பண்ணுவதில் இஷ்டமில்லை. கோவில் மாமி நினைவாக, நான் அவனுக்குப் பிரபந்தத்தில் ருசியேற்படுத்தினேன். கும்பகோணத்திற்குத் தன் ஜாகையை அமுதன் மாற்றினான். அங்குப் பெருமாளுக்குக் கைங்கரியம் பண்ணப் பக்திக்கடை போட்டான். புஷ்பம், சந்தனம், திருமண், தேன்குழல், அதிரசம், திருப்பாவை கேஸட், பிரபந்தப் புத்தகங்கள் விற்கும் கடையைத்

திருப்தியோடு அவன் நடத்தினான். அவ்வப்போது என்னையும் கூட்டிப்போய், ஸ்ரீரங்கம் திருப்பதியெல்லாம் காட்டி மகிழ்வித்தான். ஆனால், அந்த வலிய விதி, யாரைத்தான் விட்டது? ஒருநாள் நாச்சியார்கோவிலில், ஒரு டைவர்ஸி ஸ்கூல் டீச்சரைப் பார்த்த உடனேயே, அவன் மனம் நிலைமாறிக் குழைந்தான். குடந்தையைக் காலி செய்துவிட்டு, அவள் வீட்டோடேயே, அமுதனும் குடியேறிக் கொண்டான். என் முதல் பெண், டெல்லியில் இருந்தாள். அவள் புருஷன், ரிசர்வ் பேங்கில் பெரியாளாயிருந்தான். அவளோடு போயும் ஒண்டிப்பார்த்தேன். என் மடியும் ஆச்சாரமும், அங்குக் கேலிப்பொருளாகி இழிந்தன. இரண்டு மகன்கள் மீதான விமர்சனமும் சேர்ந்துகொள்ள, மீண்டும் நான் நிம்மதியிழந்தேன். ஒரேயொரு வருஷம்கூட, என்னால் அங்கே காலம் தள்ளமுடியவில்லை. பழையபடி என் கிராமத்திற்கே நான் திரும்பிவிட்டேன். டெல்லி மாப்பிள்ளை கேட்ட கேள்வியில் மிரண்டுபோய்த்தான் ஓடிவந்தேன்.

“ஊர்ல எதுக்கு நிலம்? அதயெல்லாம் வித்துட்டுக் காசா மாத்திக்கொண்டு வந்துடுங்கோ. நீங்க சா கறவரை, மூணுவேளைச் சோத்துக்கு, நான் கேரண்டி. இன்னும் என்னம்மா வேணும் ஒங்களுக்கு?”என்றார் மாப்பிள்ளை. மகளும் கேட்டுக்கொண்டு தான் இருந்தாள். ஆனால், ஒரு வாய் வார்த்தைக்குக்கூடத் தன் மறுப்பையோ ஆறுதலையோ, அவள் தெரிவிக்கவில்லை. தன் புருஷனை அவள் கண்டிக்கக்கூட வேண்டாம்; தன்னைப் பெத்தவளுக்காக ஒரு சொட்டுக் கண்ணீர் கூடவா அவளிடம் இல்லை? அவள் மாமியாரின் வளர்ப்பு. வேறு எப்படி அவள் இருப்பாள்? மார்பகப் புற்றுநோயில் திண்டாடும் இரண்டாம் மகளிடம் போவதைவிடப் பெரிய பாவம் வேறில்லை. அன்பானவள் என்றாலும்கூட, மூன்றாமவள் அன்றாடங்காய்ச்சி ஆற்றே! என் மோகனின் பணமும் கிராமமும் இனிப் போதும் என்றே, நான் முடிவெடுத்தேன். அந்தப் பாழடைந்த கோவிலுக்குத் தினம்போய்க் காலையிலும் மாலையிலும் அகல் விளக்கேற்றி விட்டு வருவேன். அப்படியே கொடியும் செடியும் சுற்றியிருக்கும் சந்நிதிவாசலையே வெறித்திருப்பேன். ஆதிசேஷனிடமும் கருடாழ்வானிடமும், நான் பேசிக்கொண்டிருப்பதாகப் பிரமை தட்டும். கோதா ஸ்துதியை, என் வாய் மணக்க மணக்கப் பூசிக்கொள்வேன். என் ஹ்ருதயத்துக்குள் பட்டரும் மாமியும் வந்து எட்டியெட்டிப் பார்ப்பதாகத் தோன்றும்.

முதல்முறை மண மாலை மாற்றிக்கொண்டு, இந்த ஊர் வந்து, நவநீதக்கிருஷ்ணனின் திருவடிகளில் விழுந்தபோது, பல்லாண்டு ஒலித்துப் பட்டர் மாமா வாழ்த்தியபோது, நவராத்திரிக்கொலுவிற்கு வைத்த சுண்டலைத் தன் அம்மாவுக்குத் தெரியாமல் எடுத்து வந்து, என் வாயில் அவர் ஊட்டிவிட்டபோது,

அமுதனும் நானுமாய் மாறி மாறிப் பாசுரம் சேவித்தபோது... என்னதுடா கிருஷ்ணா, இதெல்லாம்? ஐந்து பிள்ளைகள் பெற்று உருவான அடிவயிற்றுத் தழும்புகள் மட்டும்தான் எனக்கு மிச்சமா?

5

சொல்ல மறந்துவிட்டேன். எனக்கு நான்கு தங்கைகள். இதில் ஒருத்தி இப்போதில்லை. அவள் மகள் லதா. அந்த லதாதான், போன ஆவணிக்கு என்னைத் தேடிவந்தாள். “பெரீம்மா! வேண்டாம்னு சொல்லிடாத. கொஞ்ச நாள், ஒன்னோட இருக்கலாம்னுதான் வந்திருக்கேன்” என்றாள். அவளைப் பற்றி, நான் ஒன்றுமே கேட்டுக்கொள்ளவில்லை. நாம் வேண்டாம் வேண்டாம் என்று எவ்வளவோ விலகியோடினாலும், நம்மைத் தேடியே உறவுகள் வருகின்றனவே என்ற வியப்பு மட்டும் எனக்குத் தீரவில்லை. நானும் லதாவும் ஓரளவுக்கு மகிழ்ச்சியாகவே இருந்தோம். என் ஒரே ஒருத்திக்குச் சமைப்பது சுலபமாயிருந்தாலும், அது மனதில் ஏதோ ஒவ்வாமையையும் உண்டு பண்ணி விடுகிறதே. லதாவுக்குமாகச் சேர்த்துச் சமைப்பதில், நான் ஒரு சுற்றுப் பெருத்தேன். கொல்லையில், மாமரத்தின் கீழ், ஊஞ்சல் கட்டிப் பேசிக்கொண்டே ஆடுவோம். லதா எதையோ மென்று மென்று முழுங்குவாள். பிறகவள் கலகலப்பாகிவிடுவாள். இருந்தாலும் மௌனம், சில வேளைகளில், அவளைச் சுற்றி இறுகிவிடும். “பெரீம்மா! எதுக்குக் கல்யாணம் பண்றாங்க? இப்ப நீயும் நானும் நல்லாத்தானே இருக்கோம்! ஒம் பொண்ணு பையனுங்களால ஒனக்குப் பிரயோஜனமில்ல. என்னால ஏக்கத்தோட செத்த எங்கம்மாவுக்கு, என்ன செய்ய முடிஞ்சிது? எனக்குக் குழந்தை இல்லேன்னு வருத்தமில்ல பெரீம்மா. ஆனா, அதுக்காக, இன்னொருத்தியை என் ஆத்துக்காரன் தேடலாமா? நியாயமா அது? நீதான் சொல்லேன்!”

அழுகிறவளை, நான் என்ன சொல்லித் தேற்றுவேன்? இந்தக் குழந்தைக்கு, இப்படியுமா மனக்கஷ்டம் வரணும்! மூன்று மாதம் கழித்து லதாவின் புருஷன் ராஜா வந்தான். ஆள் ஜோராயிருந்தான். இரண்டு இரவுகள் விடிய விடியப் பேசினார்கள். லதா சமாதானமாகி விட்டாள். எனக்கு உயர்ரகக் காட்டன் புடவை வாங்கிக் கொடுத்துவிட்டுத் தன் பொண்டாட்டியைக் கூப்பிட்டுக்கொண்டு பட்டணம் போய்ச்சேர்ந்தான் ராஜா. நாலாம் மாதம் ஒரு தந்தி வந்தது, தூக்கில் தொங்கிவிட்டாள் லதா என்று. அந்த ராஜாவைக் கூலியாளை ஏவிக் கொன்றுபோட வேண்டுமென்று, ஓர் ஊமைக்கோபம் கிளம்பிற்று. எருமை மாட்டைக் கட்டி வைத்து அடித்த தங்கை புருஷனின் முகம் உள்ளே நிழலாடியது. “பெரீம்மா! எனக்கு ஒரு ஸ்ட்ராங் காப்பி

போடேன்" எனக் கத்தும் லதாவின் உரிமைக்குரல் கேட்டது. அந்தக் காட்டன் புடவைய, என் வெந்நீர் அடுப்பிற்கு இரையாக்கினேன். ரொம்பநாள் வெறி ஏறிக் கறுவிக்கொண்டிருந்தேன். நேற்று ஒரு பெண் வந்தாள். தன் பத்து வயது மகளுக்கு மூக்குக் குத்திவிடச் சொல்லிக் கேட்டாள். "இப்பல்லாம் காலம்தான் மாறிப்போச்சே. இதெல்லாம் இன்னும் வேணுமா?" என்றேன். "என்னம்மா நீங்க, இப்பிடிக் கேட்டுப்புட்டீங்க. மூக்குக் குத்தலன்னா, இவள எவன் கட்டிக்குவான்?" என்றாள்.

உள்ளூர் வழக்கமது. இவ்வளவு வருஷங்களில், ஒரு இருநூறு பேருக்கேனும், நான் மூக்குக் குத்தியிருப்பேன். வீட்டு ஞாரத்தை முள்ளே, அதற்கு உகந்தது. கையையும் காலையும் திமிறவிடாமல், ரெண்டுபேர் பிடித்து அமுக்கிக்கொண்டால், ரெண்டே ரெண்டு நிமிஷமே போதும். ஒரே ஒரு ரத்தப்புள்ளிதான் வெளித்தெறிக்கும். ஏழாம் நாளில், அந்த ரணமும் ஆறிவிடும். ஒரு நல்ல நாள் பார்த்துப் பின் ஒரே மாதத்தில் மூக்குத்தியைப் போட்டுவிடுவார்கள். அந்தப் பெண்ணுக்குக் கல்யாணம் நிச்சயமானால், முதலில் என்னிடம் சொல்லிவிட்டுத்தான் பத்திரிகை அடிக்கப்போவார்கள். மாட்டுக்கு மூக்கணாங்கயிறு; பொம்பளைக்கு மூக்குத்திம்பாங்க. டெல்லியில், என் பேத்திக்கு, இன்னும் மூக்குத்தி நீ போடலியாம்மா என, என் மகளிடம் நான் கேட்டதற்கு, "நீ வேறம்மா. நமக்குத் தெரியாம, இவ சிகரெட் பிடிக்கறாம்மா. இன்னும், நாம என்னென்ன பாக்கணுமோ?" எனப் பயமும் பெருமையுமாய் மாலதி முணுமுணுத்தாள். இதை நான் வரவேற்பதா, இல்லை எதிர்ப்பதா எனக் குழம்பிப் போனேன். அதில் எனக்குச் சிறிதும் தெளிவில்லை. "எல்லாத்தயும் பெருமாள் பாத்துண்டிருக்கான்!" எனக் கோவில் மாமிபோல், சரணாகதிக்குள் சென்று நானும் மூழ்கினேன். பெருமாள் இருக்கிறான்; பெருமாள் பார்க்கிறான்; பெருமாள் கேட்கிறான்; பெருமாள் பேசுகிறான்; பெருமாளே எல்லாம் செய்கிறான். எனில், எனக்குப் பொறுப்பு எதற்கு? குட்டியைத் தூக்கிப்போய்க் காப்பாற்றத் தாய்ப்பூனைக்கா தெரியாது? கிருஷ்ணா! ராமா! என அவன் காலில் நீ விழாவிட்டால், நீ எப்படிச் சாப்பிட முடியும்? எப்படித் தூங்கத்தான் உனக்கு முடியும்?

6

நேற்றொரு கனவு. கனவில் சாட்சாத் ரெங்கநாதனே வந்திருந்தார்.

"லக்ஷ்மி! உனக்கு இன்னும் என்ன வேண்டும்?" எனக் கேட்டார்.

"கொடுத்ததெல்லாம் போதும். நீர், இந்த உசிர, சீக்கிரமா எடுத்துக்கப்படாதா அரங்கரே!" என்று மன்றாடினேன்.

“நான் எமனில்ல; கிருபா மூர்த்திம்மா நான்; புரிஞ்சிக்கோ!” என்றார். நானும் அவரைச் சும்மா விட்டுவிடாமல், தொடர்ந்து அவருடன் விவாதித்துக்கொண்டே போனேன்.

“எனக்கு என்ன வேணுங்கிறியே? சரி, உன்ன நான் இப்படிக் கேக்கிறேன். ஒனக்கும் என்னதான் வேணும்? எழுபதைத் தாண்டி ஆச்சு. இன்னும் ஏன் நீ என்னப் படுத்தற?”

“நீ ஒரு முன் மாதிரி. ஒன்னப் பாத்து நாலு பேரு கத்துக்கணும்!”

“கிண்டல் பண்றியா கிருஷ்ணா? நான் பட்ட கஷ்டம், என் எதிரிங்ககூடப் படக்கூடாதுன்னு ஜெபம் பண்ணிண்டிருக்கறது, ஒனக்குத் தெரியாமலாயிருக்கு?”

“மனுஷியாப் பொறந்துட்டு, நான் கஷ்டப்பட மாட்டேன்னு நீ சொல்லலாமா லக்ஷ்மி? இவ்வளவு கஷ்டத்தயும் தாங்கிச் சங்கு போலச் சுட்டாலும், இன்னும் வெண்மையா நீ இருக்கற பாரு, அதுதான் எனக்கு வேண்டியது. நான் ஏற்றும் உதாரணச்சுடர் நீ!”

“நாராயணா, நாராயணா! எவ்வளவு லகுவா, பொய் பேசற நீ? பத்தாவது அவதாரம் எடுக்கப் பயந்துக்கிட்டுப் புத்தி சொல்லியே ஏய்க்கப் பாக்கிறியே! பொம்மனாட்டிக்கு நிம்மதியே கெடயாதா, ஒன் படைப்புல?”

“ஆம்பளய மட்டும் நிம்மதியாவா வெச்சிருக்கன்? குளத்தில மீனைப் போடறதுதான் நம்ம வேல. நானேவா நீந்த முடியும்? நீந்தினாத்தான் நீ பொழைக்கலாம். நீந்தலேன்னா, நீ கொக்கு வாய்க்குப் போயிடுவ!”

“மீனாவது கொக்காவது? பெருமாளே! ஒனக்குச் சங்கோஜமே கெடயாதா? என்ன பேத்தற நீ? தண்ணி வத்தினா மீன் எல்லாம் செத்துடும். மழையும் மரமும் இல்லன்னா, செல்போன் டவரா மொளைச்சுக்கிட்டேயிருந்தா, கொக்கேது குருவியேது?”

“ஒன்னோட சூழல நீதான் சமாளிக்கணும் லக்ஷ்மி. நஷ்டமோ லாபமோ, அது உன் வியாபாரம். கைக்கூப்பி, ஒன்ன மறந்து நீ நின்னீன்னா, அயர்ச்சி கொஞ்சம் குறையலாம். அதுக்கு மேல, நீ எதிர்பார்க்கிறது ஒன் பேராசை. இது நியதி. இதுக்குள்ள வந்துபோய் போய்வந்து ... கோடி கோடி ஜீவன்லாம் இப்பிடித்தான் மயங்குது. இந்த மயக்கம் மட்டும் இல்லன்னா, வாழ்க்கையே இல்லியே!”

“ரொம்ப சரி. எல்லாமே மயக்கம்னா, பின் நீ யாரு? நான் யாரு? இல்லயில்ல, நீதான் அப்புறம் எதுக்கு?”

“நான் பரிபூரணன். நீ சிருஷ்டியிலேயே எல்லைக்குட்பட்டவ. ஆனா, சத்தியமா சொல்றன், நீ பாத்தத உன்வழிப் பாத்த நானும்

பிரமிச்சுத்தான் நிக்கறன். இது முதல் சுற்றுதான். அடுத்த சுற்றுல, உனக்கு வேற பயணமிருக்கு!"

"ஐயோ! என் கருணைக்கிழங்கே! எனக்குப் புதுசு புதுசா பயணமெல்லாம் வேண்டாம். நதியில ஒரு கூழாங்கல்லா என்னப் போட்டுடு. வறளாமப் பொங்கணும் நான்!"

7

அமெரிக்காவிலிருந்து ரிஷி வந்திருக்கிறான். பாட்டிக்கு எண்பது கொண்டாட வேண்டுமாம். அதை டாக்குமெண்டரியாய் எடுக்கத் திட்டமிடுகிறானாம். ஆயத்தப்பணிகளை இவன் முடித்துவிட்டுச் சொன்னால், அடுத்த வாரம், டெக்னிக்கல் டீமோடு, ரிஷியின் தகப்பன் மோகன் வந்துவிடுவானாம். "போங்கடா! நீங்களும் உங்கள் டெக்னாலஜியும்!" எனக் கத்தவேண்டும் போலிருந்தது. ஆனால், நான் கத்தவில்லை. ரிஷியில் அவன் தாத்தாவின் சாயல் தெரிவதைக் கூர்ந்து பார்த்துக் கொண்டிருந்தேன். "கிராண்டி! என்ன சீரியசா, திங் பண்ற நீ? நூறு வயசிருப்ப. பயப்படாத. இந்த டாக்குமெண்டரிக்கப்புறம் அமெரிக்காவெல்லாம் உன் பேச்சாத்தான் இருக்கும். நீ வேணும்னா பாரேன்" என்றான் பேரன். பாக்கத்தான் போறேன். என்ன வேணும்னாலும் நடக்கட்டுமே. நான் ஜெண்பக லஷ்மி. வானை முட்டிப் பூமியைக் குடைவேன். பட்டர் போனார், இவர் மரணித்தார், கோவில் மாமி காலமானா, தூக்கத்திலேயே மாமியார் கண் மூடினா, தூக்குல லதா தொங்கினா, அவ அம்மா எரிஞ்சா, சூன்யமானா எங்கம்மா, நானும் சாவேன்! ஆனா, நூறு வயசுங்கறானே இந்தப் பய! பாப்போம். நான் பாக்காததா?

"ஹே, ஓல்டி! பீ கூல், யூ ஃபூல்! லிட்டில் பிட் ஸ்மைல் பண்ணு. அப்படித்தான், அப்படித்தான் கிராண்டி. ரைட், கிரேட்!"

ரிஷியையே பார்த்தேன்.

சுருண்டிருந்த மரவட்டை மீண்டும் நிமிர்ந்துவிட்டது.

_பேசும் புதிய சக்தி_, அக்டோபர் 2019 (தீபாவளி மலர்)

மனுஷ்யன்

தீபப்பிரகாசர் அணைந்துவிட்டார். இது யாரோ ஒருவரின் வெறும் மரணம் இல்லை. இன்று உலகம் முழுவதும் இதுதான் தீவிரத் தலைப்புச் செய்தியாகவே அடிபடுகிறது. தொண்ணூறுக்கும் மேலான நாடுகளில், தீபப்பிரகாசருக்குப் பல பில்லியன் பக்தக் கோடிகள் இருந்தனர். அநாதி ஆன சநாதனத் தர்மத்தின் கடைசிக் கொழுந்து அவர். முற்றிலுமாக ஒரு புதிய வழியை அவர் ஸ்தாபித்திருந்தார். வேத உபநிடத ஒளியில் நின்றார். மகாவீரரையும் கௌதமரையும் ஏற்றார். பூதவாத நியதிகளையும் விட்டுவிடவில்லை. ஸூஃபிகளையும் சித்தர்களையும் ஆரத்தழுவினார் அவர். யூதத்தையும் இயேசுவையும் அரவணைத்தார். ஆதிசங்கரரையும் இராமானுஜரையும் மத்வரையும் அனுசரித்தார். உலகத்தோடு ஒட்ட ஒழுகித் தம் தரிசனத்தையே ஒரு பெருங்கோபுரமாகக் கட்டியெழுப்பினார். சார்வாகர்களும் அகோரிகளும் ஆசீவகர்களும் ஜிப்சிகளும் அவரால் ஆகர்ஷிக்கப்பட்டனர். அவ்வப்போது அவர், பூர்வ பௌத்தர்களோடும் நவக் கம்யூனிஸ்டுகளோடும் ஆக்கபூர்வமான பல விவாதங்களை நடத்திவந்தார். தம்மிடம் கொண்டு வரப்படும் குழந்தைகளுக்குச் சிவவாக்கியர், கபீர், பீம், மஸ்தான் சாகிபு, எல்லீஸ், கால்டுவெல், பூலே, அயோத்திதாசர், அய்யன் காளி, காந்தி, பெரியார், அம்பேத்கர், பகத்சிங் எனப் புரட்சிப் பெயர் சூட்டிக் கவனம் ஈர்த்தார். பள்ளி, விகாரை, கோவில், மசூதி, தேவாலயம், குருத்வாராக்கள் ஒருங்கிணைந்த ஓர் ஐக்கியக் கலைப் பாணியையே பின்பற்றினார். அவர்

எழுப்பிய ஆலயக் கட்டுமானங்கள், பின்நவீன சிருஷ்டிகளாகக் கொண்டாடப்பட்டன. யாகம், வேள்வி, தியானம், யோகம் என்று மட்டும் அவர் இயங்கவில்லை. நிமித்தம், விரிச்சி, மாந்திரீகம், பிரசன்னம் என்றும் வேரோடினார். பள்ளியெழுப்பல், திருமுழுக்கு, தொழுகை, ஞானஸ்தானத்திலும் கிளைவிட்டார். ஸ்பரிச தீட்சை, நயன வருடல், நரம்பு மீட்டல், மூளைத்தூண்டல், குண்டலினியை எழுப்பி நிலைநிறுத்துதலிலும் கனிந்தார். இவை யாவும் அவரிடம் பரிபூரணமாகச் செயல்பட்டன.

மானுட அறிவின் அனைத்துச் சாத்தியங்களும் புகுந்து பரவ ஏதுவாகத் தம்மை எப்போதும் திறந்தே வைத்திருந்தார். ஒவ்வொரு நாளும் அதிகாலையில் தொடங்கிச் சந்திரன் உதயமாவதற்குள் குறைந்தது இருபது மைல்களாவது நடந்திருப்பார். அவர் கால் படும் இடமெல்லாம் சேவை ஸ்தாபனங்கள் செழித்திருந்தன. அவருக்குத் தனித்த வசிப்பிடம் கிடையாது. அவர் ஒரு தேசாந்திரி. இயல்பாக எங்குக் கால் அயர்கிறதோ, அல்லது நடை கிளம்பி நாற்பது நிமிடம் முடிகிறதோ, அங்கே அமர்வார். அது மரத்தடியாகவோ தேநீர்க் கடையாகவோ குடிசையாகவோ மாடி வீடாகவோ இருக்கலாம். அவர் மனம் குவியும்போது உடனுக்குடன் நின்று வழித்தங்குவார். சில ஊர்களில் பத்துநாள்கள்கூடக் கூடாரமடிப்பார். சிலபோது வெளிக்கிராமப் பண்ணை வீடுகளில் அடைக்கலமாவார். ஏன்? பெருநகர நட்சத்திர விடுதிகளிலும் கூச்சமின்றி இளைப்பாறுவார். அப்போது குழந்தைகள், பெண்கள், முதியோர், நோயாளிகளைக் கொஞ்சம் அதிகமாய்ச் சந்திப்பார்.

அஷ்டதிக்குப் பாலகர்களாகப் புகழப்பட்ட ஓய்வு பெற்ற உச்ச நீதிமன்றத் தலைமை நீதிபதி, ஞானபீட விருது பெற்ற சமஸ்கிருத எழுத்தாளர், பொலிவு சிறிதும் மங்காத முன்னாள் உலக அழகி, ஒரு மாநிலத்தின் காபந்து முதலமைச்சராக இருந்து பத்துவருடம் முன் தீபப்பிரகாசரால் சந்நியாசத்திற்கு மடக்கிக் கொண்டுவரப்பட்ட பிரதாபருத்ரன் என்ற வசியவாதி, நாடி ஜோதிடத்தில் பயிற்சியுற்ற ஒரு பழங்குடிப் பெண், தீபப்பிரகாசர் வரலாற்றை நாள்தோறும் தொகுக்கும் இளங்கணினி நிபுணி, அரேபியப் பிரசங்கத்தின்போது பூர்வ ஜென்ம நினைவு உண்டாகி அடிபணிந்த ஒரு ஷேக், பாவ மன்னிப்புக் கேட்கப் பிடிக்காது வெருண்டு சரணடைந்த நடுவயதுப் பாதிரி ஆகியோரால் தீபப்பிரகாசர் பேணப்பட்டார். இவ்வெட்டுப் பேரும் தீபப்பிரகாசரின் துறவு மேன்மைக்குக் காலம் வழங்கிய மெய்சாட்சிகளாகப் பொது ஜனங்களால் வியக்கப்பட்டனர். இவர்கள் எப்போதும் அவர் நிழலாய் உடனுறைந்தார்கள். இந்த எண்மரும் இறுதித் தீர்ப்பாயம்போல் செயல்படக்கூடியவர்கள். பிரிட்டிஷ் ஆட்சியில் செயல்பட்ட பிரிவியூ கவுன்சிலுக்கும் மேலானவர்கள் இவர்கள்.

இதுவரை தீபப்பிரகாசரைத் தலை நோவு, பல் வலி, சளிக் காய்ச்சல், குளிர் ஜுரம், உஷ்ணச் சிரங்கு, மார் வலி, மூட்டு வலி எனச் சாதாரண மனிதர்களைப் பாடாய்ப் படுத்தும் எந்த ஒரு வியாதியும் அண்டியதில்லை. ஆள் நல்ல சிவப்பு என்றாலும், கருங்கல்லைப் போல் அவ்வளவு வலுவாயும் வடிவாயும் இருந்தார். இதோ நம் கண் முன் ஓர் அவதாரப் புருஷர், கலியுகத்தைச் சீர்ப்படுத்தும் மகாத்மா, பூரண ஆயுசான நூற்றிருபது வயதைச் சாதாரணமாகக் கடந்துகாட்டப்போகிறவர் என்பதாகப் பண்டிதர்களால் குறி சொல்லப்பட்டு வந்தார். இப்படியிருக்கையில்தான், எவருமே தம் கனவிலும் எதிர்பாராத வகையில், பட்டப்பகல் நினைவிலேயே, திடீரெனத் தம் எண்பத்திரண்டாம் வயதில், நம் தீபப்பிரகாசர் அஸ்தமித்துவிட்டார். தம் பனிரெண்டாம் வயதில் பிரமச்சாரி கோலமுற்றுத் திரிதண்டம் ஏந்திவிட்ட தீபப்பிரகாசர், தமது எழுபத்திரண்டாம் வயதுவரை, பிரமச்சரியத்தின் வலிமையைக் கட்டிக்காத்துப் பாரெங்கும் கோலோச்சியிருந்தார். அண்மையில், அஷ்டத்திக்குப் பாலகர்களுடன் சென்று, அவர் வென்றுவந்த தாய்லாந்துப் பயணத்தின் பின்தான், தீபப்பிரகாசரைப் பொதுவெளியில் அவ்வளவாகக் காணமுடியவில்லை. ஒருபோது மட்டுமே உண்ணும் உபவாச ஜபதபத்துடன், கடுமையான மௌன விரதத்திலும் மூன்று மாதமாய் இறங்கியிருந்தார். காஞ்சியருகில் இதுவரை யாருக்கும் கைக்கூடாத ஜீவன் முக்தியில் திளைத்துச் சிறிதே நிலைத்திருந்தார். நேற்றுத்தான் அவர், மீண்டும் ஆசிரமம் திரும்பியிருந்தார். வரும் புத்த பூர்ணிமாவுக்குப் பேரொளியோடு அவர் கிளம்பிப் புத்துலகம் புனையப்போவதாகக் காற்றெங்கும் ஒரு பேச்சிருந்தது.

இது சர்வதேசக் கவனம் கோரும் செய்தி. இதை மறைக்கவும் முடியாது; உடனுக்குடனே இதனை வெளியிட்டுவிடவும் கூடாது. ஸ்வாமிஜியின் உயர்மட்ட அத்யந்த எண்மர் ஆணையத்தால் ஐவர் தெரிவு செய்யப்பட்டிருந்தார்கள். 1. ஓய்வு பெற்ற கவர்னர் டேவிட் ராம் (இருமுறை விவாகரத்தானவர்) 2. ஆறுமுறை தேசிய விருதுகள் பெற்ற நடிகை ஸ்வர்ணா (பேரிளம் பெண்) 3. பல்லாண்டுகள் முன்பே, ஒரு பெரும் சாதிக் குழுவின் தலைவர் பதவியினை உதறிவிட்டுத் துறவியாகத் தீபப்பிரகாசரிடம் வந்தொதுங்கிய விஜயானந்தர் (இன்னும் வழக்குண்டு) 4. பிரபலப் பேச்சாளர் மகா காலன் (நவீனத்தைப் பழைமை செய்பவர்) 5. இவர்களை ஊடகங்களுடன் ஒருங்கிணைக்கும் ஆசிரம செய்தித் தொடர்பாளி பண்பழகி (விதவை). ஸ்வாமிஜிக்குப் பின், இந்த ஐவரில் ஒருவரே, அடுத்த பீடாதிபதியாவார். அவர் யார்? அதுதான் இப்போதைய பிரச்சனை! அதை முடிவு செய்யாமல், தீபப்பிரகாசரின் அணைவை அறிவிப்பதற்கில்லை. இது ஒரு மாபெரும் சாம்ராஜ்யம். இதில் எங்கும் ஒரு மிகச்சிறு குழப்பமும்

நேரலாகாது. நோய் நொடி எதிலும் ஸ்வாமிஜி விழுந்ததில்லை. நேற்று ஒரு புத்தக வெளியீட்டு விழாவில், 'சர்வ சமய சமரசம்' பற்றி அவர் பேசிய ஒரு மணிநேரப் பேச்சு, இன்று உலக அரங்கில், யூ – டியூபில், நம்பர் ஒன் வைரல் வீடியோவாக, விறுவிறு டிரெண்டாகிக்கொண்டிருக்கிறது. மாலை ஆறு மணி சுமாருக்குப் பீத்தோவன் சிம்பொனியில் ஏகாந்தமாய்த் திளைத்திருந்த ஸ்வாமிஜி, திடீரெனக் குலுங்கிக் குலுங்கிச் சிரித்தார். அந்தச் சிரிப்பு அவர் உதட்டை விட்டு விலகுவதற்குள், நாற்காலியிலிருந்து நழுவிக் கீழே தரையில் சரிந்தார். அப்போது ஐவர் அணியினரே அருகிலிருந்தார்கள். முதலில் பதறிய பண்பழகி, பின் சற்று நிதானமாகி, அடுத்து என்ன நடக்க வேண்டும் என்பதில் கவனம் காட்டினாள். அவள் அழைப்பின் பேரில், தீர்ப்பாயத்தாருக்கு மிகவும் நம்பிக்கையான ஹார்ட் சர்ஜன் ஜேம்ஸ் ஆத்ரேயன், அவரின் உதவியாளர் டாக்டர் கண்ணன் சுலைமானுடன் அழைக்கப்பட்டார். ஆசிரமத்திலேயே ஒரு மினி கிளினிக் உண்டு. வெளிநபர் அறியாதவாறு, வீல்சேரில் வைத்து, ஸ்வாமிஜியைத் தள்ளிக்கொண்டு போனாள் ஸ்வர்ணா. இதுவும் அடிக்கடி நடப்பதுதான். அரைமணி என்னென்னவோ செய்தார்கள். ஒன்றும் சரிப்படவில்லை. இறுதியில் அது உறுதியாகி விட்டது. ஆனால், மரணத்திற்கான அந்த விசேஷக் காரணம் மட்டும், பகிரங்கமாக வெளியில், எந்த நிலையிலும் கசிந்துவிடக்கூடாதெனத் தீர்மானிக்கப்பட்டது. ஜேம்ஸும் சுலைமானும், இரவோடு இரவாக, அமெரிக்காவுக்குக் கிளப்பப்பட்டார்கள். அவர்களுக்குப் பிரகாசமான ஓர் எதிர்காலம் வாக்களிக்கப்பட்டது.

"நாளை மாலை நான்கு மணி வரை மறைக்கலாம். நமக்குப் போதிய நேரம் இருக்கிறது. அதற்குள் ஒரு நல்ல முடிவு எடுக்க வேண்டும். நம்மில் யார் தலைவர்?"

"டேவிட் சார். எனக்கு மகா காலன் எனப் பெயர் சூட்டியவர் ஸ்வாமிஜி என்பது, உங்களுக்கு நன்றாகத் தெரியும். நீங்கள் ஏன் என்னைத் தேர்ந்தெடுக்கக்கூடாது?

"என் பெயர் டேவிட் இல்லை, மிஸ்டர் மகா காலன். டேவிட் ராம்! எதற்கு, உங்கள் வசதிக்காக, என் பெயரைச் சுருக்குகிறீர்கள்? இது என் இயற்பெயரா என்ன? நம் எல்லாருக்கும் ஸ்வாமிஜிதானே பெயர் சூட்டினார்! நீங்கள் ஏன் என்னைத் தேர்ந்தெடுக்கக்கூடாது?"

"நான் ஒரு பெண் என்பதால், என்னைத் தள்ளிவிடலாம் எனக் கணக்குப் போடாதீர்கள். ஸ்வாமிஜியின் எல்லா ரகசியமும் அறிந்தவள் நான் ஒருத்திதான் என்பதை மறந்துவிடாதீர்கள்!"

“இப்படி அவசரப்பட்டால் எப்படி ஸ்வர்ணாஜி? உங்கள் நால்வரின் ரகசியமும் அறிந்தவளாயிற்றே நான்! பண்பழகி இல்லையென்றால், இந்தத் தீபத்திற்குப் பிரகாசம் இல்லை என்று ஸ்வாமிஜி பேசுவதைக் காதால் கேட்ட மெய் சாட்சிகள் தாமே, நீங்கள் எல்லோரும்!”

“யாவரும் உச்சப்பீடம் ஏற ஆசைப்படுவதும் இயல்பே. ஆனால், அது சரியில்லை நண்பர்களே! எதற்கு நமக்குள், இந்த வீண் சண்டை? தீபப்பிரகாசரின் மகத்தான சாதனை, சாதிக்குழுத் தலைவனான மனுஷ் நந்தியை மடைமாற்றி, ஜன சேவகன் விஜயானந்தராக்கியதுதான் என்று மக்கள் பேசிக்கொள்வது, உங்களுக்குக் கேட்கவில்லையா? என் பெயரிலேயே விஜயமும் இருப்பதால், என்னைத்தான் அனைவரும் ஏற்பார்கள். எனவே, எனக்கு வழிவிட்டுத் தயவுசெய்து விலகிக்கொள்ளுங்கள். உங்கள் ஸ்தானங்கள் எல்லாம் அப்படியப்படியே பேணப்படும் என்று நான் உங்களுக்கு உறுதியளிக்கிறேன்”

இரவெல்லாம் இடையறாத விவாதம் நிகழ்ந்தது.அதிகாலை புலர்ந்த பிறகும், எந்த முடிவும் ஏற்படவில்லை. தீபப்பிரகாசருக்குப் பரிவட்டம் கட்டப்பட்டிருந்தது. பீடாதிபதியின் சிம்மாசனத்தில் அவரைக் கம்பீரமாக அமர்த்தி வைத்திருந்தார்கள். அவர் தலைக்கு மேலே, ஒளிச்சுழல் விளக்குச் சக்கரமிட்டுக்கொண்டிருந்தது. இதைச் சிலுவைத் தியாகத்திற்கும் மேலான ஓர் உன்னத ஜீவசமாதியாக அறிவிக்கப் பண்பழகியுடன் டேவிட் ராம் கலந்தாலோசித்தார். இது ஆத்ம நிஷ்டையின் அபூர்வமான ஓர் ஆனந்த நிறைவெனப் பிரசங்கிக்கவும் தயாராகிவிட்டார் மகா காலன். ஏக்ன் அநேகனாகி, அநேகன் அரூபியாகி, அரூபி சரீரந்தோறும் ஒரு சொரூபியான அந்தப் பெரும் லீலா விநோதம், தன் ஜீவனில் பிரதிஷ்டையாகிப் பேரொளியைப் பொலிவதாக நன்றிக்கண்ணீர் பெருக்கினார் விஜயானந்தர். தீபப்பிரகாசரின் ஸ்திரீ வடிவம் தான்தான் எனக் கற்பூரம் கொளுத்திப் பாதம் மிதித்துச் சத்தியம் செய்துவிட்டாள் ஸ்வர்ணா. ஸ்வாமிஜியைப் படுக்கப் போடக்கூடாது என்பதில் எல்லோரும் ஒருமனதாய் உடன்பட்டார்கள். இப்படியே வைத்துக் கொளுத்தவேண்டும். ஜுவாலை எழும்போது, அது லைவ் ரிலேவில், பக்தக் கோடிகளுக்குத் தீப ஜோதி தரிசனமாகத் தெரியவேண்டும் என்றார்கள். ஆனால், தீபப்பிரகாசருக்குப் பின் யார்? உலகம் முழுவதிலுமாக ஆயிரத்தெட்டு ஆசிரமங்கள்; நூற்றெட்டுக் கல்வி நிலையங்கள்; எண்பத்தெட்டு மருத்துவமனைகள்; நாற்பத்தெட்டு தொலைநோக்குத் தியானப் பயிற்சியகங்கள்; பதினெட்டு மீஉயர் சித்தாந்த போதனா மையங்கள்; எட்டு மோஸ்ட் அட்வான்ஸ்டு இன்டர் ரிலீஜியஸ் டயலாக் இன்ஸ்டிடியூட்ஸ் எனப் பரந்து விரிந்த இந்தச் சாம்ராஜ்யத்தின் அடுத்த அதிபதி யார்?

வேதாந்தத்தையும் தாந்திரீகத்தையும் வெகு நூதனமான முறையில் இணைத்தவர் தீபப்பிரகாசர். சார்வாக, பௌத்த அடிப்படைகளையும் மறுக்காது அவற்றின்மீது பிரும்ம, சக்தி வாதங்களைக் கட்டினார். தம் துறவு வாழ்வின் நடுக்கட்டத்தில், தமக்குப் பாலியல் தடுமாற்றங்கள் ஏற்பட்டதாகவும், அவற்றைக் கடுமையான ஆழ்நிலைத் தியானப் பயிற்சிகளின் வாயிலாகத் தாம் வென்றொழித்ததாகவும் அவர் அறிவித்தார். தம் முப்பதாம் வயதில், ஒரு மூன்றாண்டுகள், அமெரிக்காவில் தங்கித் தாம் ஞான மடம் ஸ்தாபித்தபோது, பிரெஞ்சுக்காரி ஒருத்தியோடு, தாம் கூடி வாழ நேர்ந்ததாகவும், அவள் திடீரென மார்பகப்புற்றில் இறந்துவிட்டதால், சரீரத்தீயின் அக்கடைசித் துணுக்கும் தம்மிடம் அவிந்துபோனதாகவும் தீபப்பிரகாசர் நிர்வாணப்பட்டார். இதைத் தம் எழுபத்திரண்டாம் வயதில், இன்றைக்குச் சரியாகப் பத்தாண்டுகளுக்கு முன் அவர் வெளியிட்டபோது, உலகெங்கும் ஒரு பிரளயம் எழுந்தது. நீதிமன்றங்களில் வழக்குகள் தொடுக்கப்பட்டன. அடிப்படைவாத இயக்கங்கள் ஒன்று சேர்ந்துகொண்டன. வீதிதோறும் ஸ்வாமிஜியின் கொடும்பாவிகள் கொளுத்தப்பட்டன. ஸ்வாமிஜி தங்கியிருந்த தலைமைப்பீடம் அடித்துநொறுக்கப்பட்டது. தங்களை ஸ்வாமிஜி ஏமாற்றிவிட்டதாக, மூன்று இளைஞிகள் புகாரளித்தனர். அது பொய்ப்புகார் எனப் பத்துப் பெண்கள் எதிர்த்துச் சாட்சியம் அளித்தனர். ஆனாலும், காட்டுத்தீயான சந்தேகத்தின் பேரில், பொது நல வழக்கில் கைதானார் ஸ்வாமிஜி. அதன்பின், ஜாமீனில் அவர் வெளி வருவதற்கு, ஒன்பது மாதங்கள் பிடித்தன!

"என் மடம் பிரமச்சரியம் பேணும் மடமன்று; நான் எப்படி வாழவேண்டும் என்பதைச் சுயமாக நானே முடிவு செய்யமுடியும். சம்சாரமும் சந்நியாசமும் எனக்கு ஒன்றே. யாரையும் பலவந்தப்படுத்தி, நான் ஏதும் செய்துவிடவில்லை. தீராக் காமத்திலேயே கிடந்து நான் உழன்றவனில்லை; காமத்தினூடாகக் காமத்தைக் கடந்து வென்றவன் நான்" என்றெல்லாம், நீதிமன்றத்தில் வேறு வழக்கறிஞர் வைத்துக் கொள்ளாது, தம் சார்பில் தீபப்பிரகாசர் தாமே வாதிட்டார். தனிமனிதனின் சுதந்திரத்தை அரசியல் சாசனச் சட்டம் பாதுகாப்பதையும் அவர் சுட்டிக்காட்டினார். இது ஒரு முன்மாதிரி முன்வழக்காகக் கருதப்பட்டு, மூன்று வருடம் கழித்துத் தீபப்பிரகாசர் வழக்கிலிருந்து முழுமையாக விடுவிக்கப்பட்டார். ஆனால், மடம் செயல்படுவதற்குக் கடுமையான நிபந்தனைகள் விதிக்கப்பட்டன. அவற்றையும் எதிர்த்து, வழக்குகள் தொடுத்து வென்றார். பக்தக்கோடிகளில் ஒரு பெரும்பகுதியினர், ஆரம்ப அதிர்ச்சி தாண்டி, அவருக்குப்பின் அணிவகுத்தனர். நெடிய ஒரு சர்வதேசச் சட்டப் போராட்டத்திற்குப் பிறகு, தீபப்பிரகாசரின்

எதிர்வாதங்கள், அடிப்படை மானுட உரிமைகளாக மதிக்கப்பட்டு ஏற்கப்பட்டன.

'சம்சார சந்நியாச மடம்' என்ற குசும்புப்பேர், ஆசிரமத்திற்குக் காலிகளால் சூட்டப்பட்டுவிட்டது! அதன்பின், மடத்திலும் ஒரு நூதன மாற்றம் ஏற்பட்டது. ஆண்–பெண் ஜோடிகளுக்கு, அதாவது தம்பதியராக வருவோருக்கு, ஸ்வாமிஜியோடு தனியே பேசுவதற்கும் அனுமதி தரப்பட்டது. பிறருக்கெல்லாம் வெறும் தரிசனம்தான்! 'லிவிங் டுகெதர்' பாணியைப் பரப்புகிறவராகப் பலராலும் ஸ்வாமிஜி இகழப்பட்டார். ஆனால், தம் நெகிழ்வால் அவர், உலகம் முழுவதிலும் மேன்மேலும் புகழடைந்தார். அது வசையில்லாப் புகழ் இல்லை என்றாலும், ஒரு பெரும் கவன ஈர்ப்பு உருவாகிவிட்டது. ஸ்வாமிஜியின் சொற்பொழிவுகள் பெருகின. நிதிமேல் நிதிவந்து குவிந்தது. பூமிப்பந்தெங்கும் புதிய புதிய ஆசிரமங்கள் எழுந்தன. அவற்றைக் கட்டுக்குள் வைத்திருப்பதற்காகக் கண்காணிப்புக் குழுக்களும் உருவாயின. இப்படியான பன்னிரண்டு கண்காணிப்புக் குழுக்களைக் கட்டுப்படுத்தும் தனி மேலதிகாரம் படைத்த உயர்மட்டத் தீர்ப்பாணையர்களுக்குள்தான், இப்போது இப்பீடாதிபதிச் சண்டை நடக்கிறது!

"கொல்லிப்பாவை வாழ்க! நம் பெருமாளுக்குச் சரணம்! மகா அருகன் அருளே! புத்தனுக்குப் பல்லாண்டு! கர்த்தருக்கு ஸ்தோத்திரம்! அல்லாவின் அடியேன்! திருவே! அபேத ஜோதியே! நீங்கா நிழலின் மறுதோன்றிகளே! உங்கள் வாழ்வு, இனிப் புத்தம் புதிதாய் மலர்க!" என்றே, தம் எந்தப் பிரசங்கத்தையும் ஸ்வாமிஜி தொடங்குவார். *"The whole city is full of tears, Name is now just a dead body, Burnt in the crematorium, Take a dip and forget"* எனத் திருமூலரைச் சித்த வியப்பாக்கி முடித்துவிடுவார். "ஆம். புரிகிறது. இப்போது அவரே முடிந்துவிட்டார்!" என்றாள் ஸ்வர்ணா. "இல்லை. நீ சொல்வதை இந்த உலகம் ஏற்காது. சாவதற்குச் சற்று முன்னே, ஸ்வாமிஜி, எதையோ பருகியதாகச் சுலைமான் ஐயப்படுகிறார். இப்போது உயர்பரிசோதனைகளுக்கு நேரமில்லை என்பதால், நீ பிழைக்கலாம். ஆனால், எனக்குச் சந்தேகமேயில்லை. மாப்பாதகி! நீதான் அவரைக் கொன்றுவிட்டாய்!" நிதானமாய்க் கத்தியைச் செருகினார் மகா காலன். பீடாதிபதித் தேர்வில், இவ்விருவரே எஞ்சியிருந்தனர். விவாகரத்தானவர், விதவை, வழக்குள்ளவர் என்பதால் பிறர் மூவரையும் எண்மர் குழு ஒரங்கட்டிவிட்டது. ஸ்வர்ணா கதறியழுதாள். "ஐயோ! இது அநியாயம்! பண்பழகி, நீயாவது எனக்குப் பரிந்து பேசக்கூடாதா?" "இல்லை ஸ்வர்ணா. எனக்கும் உன் மீது அந்த ஐயம் உண்டு. ஸ்வாமிஜிக்குச் சில துர்பழக்கங்கள் உன்னால்தானே ஏற்பட்டன!"

என்றாள், கூசாமல் பண்பழகி. வென்ற சகுனியின் திருப்தியாய் மகாகாலன் சிரித்தார். அவரைப் புதிய பீடாதிபதியாகக் குழு அறிவித்தது.

போதிமாதவன் விழாவுக்கு இன்னும் மூன்று நாள்களே மீதம் இருக்கையில், துவாதசித் திதியில், தீபப்பிரகாசர் வான் ஏறிவிட்டதாகத் துந்துபி இசைக்கப்பட்டது. அவரது இத்திடீர் முடிவு, யாருக்கும் ஏற்புடையதாயில்லை. இது ஓர் அகாலச் சாவு. நல்ல பிரக்ஞையோடு சாவை எதிர்கொண்டு, தம்மைச் சூழ்ந்தோரை நல்நெறிப்படுத்திவிட்டுச் சாந்த முறுவலுடன் இறுதி யாத்திரையைத் தொடர்வாரையே, ‘அணைந்தார்’ எனச் சுருதி வாக்காகச் சொல்லவேண்டும் என்பதைப் பக்தக்கோடிகளும் அறிவர். எனினும், வெளிச்சொல்லவே முடியாத கொந்தளிப்பான ஒரு மனநிலையைப் புறங்காட்டாது உள்ளமூத்திவிடவே, ‘எங்கள் தீபப்பிரகாசர் அணைந்தார், நம் விளக்கொளி குளிர்ந்தது’ என்று, உருகி உருகிப் பெருங்கோஷமிட்டார்கள் சீடர்கள். (பின்னென்ன, அவருக்கு எய்ட்ஸ் என்றா போட்டுடைப்பார்கள்!)

பேசும் புதிய சக்தி, மே 2019

விபரீத ராஜ யோகம்

ஆயிரத்துத் தொள்ளாயிரத்து ஐம்பேத்தேழாம் வருஷத்தில் நரசிம்மன் பிறந்தான். அந்த வருஷம் பிறந்தவர்கள் அங்கிங்கில்லாது எங்கும் எல்லாத் துறையிலும் கொடி கட்டிப் பறக்கிறார்கள். இவன் ஸ்கூல் மேட் பால விநாயகம் கண் கண்ட உதாரணம். நரசிம்மனை விடவும் வறுமையான ஒரு குடும்பத்தில் பிறந்தவன் அவன். பிறந்தபோதே தன் தாயைப் பால விநாயகம் இழந்துவிட்டிருந்தான். சைக்கிள் கடையில் பஞ்சர் ஒட்டியும் கோலி சோடா விற்றும் ஹோட்டல் கல்லாவில் அமர்ந்தும் சினிமாத் தியேட்டரில் டிக்கெட் கிழித்தும்... எப்படியோ டிகிரி முடித்துவிட்டான். ஆடு வளர்த்தான்; பற்பசை தயாரித்தான்;புடவைவிற்றான்;பேப்பர் ஏஜெண்டாய் இருந்தான்; சீட்டுப் பிடித்தான்; செங்கல் சூளை போட்டான்; நிலத்தரகு பார்த்தான்; இன்னும் என்னென்னவோ செய்தான்; கடைசியில் ஊர்ப் பெரிய மனிதனாகி விட்டான். பால விநாயகத்திற்கு எதிர்ராசிக்காரனாக நரசிம்மன் இருந்தான். நீண்ட காலங்கழித்து, மூன்று பெண் குழந்தைகளுக்குப் பிறகு, சிங்கப்பெருமாள் கோவிலில் நரசிம்மரை வேண்டிப் பிறந்த ஆண் வாரிசு அவன்! நரசிம்மன் பிறந்தபின், ரோடு காண்ட்ராக்டர் தொழிலில் கொழித்த அவன் அப்பா, படிப்படியாக நொடிக்கத் தொடங்கினார். நரசிம்மனுக்கு எட்டு வயதாவதற்கு முன்பே அவர் இறந்தும் போய்விட்டார். நரசிம்மன் பிறந்தது ஜனவரியில். அதே வருடத்தின் டிசம்பரில்,

அவன் முதல் அக்காவுக்குக் கல்யாணம் குதிர்ந்தது. அந்த ராசியால், நரசிம்மனுக்கு, 'கல்யாண நரசிம்மன்' என்ற திருநாமமும் சேர்ந்துகொண்டது. இப்பவும் உடன்பிறந்தாரும் உறவினரும் கல்யாணம் என்றோ, நரசிம்மன் என்றோதான் அவனை விளிப்பார்கள். அவன் அம்மா மட்டுமே வாய் நிறையக் 'கல்யாண நரசிம்மா' எனக் கூப்பிட்டுச் சந்தோஷப்பட்டுக்கொள்வாள். "ம்க்கூம்... பேரப் பேரு, பெரிய்யப் பேரு! கல்யாணமாம் நரசிம்மனாம்! என் ஒருத்திய வெச்சுக் காப்பாத்தவே துப்பில்ல!" எனக் காமாட்சி திட்டித் தீர்ப்பாள். உண்மைதான். கல்யாண நரசிம்மன் என்ற அந்தப் பெயரில், சந்தோஷப்பட அப்படி என்னதான் இருக்கிறது? கடைக்குட்டி என்பதால் அதீதமாய்ச் செல்லம் கொஞ்சுவதாக, அந்த ஆதிநாளிலிருந்தே அவன் அம்மா பழிக்கப்பட்டாள். அதற்குக் காரணமுண்டு. கல்யாணமாகிப் போன முதல் அக்கா, மூன்றாம் வருஷமே, கைக்குழந்தையோடு வாழாவெட்டியாகப் பிறந்த வீட்டுக்கு மீண்டுவிட்டாள். வரதட்சணைப் பிரச்சனை! ஓர் அர்த்த ராத்திரியில் பிறந்த நரசிம்மனின் அதிர்ஷ்டம்தான், அக்காவுக்கும் பின் அவன் அப்பாவுக்கும் உலை வைத்துவிட்டதாகப் பேசினார்கள். அம்மா எதையுமே கண்டுகொள்ளவில்லை. பிருந்தாவன நந்தகுமாரன்போல் கல்யாண நரசிம்மனைக் கொண்டாடித் தீர்த்தாள். அவள் இப்போதில்லை. தொண்ணூற்றேழாம் வயதில், அவளுக்குச் சுப மரணம் சம்பவித்துவிட்டது. அவளை எப்படியாவது நூறு வயசுவரை வாழவைக்க வேண்டுமென நரசிம்மன் எவ்வளவோ கங்கணம் கட்டினான். அவள் கரம் பிடித்தபடி, ஒவ்வொரு மாலையிலும், நேரு பார்க்கில் அவன் வாக்கிங் போவான். மகாபாரதம் படித்துக் காட்டுவான்; பகலிலும் இரவிலும் ஒரு மணி நேரமாவது சங்கீதம் கேட்க வைப்பான்; இளம்பெண்பிள்ளைகளைக் கூட்டிவைத்துக்கொண்டு தன் அம்மாவோடு தாயமாடுவான்; காமாட்சிக்குப் புடவைகள் வாங்குவதற்கும் தன் தாயிடம்தான் அவன் யோசனை கலப்பான். நரசிம்மனுக்குக் குழந்தைகள் கிடையாது. நாளும் அவனுக்கும் காமாட்சிக்கும் மூளும் சண்டைகளைப் பிரியமான வார்த்தை சொல்லிக் கிழவிதான் தீர்த்துவைப்பாள். நரசிம்மன் வீட்டில் டி.வி.யே கிடையாது. எப்போதாவதுதான், நரசிம்மனும் காமாட்சியும் சினிமாவுக்குப் போய்வருவார்கள். அதுவும்கூட, அம்மாவுக்குக் கிடையாது. சாகும்வரை அம்மா பார்த்தது மூணே மூணு சினிமாதான். கப்பலோட்டிய தமிழன், கர்ணன், சலங்கை ஒலி! நள்ளிரவுத் தூக்கத்திலேயே, அம்மா மேலே போய்விட்டாள். விடிகாலையில் காமாட்சி எழுப்பிய பிறகே, தன் தாயின் மரணம் நரசிம்மனுக்குத் தெரிந்தது. இதைச் சிறிதும் அவன் எதிர்பார்த்திருக்கவில்லை. நல்ல ஆரோக்கியத்துடனேயே

அம்மா இருந்தாள். ஊரையும் உறவையும் கூட்டி, அம்மாவின் நூறைக் கொண்டாடும் நரசிம்மன் கனவு கலைந்து, ஆறு மாதமாகி விட்டது! அம்மாவின் அஸ்தியைக் கடலில் கரைத்துவிட்டு வந்து படுத்த அந்த நாளிரவு முதல், பாவம், நரசிம்மனுக்குச் சரியாகத் தூக்கம் பிடிப்பதில்லை. சாப்பிடுவதும் படிப்பதும் தூங்குவதுமாகப் பார்ப்பவர்கள் ஏங்கும்படி, பொழுதுகளைத் தன்மறதியாகக் கழித்து வந்தவனுக்குப் பாதி ராத்திரியில் திடீர் முழிப்புத் தட்டுவது, இப்போதெல்லாம் அன்றாடத் தொந்தரவாகி விட்டது! அப்படி ஓர் இரவுதான் இன்றும். இவன் அருகில் காமாட்சி, சிறு குறட்டை விட்டுக்கொண்டிருக்கிறாள். ஆனால், நரசிம்மனுக்குப் பொட்டுத் தூக்கமுமில்லை. இரண்டு மணி நேரமாகச் சும்மாதான் படுத்திருக்கிறான். இடம் வலமாகப் புரண்டு பார்த்துவிட்டான். கண்ணை மூடினால் பயம் வருகிறது. கட்டில் விளக்கைப் போட்டான்; அணைத்தான்; எழுந்து குறுக்கும் நெடுக்குமாய் முந்நூறடிச் சதுரத்தை நடந்தே அளந்தான். இந்த அறுபத்திரண்டு வயதில், இது போல், ஐந்தாறு தடவைக்கு மேல் நிகழ்ந்ததேயில்லை. காமாட்சியோடு கூடிக் கலந்த அந்த முதல் நாளிரவின் பின்னால், இப்படித்தான் கண்கொத்திப்பாம்பாய் நரசிம்மன், இருட்டையே வெறித்திருந்தான். தன் குழந்தையாய் வளர்த்த அக்காவின் மகள் உமாவுக்குக் கல்யாணம் முடித்துவிட்டு, அவளை விமானத்தில் மாப்பிள்ளையோடு ஏற்றி அனுப்பியபின், காமாட்சியோடும் அக்காவோடும் ஏங்கித் தவித்த அந்தச் சூன்ய ராத்திரியை, இப்போது நினைத்தாலும் இவன் மனம் மருள்கிறது. ஒன்பதாம் வகுப்பு அருள், அறிவியல்கூடத்தில் ஆசிட் குடித்துத் துடிதுடித்தபோது, அருகிலிருந்தும் தடுக்காதவனாக இவன் குற்றம்சாட்டப்பட்டான். போலீசால் விசாரிக்கப்பட்டான். பின் தூக்குமாட்டிச் சாந்தியும் செத்துப்போனதாலேயே விடுவிக்கப்பட்டான். வீடு மீண்டவனைக் காவல் காத்து அம்மா விழித்திருந்த அந்நீள் இரவை மறந்துவிடவா முடிகிறது? குதிரை ரேஸில் அடுத்தடுத்துப் பணம் கட்டி, முழுமாசச் சம்பளத்தையும் ஒரு பட்டப்பகலிலேயே தொலைத்துவிட்டுக் காசிக்கு ரயில் ஏறிக் கண்பூத்த அந்த நரசிம்ம ராத்திரியைக் கேலிசெய்து எத்தனை முறைகள் காமாட்சி புழுங்கிச் சிரித்திருக்கிறாள்! இன்னும் ஒன்றிரண்டு உறங்கா ராத்திரிகளில், ஏன் தனக்குச் சிறு தூக்கமும் வரவில்லை என, நரசிம்மனுக்கே தெரிந்ததில்லை. நினைவில் எதுவுமே ஓடாத கனத்த ராத்திரிகள் அவை. தன்னுணர்வேயில்லாமல் நரசிம்மன் சித்தம் அயர்வுற்றுப் படுத்திருப்பான். எவ்வளவு நேரம் அப்படியிருந்தான் என்பதும் அவனுக்குத் தெரியாது. திடீரெனத் துள்ளிப் "பசிக்கிறது காமாட்சி. சாப்பிட ஏதாவது கொண்டுவா!" என, அவளைத் தூக்கத்திலிருந்து எழுப்பிக் கேட்பான். காமாட்சி பயந்துபோய்,

இவன் அம்மாவைக் கூப்பிட்டு விட்டுவிடுவாள். "என்னடா இது, பைத்தியக்காரனப் போல! சாப்பிடற வேளயா இது? அவளப் போய்ப் பயமுறுத்திக்கிட்டு! விடியட்டும். டாக்டரப் போய், நாம பாப்போம். இப்பப் பரமபதம் வேணும்னா ஆடுவோம். நீ வரியா கல்யாண நரசிம்மா?" அம்மாவின் கம்பீரப் பிரசன்னத்தால் சாந்தியுற்று, அர்த்தராத்திரிக் கலவரத்திற்குப் பின், இவன் அயர்ந்துறங்கிவிடுவான். அம்மாதிரி உறக்கமின்மையும் தூக்கமும் ஒருசேரக் கலந்த அந்நினைவின் ஹிம்சையைக்கூடத் தாங்கிக் கொண்டுவிடலாம். இது எதுவுமே தோன்றாமல் வெறிச்சோடிக் கிடக்கும் ஒரு பாழ்மண்டபமாய், வாழ்க்கை நினைவற்றுக் கொட்டுக் கொட்டென்று மழைத் தவளையாய் இவ்விருட்டையே சப்பிக் கொண்டிருப்பதென்றால்... இது புது ஒரு மாதிரியாய் இருக்கிறது. கல்யாண நரசிம்மனுக்குப் பழக்கமில்லை இது. ஒரே ஆறுதல் காமாட்சிதான்! அவள்தான், புருஷனைக் கிளறிக் கிளறிப் பழைய விஷயங்களுக்குள்ளேயே அவனைக் கொண்டு செல்கிறாள். நரசிம்மனைப் பொறுத்தவரை, அவன் பெண்டுலம், அம்மா என்ற பெரிய முள்ளோடு, அப்படியே நிலைகுத்தி நின்றுவிட்டது! காமாட்சியைச் சிறிய முள்ளாகக்கூடப் பிரக்ஞை வெளியினூடாக நரசிம்மனின் ஹ்ருதயம் காண மறுத்தது. 'நொடி முள்' மட்டுமே, அவன் கணக்கீடுகளில் தன்னிருப்பாகக் குறுக்கிட்டுக்கொண்டிருந்தது. இந்நள்ளிரவின், இக்கொல்லும் நெடுந்தனிமையை, நரசிம்மனால் தாளவே முடியவில்லை. காமாட்சியைத்தட்டிஎழுப்பிவிட்டான். எழுந்தவள் நரசிம்மனை முறைத்தாள். "ஏதாவது பேசு காமாட்சி. தூக்கம் வரமாட்டேங்குது" என்றான். அவள் பரிதாபப்பட்டாள். முகம் அலம்பி எதிர்வந்தமர்ந்தாள். "உங்களுக்கு அப்ப என்ன வயசு இருக்கும்?" என, நரசிம்மனைப் பார்த்துக் கேட்டாள். "எப்போம்மா?" எனத் திருப்பிக் கேட்டான். பழைய நாளுக்குக் காமாட்சி போகவேண்டியிருந்தது. அலுப்புச் சலிப்பற்று, அந்த ஆரம்பத்திற்கே அவளும் போய்நின்று, "அந்தச் சாமியார், உங்களப் பாத்து, நரசிம்மா! நீ ரொம்பக் கஷ்டப்படப் போறன்னு சொன்னார்ன்னீங்களே, அப்ப உங்களுக்கு என்ன வயசிருக்கும்?" என, மீண்டும் விட்டதைக் குறிவைத்துக் கேட்டாள். "எனக்குச் சரியா அது ஞாபகமில்ல. ஆறாவதோ ஏழாவதோ, நான் படிச்சிக்கிட்டிருந்தேன். ஒரு முன்னிரவில, எங்கூரு ஆலமரத்தடிக்குக் கீழப் பெரிய பெட்ரோமாக்ஸ் லைட்டெல்லாம் வெச்சு, ஒரு சாமியார் பேச்சக் கேட்கக் கூட்டமா எல்லாரும் வந்து தெரண்டிருந்தாங்க. எண்பது வயசிலயும், அந்தக் கிழவருக்கு மிடுக்குப் போகல. கத்தி மாதிரி, அவருக்குக் கண்கள். சிரிச்ச முகத்தோட, அந்தச் சாமியார், அப்போ ஒரு கதை சொன்னார். அது மட்டும் இன்னும் மறக்காம, என் மனசிலயே நிக்குது!"

என்றான் நரசிம்மன். "அது என்னங்க கதை? இதுவரை நீங்க எனக்குச் சொன்னதில்லியே?" "சொல்ற சந்தர்ப்பம் வரல. அதுக்கு எங்கம்மாகூட ஒரு புதுவிளக்கம் சொல்வா. இப்ப அது சுத்தமா எனக்கு மறந்துடுச்சு. எதயோ நீ கேட்கப்போய், அது, சாமியார் பேச்சாயிடுச்சா? அந்தக் கத, சுருக்க இழுத்தாப்பல, என் தொண்டையிலயே மாட்டி நிக்குது" "கேட்க ஆவலாயிருக்கு. எனக்குந்தான் சொல்லுங்களேன்!" சாமியார் சொன்ன கதையைக் கல்யாண நரசிம்மன் தன் நினைவில் விளிம்பு கட்டி நிறுத்துப் பார்த்தான். "யோசிச்சா, அக்கத நல்லாத்தானிருக்கு. அப்பத்தான் ஒன்னுமே புரியல" எனத் தனக்குள்ளேயே முனகிக்கொண்டான். "வாய்விட்டுத்தான் சொல்றது! என்னவோ, உங்க சொத்த, எம் பேர்ல எழுதக் கேட்டாப்ல, இது என்னா புதுசா ஒரு வெடப்பு உங்களுக்கு?" "அட, நீ வேற காமாட்சி! உன்ன விட்டா, இந்தக் கத எல்லாம் சொல்றதுக்கு, வேற ஆள் யார் இருக்கா எனக்கு? சும்மா ஒரு தடவ, என் மனசுக்குள்ளயே, கதய ஓட்டிப் பாத்தேன். ஏதேதோ புரியறாப்லயும் இருக்கு; புரியாததப் போலவும் இருக்கே! அதான் யோசிச்சுக்கிட்டேயிருந்தேன்." "வளவளன்னு நீட்டி முழக்காமக் கொஞ்சம் சுருக்கமாச் சொல்லுங்க. ஒரு விசயத்த, உங்கக் கிட்ட இருந்து வாங்கறதுக்குள்ள, நான் படற பாடு... அப்பப்பா!" "இரு காமாட்சி. அவசரப்படாத. அதுக்கு முன்ன, என்னப் பத்திச் சாமியாரு, எங்கம்மா கிட்டச் சொன்னதயும், நீ தெரிஞ்சிக்கணும். மத்தியக்காலத்தில, மத்வர்னு ஒரு பெரிய ஞானி இருந்தாராம். துவைதம்ங்கிறது, அவர் ஸ்தாபித்த ஒரு வேதாந்த முடிவாம். சில உயிருங்க, சொர்க்கத்துக்குப் போகவே முடியாம, நரகத்திலேயே எப்பவும் வெந்தும் நொந்தும்போய்க் கெடக்குமாம். அதே மாதிரித்தான் ஒரு பாவப்பட்ட ஜீவன் உங்கப் பிள்ளையும்னு சாமியார் சொன்னாராம். அவன் விதி அதுதான். கைப்பிடிச்சவ பாக்கியத்தாலதான், அவன் வாழ்வில முன்னேற, ஒரு நல்ல வழி திறக்கணும்னு, தன் தலைக்குமேலக் கைத்தூக்கிட்டாராம். "ஐயோ! போதும் உங்க சுய புராணம்! இதுல என்ன வேற இழுத்துவிட்டு விளையாடறீங்களா? அந்தக் கதய எனக்குச் சொல்லுங்கன்னா..." அதற்குமேல் தாமதிக்க முடியவில்லை. அக்கதையைக் கல்யாண நரசிம்மன் சொல்ல வேண்டியதாகி விட்டது. "கன்னியாகுமரியில், ஒரு பெரிய பணக்காரன் இருந்தான். அவனுக்கு எல்லாமே ஏறுமுகம்தான். அவனுக்கு ஒரே ஒரு சிறு பையன். ஒருநாள் பள்ளியில், எல்லாரும் சமுத்திர ஸ்நானத்திற்குப் போனபோது, அந்தப் பையனும் கூடப்போனான். அன்று கடலில் பேரலைகள் எழும்பியிருந்தன. அவன் நன்றாக நீந்தத் தெரிந்தவன்தான். எப்படி அது நடந்ததென யாருக்குமே சொல்லத் தெரியவில்லை. சகலரையும் விட்டுவிட்டுச் சற்றுத் தொலைவு சென்று தனியே அவன் நீந்திக்கொண்டிருந்தான்.

திடீரெனப் பேரலை ஒன்றால் சுருட்டிவிழுங்கப்பட்டுக் கடலோடு கடலாய்க் காணாமல் போய்விட்டான். அவனுக்குப் பதிமூணு வயசிருக்கலாம். பையனை நினைத்து, ஒரு மாதம், அன்ன ஆகாரம் உட்செல்லாமல் கடுங்காய்ச்சலில் கிடந்த தாயும், அவனைத் தேடிக்கொண்டு, அவசரமாய் மேற்போய்விட்டாள். எல்லைக்காளிக்குத் தன் சொத்தெல்லாம் எழுதிவைத்துவிட்டுப் பணக்காரனும் ஊர் நீங்கினான். அப்போது அவனுக்கு நாப்பது வயசுகூட இருக்காது. இந்தத் தென்னாடே வேண்டாம் என, வடநாடெங்கும் கால்நடையாய்த் திரிந்தலைந்தான். 'புத்திர சோகம்', அவனைத் தூங்க விடவில்லை. இருபது வருடத்திற்குப் பிறகு, அவன் ஒரு பிச்சைக்காரனாகிக் காசி நகர வீதியில் அமர்ந்தான். கங்கை அவனைக் கைவிடவில்லை. ஏழு வருடம் அவன் பிச்சையெடுத்தான். திரும்பவும் அவனிடம் கொஞ்சம் பணம் சேர்ந்துவிட்டது. தன் ஊர் திரும்ப முடிவெடுத்தான். கும்பமேளா தொடங்கியபோது காசியை விட்டு வெளியேறினான். தோளில் சுமக்கத் தோதான ஒரு சிறிய மூட்டையில், தன் ஆஸ்தியை எல்லாம் சேர்த்துக் கட்டிக்கொண்டான். காசியிலிருந்து கல்கத்தா போனான். அங்குக் காளியைத் தரிசித்துவிட்டுக் கன்னியாகுமரிக்கு ரயிலேறத் திட்டமிட்டிருந்தான். எக்ஸ்பிரஸ் நிற்கும் பிளாட்பாரம் செல்லப் படியேறியபோது, கால்தடுக்கிக் கீழே விழுந்துவிட்டான். தோள்மூட்டையும் அவிழ்ந்துவிட்டது. செங்குத்தாய்ச் செல்லும் படிகளெங்கும் தங்க நாணயங்கள் சிதறியோடின. அவன் கூடவே ஏறிக்கொண்டிருந்தவர்கள் திடுக்கிட்டபின், ஒருவரை ஒருவர் முண்டிக்கொண்டு காசுகள் பொறுக்கப் போட்டியிட்டனர். கீழே விழுந்திருந்த அவன் எழுந்து உறுமினான். மறுகணம் சிரித்தான். சிரிப்பு என்றால், அப்படி ஒரு சிரிப்பு! பாதித் திறந்துகிடந்த மூட்டையைக் காலால் உதைத்துப் பொறுக்குவோருக்கு வசதியாகக் கீழ்ப்படிகளுக்குத் தள்ளிவிட்டான். பின் திரும்பியே பார்க்காமல் முன்னோடினான். அதற்கப்பறம் அவனை யாரும் எங்கும் பார்க்கவே முடியவில்லை. நிஜமாகவே அவன் ஒரு ஞானியாகிவிட்டான் என்று கதையைப் பூடகமாய்ச் சாமியார் முடித்துவிட்டார். ஊர் மக்கள் யாருக்கும் சாமியார் கூறிய கதை சரிவரப் புரியவில்லை. புராணம் படித்தவள் என்று அம்மாவிடம் வந்துதான் மெய்விளக்கம் கேட்டார்கள். ஊரே மெச்சும்படி, அம்மாவும் ஏதோ சொல்லிவைத்தாள்! எவ்வளவோ யோசித்துவிட்டேன். தலைவலிதான் மிஞ்சுகிறது. அம்மா சொன்னது நினைவுக்கு வரமறுக்கிறது" என்றான் கல்யாண நரசிம்மன். "நான் சொல்லட்டுமா? காசியாவது கங்கையாவது, காசுதான் எல்லாம்! என்று கண்டுவிட்டான் அவன். தன் புத்திரன் போனால் என்ன, தாரம் போனால் என்ன, காசு மேலுள்ள தன் ஆசை போகாத வரையில், எல்லாச் சாமியும் ஆசாமிதான்!"

என்றாள் காமாட்சி. "இதே மாதிரித்தான், எங்கம்மாவும் ஏதோ சொல்லிவைத்தாள். அது எனக்குச் சுத்தமா மறந்திடுச்சு. அத விடு. இன்னொன்னும் சொன்னாளே எங்கம்மா! இப்ப அது, என் நினைவுக்கு வந்திடுச்சு! என்ன தெரியுமா?அந்தப் பணக்காரன் வேற யாருமில்ல, இக்கதயச் சொன்ன நம்ம சாமியார்தான்னு அடிச்சுச் சொன்னா அம்மா!" "அப்படியா சொன்னா, அந்தக் கிழவி? ஆச்சரியமாயிருக்கே!" "எங்க அம்மாவுக்குக் கூர்மை ஜாஸ்தி காமாட்சி. அவ சொன்னது உண்மையோ பொய்யோ, ஊர் ஜனத்துக்கெல்லாம் அது பிடிச்சுப் போச்சு. சாமியார் கிட்டயே போயிக் கேட்டுப்புட்டாங்க. அவர் என்ன சொன்னார் தெரியுமா? என் பூர்வோத்திரம், எனக்கே மறந்திடுச்சு! இந்த உபதேசிக்கோலந்தான், இப்ப என் ஆத்மா குடியிருக்கும் கூடு! வீணா நீங்க, எதயாவது உங்க இஷ்டத்திற்குக் கற்பனை பண்ணிக் குழப்பிக்காதீங்க. நீங்க உங்க வேலயப் பாருங்க. நான் என் கர்மாவக் கழிக்கப் போறேன்னு சொல்லிட்டுத் திரும்பவும் பரதேசப் பிரயாணம் கௌம்பிட்டாரு!" என்றான் நரசிம்மன். சிரித்த காமாட்சி ஏதும் பேசவில்லை. அப்படியே சில கணங்கள், அமைதியாய் அவர்களிடையே ஊர்ந்திருந்தன. அவரவர்களின் மனோராஜ்யத்தில் இருவருமே சஞ்சரித்திருந்தனர். இந்தக் காமாட்சியைக் கல்யாண நரசிம்மன் முதலில் எங்குக் கண்டான்?அது ஒரு பிரபல கிளினிக். அம்மாவுக்குத் தெரிந்த யுனானி டாக்டர் உஸ்மான்தான் அதைப் பரிந்துரைத்திருந்தார். உஸ்மான் அம்மாவின் ஊர்க்காரர். அவர் சொல்லித்தான், லண்டனில் படித்துவிட்டு, நாடு திரும்பி வந்திருந்த அவரின் மாணவர் சைக்யாட்ரிஸ்ட் கலீலிடம் கல்யாண நரசிம்மனைச் சிகிச்சைக்குச் சேர்த்தாள் அம்மா. அங்கேதான் காமாட்சியும் செவிலியாக இருந்தாள். அப்போது நரசிம்மனுக்குத் தலையில் பலமாக அடிபட்டிருந்தது. சில மாதம்வரை அவன், புத்தி சுவாதீனமில்லாதிருந்தான். வாலிபம் கடக்கும் ஒரு வயதில், சிறு பிள்ளைகளோடு சேர்ந்து, ஆற்றங்கரைப் பாலத்தின் மேலிருந்து தண்ணீருக்குள் அவன் வீர சாகசமாய்ப் பாய்ந்து குதித்தபோது, எக்குத்தப்பாய் ஏதோ பட்டுத் தலைவீங்கிவிட்டது. கிளினிக்கில் சேர்ந்த பின்னும், இடைவிடாமல் கல்யாண நரசிம்மன் பேசிக்கொண்டேயிருந்தான். பாசுரம் சேவித்துச் சிரிப்பான்; கிரிக்கெட் கமெண்ட்ரி சொல்வான்; சிவாஜி வசனம் ஒப்பிப்பான்; ஓநாயாய் ஊளையிடுவான்; பேய்ப் பாட்டுகள் பாடுவான்; திக்குவாயனாகிச் சொற்கடித்துத் துப்புவான்; மார்பிலறைந்த படியே ஓங்கிய குரலில் ஒப்பாரி வைப்பான்! ஷேக்ஸ்பியர் ஸ்டேஜில் பிரகாசித்திருக்க வேண்டிய மாபெரும் நடிகன் எனக் கலீல் இவனை நக்கலடிப்பார். ஒருமுறை அவர், கல்யாண நரசிம்மனை மனோவசியம் செய்தார். பதினாறாம் வயதிற்குள்,

இவனைக் கொண்டுபோய் நிறுத்தினார். "எனக்குப் பயமாயிருக்கு! எங்கப் பாத்தாலும் ஒரே இருட்டா இருக்கு. செத்துப்போன என் அப்பா, வாவான்னு என்னக் கூப்பிட, அவனோட நீ போகாதடா பாவி நரசிம்மாங்கிறாரு சாமியாரு! ஐயோ, என் நரசிங்கமே! என்னக் காப்பாத்து!" எனக் கத்தினான். "எதுக்கு மேன், இப்பிடிப் பயப்படற? உனக்குத்தான், உங்க உம்மா இருக்காங்கல்ல?" "இல்ல, இல்ல! அம்மாவே, இப்போ ரொம்பப் பயந்துட்டா டாக்டர். அந்த மீசை ஜோஸ்யன், எனக்குக் களஸ்திர ஸ்தானம் வீக்னு அம்மாகிட்டச் சொல்லிப்புட்டான். அதக் கேட்டு, அவளே நடுங்கிட்டா!" "வேற என்ன தெரிஞ்சிது, உன் ஜோஸ்யத்துல?" "என்னோட ரெண்டு வயசுலயே, என் ஜாதகத்துல விபரீத ராஜ யோகம் முடிஞ்சிடுச்சாம். இனி என் நூத்திப் பதினாலாவது வயசுலதான், அது திரும்ப வருமாம். அதனால, நான் என்னதான் பண்ணாலும், நஷ்டமும் கஷ்டமுந்தான்னு கைவிரிச்சிட்டான்" "இதக் கேட்டுட்டு, உங்க உம்மா என்ன சொன்னா?" "ஜோஸ்யன அடிக்கவே போய்ட்டா. அவன் நடு வயசுக்காரன். அவனுக்குச் சுத்து வட்டாரத்தில நல்ல பேரு. பய பதறிப் போய்ட்டான். கொஞ்சம் பொறுங்கம்மா, நான் சொல்றதக் கேளுங்கன்னு, லேசா ஆறுதலாப் பேசினான். அப்பறம்தான் அம்மா அடங்கினா. லக்னத்திலேயே எனக்குக் குரு குடியேறி இருக்கிறதால, என் பிழைப்புக்குக் கேடு வராது. என் ஆயுசும் கெட்டியாயிருக்கு. லேட்டாத்தான் கல்யாணமாகும். சூரியனும் சனியும் சூக்ஷ்மப் பரிவர்த்தனையாறதால, விரயம் ஜாஸ்தியாவும். லேசா பூர்வஜென்மப் புண்ணியமுண்டு. அதனால எட்டுக்கு மூணு பழுதில்லாமத் தம்பி வண்டி ஓடிடும்னு முடிச்சுட்டான்!" அவ்வளவுதான். தன் மனோவசியத்தை நிறுத்திவிட்டுக் கல்யாண நரசிம்மனின் தாயைக் கூப்பிட்டுத் திட்டினார் டாக்டர் கலீல். "ஏம்மா? ஒரு குழந்தையக்கூட வளக்கத் தெரியாதா உங்களுக்கு? சிறு வயசில, இந்தப் பையன, எதுக்கு நீங்க சாமியாரு ஜோஸ்யன்னு எல்லாம் அழைச்சிட்டுப்போய்ப் பயமுறுத்தினீங்க? எப்படிப் பையன் பயந்துபோய்க் கிடக்கான் பாருங்க! இதுவே லண்டனா இருந்துதுன்னு வைங்க, உங்களப் பிடிச்சி, ஜெயில்லப் போடச் சொல்லிடுவாங்க. இனிம அவன் கிட்ட நீங்க எப்பப் பேசினாலும், பாசிட்டிவா மட்டுந்தான் பேசணும். புரிஞ்சிதா?" என்று அதட்டினார் கலீல். தலையாட்டிவிட்டுக் கண்ணீருடன் நரசிம்மனைப் பார்த்தாள் அம்மா. இதை அருகிலிருந்த செவிலி காமாட்சியும் கவனித்தாள். மிருதுவான தன் குரலில் டாக்டர் கலீல், காமாட்சியிடம் அறிவுறுத்தினார். "ஹி வாஸ் எ டிஸ்டர்ப்ட் சைல்ட். இவனுக்கு நிறைய்ய ஃபோபியா இருக்கு. ஹெட் இன்ஜுரி, ஃப்யூச்சர்லகூட, ப்ரைன பாதிக்காம, பாத்துக்கணும். பேபி, யூ ஷூட் கிவ் சம் பெர்சனல் கேர் டு திஸ் மிஸ்ரபிள் யங் மேன். பை

த கிரேஸ் ஆஃப் காட், ஐ ஹோப், எவ்ரி திங் வில் பீ ஓகே இன் எ மன்த்ஸ் டைம். டேக் கேர். சீ யூ பேபி!" காமாட்சிமீது பொறுப்பைச் சுமத்திவிட்டு, டாக்டர் கலீல் நகர்ந்துவிட்டார். அடுத்த ஒருமாதமும் அவள்தான் நரசிம்மனைக் கருத்தாய்ப் பேணினாள். விரைவாக, நரசிம்மனும் உடல் தேறிவிட்டான். முப்பத்தோராம் நாள் மாலையில், நரசிம்மனை டிஸ்சார்ஜ் செய்துவிட்டார் கலீல். அதற்குள்ளேயே, காமாட்சியைப் பற்றி டாக்டரிடம் விசாரித்துத் தீர்க்கமாய் இவன் அம்மா முடிவெடுத்துவிட்டாள். குலமும் கோத்திரமும் பார்த்துக் கொண்டிருந்தால், தன் பிள்ளைக்குக் கல்யாணமே நடக்காது என்பதும் அவளுக்குத் தெளிவாய் விளங்கிவிட்டது. ஓர் அநாதை ஆசிரமத்தில் வளர்ந்த அபலை காமாட்சியை இசைவிப்பதில், அவளுக்குப் பெரிய சிரமமொன்றும் ஏற்படவில்லை. டாக்டரையே, அவளிடம் தூதுவிட்டாள் அம்மா. அதற்குமுன், தன் தொழில்ரீதியாகச் சிறு ஆட்சேபம் தெரிவித்த கலீலைக் கெஞ்சிக் கூத்தாடிச் சரிக்கட்டித் தாதியைத் தாரமாக்க அவரிடம் முழுச்சம்மதம் பெற்றுவிட்டாள் அம்மா. இப்படித்தான் கல்யாண நரசிம்மனுக்குத் தர்ம பத்தினி ஆனாள் காமாட்சி. அதிருப்தியை, நாலு சுவருக்குள் ஒளித்தபடியே, வெள்ளிவிழாவையும் தாண்டியாகிவிட்டது! என்ன வாழ்க்கை இது? எனக் காமாட்சி, எத்தனையோ முறை யோசித்திருக்கிறாள். ஒரே வீட்டில் இருக்கிறோம். எப்போதுமே உடனிருக்கிறான். பரம சாது. ஒரு வம்பு தும்பும் தெரியாதவன். என்ன செய்கிறான் என்று இவனுக்கே தெரியாமல் ஏதோ செய்துகொண்டிருப்பான். எந்த வேலைக்கும் இவன் லாயக்கில்லை. இவனால் எனக்குப் பெருமை வரப்போவதில்லை. தடந்தெரியாமல் வாழ்ந்துமடியப் போகிறான். இதை நினைத்து எவள்தான் சந்தோஷப்படுவாள்? இப்படித்தான் காமாட்சிக்கு, இவ்வில்வாழ்வு, இழுபறியாய் இழுக்கிறது. இன்னுமென்ன? கல்யாண நரசிம்மனிடம் வீணாய்க் கோபப்படுவதைக் காமாட்சி எப்போதோ குறைத்துக்கொண்டு விட்டாள்! அவளால் முடிந்தவரையில், இவனுடன் சௌஜன்யமாக இருந்துவிட்டு, இவனுக்கு முன்னே, பூவோடும் பொட்டோடும் ஒரு சுமங்கலியாகத்தான் போய்ச்சேர்ந்துவிட வேண்டுமென்பதே, இப்போது காமாட்சியின் ஒரே வைராக்கியம்! பிரைவேட் ஸ்கூல் வாத்தியார் வேலையில், காமாட்சியை மணப்பதற்குமுன், சில காலம், தான் நல்ல சம்பளம் வாங்கிக் கொண்டிருந்ததாக நரசிம்மன் சொல்லியிருக்கிறான். ஒருமுறை, ஸ்கூலில் ஒரு பிரச்சனை. டீச்சர் ஒருத்தி, எட்டாம் கிளாஸ் சிறுமியைப் பிரம்பால் அடித்ததில், அவள் இடக்கையின் முட்டி உடைந்துவிட்டது. அந்தச் சிறுமியின் அப்பா, ஆளுங்கட்சியில் ஒரு பெரும்புள்ளி. டீச்சர் புருஷன், உள்ளூரில் வில்லேஜ் ஆபீசர். சிறிய பூசலாகத்தான் தொடங்கியது. யார் யாரோ ஊதப் பெரிய தகராறாகிவிட்டது. வேலை கொடுத்த

ஹெட்மாஸ்டர் கேட்டுக்கொண்டதற்காகச் சிறுமியைத் தானே அடிக்கச் சொன்னதாகக் கிளாஸ் டீச்சர் நரசிம்மன் பொறுப்பை ஏற்றுக்கொண்டான். மெமோ கொடுத்தார்கள். இப்பிரச்சனை சிறிது தணிந்தபிறகு, மீளச் சேர்ந்து கொள்ளலாம் என்றார்கள். அது அம்மாவுக்குப் பிடிக்கவில்லை. வாத்தியார் வேலையை விடச்சொல்லிவிட்டாள். தாய் வீட்டுப் பாகப்பிரிவினையில், புதிய சில நிலபுலங்கள், அவளுக்கு வந்துசேர்ந்திருந்தன. அம்மாவின் ஒன்றுவிட்ட மாமா, ஹைக்கோர்ட்டில் அலுவலராயிருந்தவர். அற்பாயுளில் தன் மாப்பிள்ளை போய்ச் சேர்ந்ததால், மருமாள் எதிர்காலத்துக்குக் காபந்தும் செய்திருந்தார். அவர் எழுதிவைத்த இரண்டு சிறிய வீடுகளிலிருந்தும், அம்மாவுக்குப் போதுமான வாடகை வந்துகொண்டிருந்தது. எல்.ஐ.சி. பாலிசி பிடிப்பது, வங்கிகளில் கடன் வாங்கித்தருவது, அமெரிக்கத் தூர உறவுக்காரரின் நிலத்தைக் குத்தகைக்கு விட்டுப் பராமரித்துப் பணம் அனுப்புவது, குழந்தைகளுக்கு டியூஷன் எடுப்பது எனத் தன்பாட்டுக்குக் கல்யாண நரசிம்மனும் ஏதேதோ பண்ணிக்கொண்டுதான் இருந்தான். பால்ய ஸ்நேகிதன் பால விநாயகத்தைப்போல, இவனும் அது இது எனச் செய்யாதது எதுவுமில்லை. என்னதான் செய்தும் இவனுக்கு விடிவில்லை. பால விநாயகம் மேல்விழுந்த அதிர்ஷ்டம் நரசிம்மனைத் தொடக்கூட இல்லை என்று ஊரில் பேசிக்கொண்டார்கள். எந்தத் திருப்தியுமின்றி, எப்படி இவ்வளவு வருஷங்களைத் தாண்டி வந்தோம் எனக் காமாட்சிக்குப் புரியவே இல்லை. நரசிம்மன் தாய் படுகெட்டி. அவளிருந்தவரை, குடும்பப் பாரம், காமாட்சிக்குத் தெரிந்ததில்லை. அவள் செத்த பின்னும், வங்கி இருப்பிலிருந்து, நரசிம்மன் பேருக்கு, மாதா மாதம், வட்டி வரும்படியை ஏற்பாடு செய்துவிட்டுத்தான் அவள் போயிருந்தாள். இப்போது நரசிம்மனுக்கும் காமாட்சிக்கும் ஒரு கடைசிக்கால நெருக்கமும் கூடிவிட்டிருந்தது. இருவருமே ஒருவரிடமொருவர் மனம் விட்டுப் பேசிப் பழக முயன்றனர். அதில் பாதிதான் வெற்றி பெற முடியும் என்பதும் இருவருக்கும் நன்கு தெரிந்தேயிருந்தது. அவ்வளவு தனித்தனியாயிருந்தன அவர்களின் உலகங்கள். கல்யாண நரசிம்மனுக்குக் காமாட்சி இருக்கிறாள். ஆனால், காமாட்சிக்கு என யார் இருக்கிறார்கள்? இவனைப் பற்றி யோசிக்கவே, இவனுக்குத் தெரியாதபோது, தன்னைப் பற்றி இவன் எங்கே யோசிக்கப் போகிறான்? எனக் காமாட்சி விசனப்பட்டாள். ஒரே ஒரு கவலை மட்டுமே, அவளுக்கும் மிச்சமிருந்தது. இது எப்போது முடியும்? இன்னும் எத்தனை நாள் நாம் இருப்போம்? இதே கவலைதான், நரசிம்மனுக்கும்! இதனாலேயே இவனுக்கு, இப்போதெல்லாம் ராத்தூக்கம் பிடிக்கவில்லை! இது இப்போது, இவர்களின் புத்திக்குமே பளிச்சிட்டுவிட்டது. இதனைப் பரபரப்பாய்

இருவரும் பகிர்ந்துகொண்டார்கள். வாழ்வில் முதல்முறையாய், இருவருக்கும் ஒரே மாதிரியாய்த் தோன்றியிருப்பதற்காகத் தம்பதியர், தமக்குள்ளே ஆச்சர்யப்பட்டுக் கொண்டார்கள். வியப்புத் தீர்ந்ததும் காமாட்சி பேசினாள். "அந்த ஜோஸ்யன், திரும்பவும் இங்க வந்திருக்கானாம். உங்க ஃபிரெண்டு பால விநாயகம்தான் சொன்னாரு. கல்யாணம் போகலன்னாலும் பரவாயில்ல. அவனுக்காக ஒரு வாட்டி, நீங்க போய்ப் பாத்துட்டு வரக்கூடாதாங்கிறாரு. எனக்குப் புள்ளி வச்ச மாதிரியா, பலன அவ்வளவு கணக்கா நல்லாச் சொல்றானேன்னு வியந்து போறாரு! அவன் குறி தப்பறதில்லங்கிறாரு. விநாயகம் சொல்றது கிடக்கட்டும். நம்ம விஷயத்தில, முடிவு எப்போன்னு போய், அவனக் கேட்போமா? நீங்க என்ன சொல்றீங்க?" "நடந்தத அவன், இப்ப கரெக்டாத்தான் சொல்வான். நமக்கு, மேல நடக்கப் போறதில்ல, காமாட்சி தெரியணும்? அதுவும் நம் மரணம், எப்ப வரும்னா போய்க் கேட்கச் சொல்ற? அவன் எதனா சொல்லி வெக்க, அப்பறம் அதயே நினைச்சி வதைப்பட, நீ தயாராயிட்டியா? எதுக்குக் காமாட்சி? வரபோது சாவு வரட்டுமே. அப்படி என்ன அவசரம் உனக்கு?" "ஆமாம். நாம வாழ்ந்து கிழிச்சது, இன்னுமா உங்களுக்கு அலுக்கல? நாஞ்சொல்றத என்னிக்குக் கேட்டிருக்கீங்க? 'விருச்சிக ராசி; விருச்சிக லக்னம்; கேட்டை நட்சத்திரம்'! பால விநாயகத்துக்குப் பத்தொன்பது வருஷம் விபரீத ராஜ யோகமாம். மிதுன ராசி; தனுர் லக்னம்; மிருகசிரீஷ நட்சத்திரம் நாலாம்பாதம்! உங்களுக்கு அப்படியே எதிர்ப்பலனாம். ரெண்டுல ராகு, எட்டுல கேது! உங்களத் தீராப்பகையாத் துரத்திக்கிட்டேயிருக்காம். அதனாலத்தான், நீங்க எது செஞ்சாலும், முன்னுக்குப் போகவே முடியலியாம். விநாயகம் தொட்டதெல்லாம் துலங்க, அவரோட கிரகப்பலன்தான் காரணமாம். பரிகாரம் பண்ணினா, லேசா நாம நிமிரலாமாம். நேர்ல நீங்க வந்து கேட்டாத்தான், பரிகாரம் பத்திச் சொல்வானாம். இதக் கல்யாணம் நம்ப மாட்டான். அவனுக்கு நல்ல புத்தி சொல்லி, நீங்க கூட்டிட்டுப் போங்கம்மா தங்கச்சின்னு ஓயாமத் தூண்டறாரு, உங்க ஃபிரெண்டு!" "பால விநாயகத்த, உனக்கு எப்பத் தெரியும்? நாங்க ரெண்டு பேரும் ஹைஸ்கூல்லயே ஒன்னாப் படிச்சவங்க காமாட்சி. அப்பவே துறுதுறுன்னுதான் இருப்பான் பய. எப்பவும் ஒரு இடத்தில அவன் சும்மா நின்னு, நான் பாத்ததே இல்ல. எங்கயாவது போவான் வருவான். அந்தச் சிறுவயசில, அவன் சாதாரண அலைச்சலா அலைஞ்சிருக்கான்? எதனா உருப்படியா ஒரு காரியத்தப் பண்ணாம, அதில ஒரு நியாயமான ஆதாயத்தப் பாக்காம, அவன் ஒருநாளும் வீணா இருந்ததில்ல. உழைப்ப அவன் கிட்ட இருந்துதான் கத்துக்கணும். எனக்குப் பொறாமையே இல்ல காமாட்சி. ரியல் எஸ்டேட்டில, அவனுக்குப் பெருசா ஒரு யோகம்

அடிச்சிட்டதா, இந்த ஊரெல்லாம் சொல்றத, நான் ஒத்துக்கல. அவன் அளவுக்கு நேர்மையான ஒருத்தன, இன்னும் என் வாழ்வில நான் பாக்கல. அதேபோல, முன்னேறனுங்கறதிலயும் அவ்வளவு வெறியா அவன் இருப்பான். அப்பவே, தெளிவா யோசிச்சான். எல்லாரும் பயந்தப்ப, அவன் கொஞ்சமும் தயங்காம, நிலம் மேலத் தான் சம்பாதிச்ச காசயெல்லாம் போட்டான். அத இன்னைக்குச் சந்தோஷமா அனுபவிக்கிறான். என்ன தப்பு? அவன் உழைப்பால வந்த வெற்றி அது; அதிர்ஷ்டத்தால வந்ததில்ல. அவன் முயற்சியத் தவிர, என் கண்ணுக்கு, வேற எந்த யோகமும் தெரியல காமாட்சி!" என்றான் நரசிம்மன். "நீங்கத்தாங்க, இப்பிடிச் சொல்றீங்க. இப்ப அவரே, ஜோசியர நம்பறாரே! இதுக்கு நீங்க என்னா சொல்வீங்க?"

"என்ன சொல்லச் சொல்ற நீ? டாக்டர் கலீல் சொன்னது, உனக்கு மறந்தா போயிடுச்சு? இங்க நேரா, உன் கண்ணால, என்னப் பாரு காமாட்சி! இந்தக் கர்மா, கடவுள், பில்லி சூனியம், பிராப்தம், ஜோஸ்யம்னு எவ்வளவோ சொல்வான் உலகத்தில. இதெல்லாம் விட ரொம்ப முக்கியமானது, ஒரு மனுஷனப் புரிஞ்சிக்கிறதுதான். நரசிம்மனக் காமாட்சி புரிஞ்சிப்பா; நல்லாப் பாத்துப்பா; நீங்க கவலப்படாமக் கல்யாணத்தப் பண்ணுங்கன்னு எங்க அம்மா கிட்டச் சுத்த வாக்காச் சொன்னாரே டாக்டர் கலீல்! அதத்தான் காமாட்சி, இப்பவும் நான் நெனச்சிக்கிட்டிருக்கன். இப்போ பால விநாயகம் ஜோஸ்யன நம்பினா, அவன் நம்பிட்டுப் போகட்டுமே! உழைச்சு ஜெயிச்சவன் ஓய்வெடுக்க நெனக்கிறப்ப, இதெல்லாம் இப்படித்தான்னு அவனுக்குத் தோணும். நாம கண்டுக்கக்கூடாது. எனக்குக் காமாட்சி யோகத்தைவிடப் பெருசு, வேற ஒன்னுமில்ல!" என்றான் கல்யாண நரசிம்மன்.

இம்மண்ணிலேயே, காமாட்சிக்கு வானம் தெரிந்தது. இவனையா வெறுத்தாள்? என்ன ஒரு தித்திப்பு இது! காமாட்சிக்கு மனம் நிலைகொள்ளவில்லை; பரபரத்தது. ஒரு கால்நூற்றாண்டுக்கு முன்னே போய், மீண்டும் முதலிலிருந்தே, அனைத்தையுமே தொடங்கினால் எப்படியிருக்கும்!

காலச்சுவடு, ஜூன் 2019

சிரிப்பு

அலைபேசியின் அதிர்வில் இவளுக்கு விழிப்பு வந்துவிட்டது. உடனே இவள் எடுக்கவில்லை. முழுவதுமாய் அது அதிர்ந்து ஓயும்வரையில், பொறுமை காத்தாள். மறுபடியும் ‘கால்’ வருகிறதா எனக் கையில் பிடித்துச் சோதித்தாள். பத்தே செகண்டுகளில், அதுவே மறுபடியும் அதிர்ந்தது. இப்போது அதை எடுத்துத் தன் காதில் இவள் வைத்துக் கொண்டாள்.

“சொல்லு”

“மணி பத்தரை. இன்னுமா எழுந்திரிக்கல?”

“எந்திரிச்சி என்ன ஆகப்போகுது?”

“இதெல்லாம் சரியில்ல. எந்திரி. குளி. டிபன் சாப்பிடு. அப்பறம் பேசு”

வைத்துவிட்டான். மெல்லமாக இவள் எழுந்தாள். அவிழ்ந்திருந்த தன் தலையைக் கோதிக்கொண்டாள். பாத்ரூம்போய், ஷவரைத் திறந்துவிட்டுவிட்டு, அப்படியே கற்பாறையாய் நின்றாள். பிரஷ்ஷை எடுத்துப் பசை பிதுக்கிப் பல் துலக்கினாள். ஒரு புது சோப்பைத் தன் உடலில் தேய்த்துக்கொண்டாள். அரைமணி நீருக்குக் கீழிருந்த பின், புத்தம் புதிய மான் ஆகிவிட்டாள் இவள். மான்! அந்தச் சொல்லை நினைத்துப் பார்த்தாள். அது இவளை நோக்கி முதலில் உச்சரிக்கப்பட்டபோது, எவ்வளவு நாணினாள்! அந்த வெட்க மயக்கம், இன்று இவளிடம் இல்லை. அதைச் சொன்ன வஞ்சகனின் நரிச்சாயம் வெளுத்து விட்டது. இதைப் பகிர்ந்தபோது, கேட்டு உருகிய இவனின் வருத்தம் தோய்ந்த முகம், அப்படியே நினைவில் மின்னியது. சனியன்கள் ... இதுகளை

எல்லாம் சீக்கிரமாய் விட்டுத் தொலைத்தாக வேண்டும். இவளுக்கு நெஞ்சடைத்தது; அழுகை முட்டியது.

பிறந்தமேனியாய்க் கண்ணாடி முன் நின்றாள். ஒரு சிறுமியின் முகம். இதுதான், இதைப் பிரகாசப்படுத்தும் இந்த மீன்விழிதான், இவளை நோக்கி ஆண்களை இழுக்கிறது. தன் உடம்பு முழுவதும் பவுடரைக் கொட்டி முகர்ந்தாள்; கூந்தலுக்குத் தைலம் தடவினாள்; கண்ணுக்கு மையிட்டு அழகு பார்த்தாள்; நீலப்பட்டுச்சேலை கட்டிப் பூரித்தாள். "பேரழகடி நீ!" எனத் தன் கன்னம் கிள்ளித் தன்னைத் தானே நயந்தாள். ஆஷாவின் நினைவு வந்துவிட்டது. அவள்தான் இவளிடம் இப்படி உரிமையெடுப்பாள். மின்விசிறி, உடன் ஏ.சி.யும் சேர்ந்து, ஏதோ பனிமலையில் நிற்பது போலிருந்தது. ஜிமிக்கியும் கொலுசுமாய்ப் பூட்டிக் கொஞ்சிவிட்டுக் கழற்றி விட்டாள். இப்போது ஒரு சாதாரணச் சேலைக்கு மாறியிருந்தாள். கிச்சனுக்குள் எட்டிப் பார்த்தாள். அடுப்புமேடை சுத்தமாகக் கழுவப்பட்டிருந்தது. ஹாட் பேக்கில் ஆறு இட்லிகள்; ஃப்ளாஸ்கில் காஃபி; டிஃபன் பாக்ஸில் சாம்பார் சாதம்; பாட்டிலில் மோர்! இரண்டு குழந்தைகளையும் எழுப்பிக் குளிக்கவைத்துச் சாப்பிடச் செய்து, ஸ்கூல் கூட்டிப்போய் விட்டுவிட்டு, அவன் அலுவலகம் போயிருப்பான். அவ்வளவுநேரம் இவள் தூங்கியிருக்கிறாள். இது ஒன்றும் புதிது கிடையாது. சில நாளில் இப்படித்தானாகிறது. அவன் இவளை எழுப்புவதில்லை. இவளாகவே எழுந்துகொண்டால்தான் உண்டு. அவனுக்குப் பேசினாள்.

"தேங்க்ஸ்"

"இட்லி சாப்பிட்டியா, எப்படியிருக்கு?"

"இன்னுமில்ல. குளிச்சாச்சு. சாப்பிடப் போறன்"

"அல்சர் வந்துடும். முதல்ல சாப்பிடு"

"சரி"

இரண்டு இட்லிதான் இவளால் சாப்பிட முடிந்தது. மறுபடியும் படுத்துவிட்டாள். அலைபேசியைப் பரிசோதித்தாள். இருபத்தேழு மிஸ்டு கால்கள்! ஏன் இப்படித் தொந்தரவு செய்கிறான்? மேலுக்கு இவள் இப்படிச் சலித்தாலும், இவள் உள்ளுக்குள்ளே உற்சாகக்குமிழி பொங்குகிறதே! என்ன பண்ணலாம்? மிக அனிச்சையாய் இவள் விரல்கள், இவன் எண்களை அழுத்தின. இரண்டாம் ரிங்கிலேயே எடுத்துவிட்டான்.

"என்ன பண்ற நீ? எத்தனை முறை போடறது?"

"இவ்ளோ வாட்டி நீ போடாதன்னு சொல்றன்ல. இதோ இப்பத்தான் போவுது போன்னு, வைபரேஷன ரிலீஸ் பண்ணிட்டுப் பேசறன். அதுக்குள்ள நீ…"

“நான் என்ன செய்ய? முதல் ரிங்கில நீ எடுக்கலன்னாலே, எனக்குப் பதட்டமாயிடுது. வைபரேஷன், சைலன்ட் மோடுன்னு உனக்கு ஆயிரம் தந்திரம். அது என்னவோ, உன் குரல, உடனே நான் கேட்டாகணும்னு, எனக்கு ஒரு துடிதுடிப்பு. சும்மா ரிங் போறதக் கேட்டாக்கூடப் போதும்”

“நீ ஏன் இப்படியிருக்க? நான் எங்கப் போயிடப் போறன்? உங்கிட்டப் பேசாம என்னால இருக்க முடியாதுன்னு உனக்குத் தெரியாதா?”

“ம்ம்ம்... வக்கீலாப் பேசுவ. ஆனா, ஒரு ஃபோன் போட்டா, உடனே எடுக்கிறியா நீ?”

“இடம் பொருள் ஏவல் எதுவும் உனக்குக் கிடையாது. எனக்குமா அப்படி? இன்னிக்குத் தூங்கிட்டன்”

“உன் கனவுலயாவது நான் வந்தனா?”

“இன்னிக்கு எனக்குக் கனவே இல்லாத ஒரு தூக்கம். யாரோ அடிச்சுப் போட்டாப்ல அப்படி ஒரு வலி. வேற எதுவும் தெரியல”

“ஒருமணிநேரமாத் தவிச்சிக்கிட்டிருக்கன். கிளம்பி வரட்டுமா, எங்கப் பாக்கலாம்?”

“இப்பவா? எனக்கு ஒரே களைப்பாயிருக்கே!”

“ஏழெட்டு மைல் தானே. ரிலாக்ஸ் ஆயிட்டு நீ ரிங் பண்ணு. எங்க நீ சொல்றியோ, அங்க நான் வரேன். ஆட்டோன்னா, முப்பது நிமிஷத்துக்குள்ள, நீ சொல்ற இடத்தில இருப்பன். லேட்டாகும்னா, நடந்தே நான் வரேன்!”

“இந்த வேகாத வெயில்ல நீ நடப்பியா?அந்தப் பாவமுமா எனக்கு? லைப்ரரி வா. ரெண்டு மணி நேரமாகும் நான் வர. காலைல என் பொண்ணப் பாக்கல. இன்னிக்கு ஸ்கூல் ஹாஃப் டேதான். அவளப்பாத்துட்டுக்கோச்சிங்கிளாஸ்லவிட்டுட்டுத்தான் நான் வரணும்”

“எதுக்கு லைப்ரரி? நானும் ஸ்கூலுக்கே வந்திரட்டுமா? பிள்ளைய நீ விட்டப்பறமா, அங்கிருந்து ஏதாவது ஹோட்டலுக்குப் போய்ச் சாப்பிட்டுக்கலாம்”

“சரி, நீ வந்து தொலை. இன்னிக்கு லஞ்ச் உன்னோடன்னு எழுதி வெச்சிருக்குப் போல”

“லேட்டா வராத. என்னால தாங்க முடியாது. இங்கிருந்து நான் நடந்தா, சரியா நூறு நிமிஷம்தான் ஆகும். ஒருமணிக்குள்ள ஸ்கூலுக்கு வந்துருவியா?”

“ட்ரை பண்றன். நிஜமா நடந்தா வரப்போற நீ?”

"நடந்து வந்தாத்தான், நீ லேட் பண்ணாக்கூடத் தெரியாது. இல்லன்னா, அரைமணியில நான் வந்துட்டா, எவ்வளவு நேரம் எங்க நிக்கறதுன்னு, எனக்கு ஒரே குழப்பமாப் போயிடும். வெயில்ல அலைஞ்சாத்தான் என் மனசும் கொஞ்சமாவது கொதிப்படங்கும்"

"நீ பேசறதே புரியல. ஏதோ செய். ரோட்லயே திரிஞ்சிக்கிட்டிரு. யாரு வேண்டாம்னா? நீயெல்லாம் சொன்னாக் கேக்கமாட்ட..."

உடனே ஃபோனை இவள் 'கட்' செய்துவிட்டாள். எதையுமே சிந்திக்காது, அப்படியே அரைமணிநேரம் சும்மா படுத்திருந்தாள். பின்னெழுந்தாள். செய்தித்தாளை லேசாய் மேய்ந்தாள். கள்ளக்காதலனுடன் ஓடிய ஒரு நாற்பதுவயதுப் பெண்ணை, அவள் கணவன் ஆள் வைத்துக் கொன்ற குரூரத்தைப் படித்து விட்டு, "அதுக்கெல்லாம் துணிச்சல் வேணும்!" என்று, இவள் முணுமுணுத்துக்கொண்டாள். அவன் அலுவலகத்திற்குப் பேசினாள்.

"இன்னிக்கு ஸ்கூல்க்குப் போய்ட்டுப் பிள்ளையப் பாத்துட்டுக் கிளாஸ்ல விட்டுட்டுக் கிளாஸ் முடியறவர இருந்து அழைச்சிட்டு வரப்போறன்"

"பத்திரமாப் போய்வா. ஆபீஸ் முடிஞ்சித் திரும்பறப்ப, நான் ஏதாவது வாங்கி வரட்டுமா?"

"நீங்க ஒன்னும் வாங்க வேண்டாம். உங்க வேலையப் பாருங்க. நைட்டுக்கு நாம ஹோட்டலுக்குப் போய்க்கலாம்"

துண்டித்துவிட்டாள். இனி, வீடு மீளும்வரை, எதுவும் பேசவே மாட்டான். பொறுப்பானவன்; முழுமூச்சுடன் தன் வேலையிலேயே உழல்வான். கையில் மல்லிகைப்பூவுடன்தான் வீட்டுக்கு வருவான். மிகையலங்காரம் தவிர்த்துத் தன்னை இவள் சாதாரணப்படுத்திக் கொண்டாள். இந்த எளிமைதான், இவனுக்குப் பிடிக்கும். இந்நேரம், வெயிலில் நடந்துகொண்டிருப்பான். இதைத் தவிர, வேறு வேலையே இவனுக்கில்லை என்பதுபோல்தான் இவன் இருக்கிறான். அந்த முதலாள் வேறுமாதிரி. எப்போதும் அவனுக்குப் பெரிய வேலையிருப்பது போலும், இவளின் தொந்தரவுகள் தாளாமல்தான், இவளை அவன் மகிழ்ச்சிப்படுத்துவதாகவும் காட்டிக்கொள்வான். முதலில், அந்தப் பாவனை, இவளுக்கும் பிடித்திருந்தது. ஏன்? அது இவளுக்கு வேண்டியுமிருந்தது. ஆனால், இந்த விடாக்கண்டனுடன் பழக்கம் ஏற்பட்டபின், முதலாள் மீது கோபம் கட்டுக்கடங்காமல் வந்தது. இப்போது அதுவும்கூடப் பழகிவிட்டது. அவன் ஒருமாதிரி; இவன் மறுமாதிரி; இவள் ஒரு தனி மாதிரி! இவர்கள் எல்லாருமே நகல்கள்தாம்; யாருமே அசலில்லை!

இவன் வேலை என்று எதற்குமே போகவில்லை. தன் பூர்வீக வளங்களைத் தானே தின்று வந்தான். நான்கு வீடுகளின் வாடகைப்பணமும், வங்கி டெபாசிட் வட்டியுமே, மாதாமாதம்

ஒரு லட்சம் ரூபாயைத் தாண்டிவிடும். ஒரு பெரும் கோடீஸ்வரக் குடும்பத்திலிருந்து மனைவி இவனுக்கு வாய்த்திருந்தாள். ரியல் எஸ்டேட்டிலும் இவன் கொழித்தான். இருந்தும்கூட, இவள் கால் சுற்றிய பாம்பாய், இவன் ஏன் இப்படியிருக்கிறான்? தன் கழுத்தில் விழுந்த மாலையை, உடனே யாரால்தான் கழற்றி எறிந்துவிட முடியும்? அது தானாகவே ஒருநாள் கழன்றுவிழாமலா போய்விடுமென்றே, இவள் எண்ணினாள். இவனையும் விட்டு விடத்தான் வேண்டும். அது ஏன் இன்றாகவே இருக்கக்கூடாது? இவளுக்கு என்ன ஆனது? செக்குமாடு மாதிரி, இதிலேயே இன்னும் எவ்வளவு நாள்? இவள் எப்போதுதான் இயல்பாவாள்? மனநோய் முற்றுவதன்றிக் குறைவதாகவே தெரியவில்லையே! இவள் யோசிப்பதை நிறுத்தினாள். அதனால் ஒரு பயனுமில்லை. எண்ணங்கள் இறக்கவேண்டும்; அதுவரையில் இப்படியும் அப்படியுமாக இழுபட வேண்டியதுதான். திடீர் மின்னலடித்தது. எல்லாம் ஒருநாள் ஓய்ந்து சிரிப்பாகும். அன்று இவளது, பிறரது, என்றெல்லாம் எதுவுமிருக்காது. ஒன்றே ஒன்றுதான் எஞ்சி நிற்கும்; இன்பதுன்பம் தாண்டிய ஒரு வெறுமை! ஏதேது, இவளே ஒரு குட்டி ஆதிசங்கரி ஆகிவிடுவாளோ! சீச்சி... பேயே... இவளைக் குத்திக் குதறாதே. 'காற்றிலேறி விண்ணையும் பிறகு நீ சாடலாம், முதலில் இம்மண்ணில் இறங்கி நடக்கப் பழகு!' எனத் தன் மூளைக்குள் தானே குட்டிக்கொண்டாள்.

ஒரு நிமிடம் டி.வி. போட்டாள். தேன்கிண்ணம் ஓடிற்று. அதில் ஓர் இளந்தொகுப்பாளன். அவனைக் கண்டுவிட்டாலே, இவளுக்குப் புத்துணர்வு பிறந்துவிடும். அவன் சிரிப்பை வியந்து நயந்து, 'பாவிப் பய, எப்படிச் சிரிக்கிறான், பொய்யாய்!' எனத் திட்டி, டி.வி.யை இவள் நிறுத்தினாள். தலைபின்னி முடித்துத் தன் கைப்பையை எடுத்துக்கொண்டு, ஒரு பசுவைப்போல், அவ்வளவு சாதுவான ஒரு முகத்துடன், தெருவில் இறங்கினாள். பழகிய ஆட்டோவைக் கூப்பிட்டு, அவனுக்கும் ஒரு புன்னகையைச் சிந்திவைத்தாள். ஸ்கூல் வாசலில் நிறுத்தியவன், "வெயிட் பண்ணட்டுமா மேடம்?" எனக் கேட்டான். "வேண்டாம், போ!" எனத் தலையசைத்து, அவனைத் திருப்பிவிட்டாள். ஆட்டோ போனதும், எதிரிலிருந்த ஐஸ்கிரீம் பார்லரை இவள் பார்த்தாள். அங்கேதான் இவன் அமர்ந்திருந்தான். இருபதாண்டுகளாகத் தொடர்கிறான். ஒரே ஒருமுறைகூடச் சொன்ன இடத்திற்குச் சொன்ன நேரத்திற்குமுன் இவன் வராதிருந்ததில்லை. அதே போல், ஒருமுறையும் இவனுக்கு முன்பே சந்திப்பிடத்திற்கு, இவளாலும் வரமுடிந்ததில்லை. மிகச் சாதாரணமான உடையில், மிகச்சாதாரணமாகத்தான் இவனிருப்பான். இவளை வசீகரிக்கும் எவ்வகைப் பிரயத்தனமும் இவனிடமிருக்காது. முதல்நாள் இவளை இவன் எப்படிக் கண்டானோ, அதே அகப்பரவசம்,

விபரீத ராஜ யோகம்

இவனிடம் இன்னும் உயிர்த்திருக்கிறது. அந்தத் தலைநாளைப் போலவே எல்லா நாளும் இவனால் எப்படியிருக்க முடிகிறது என்பதில், இவளுக்கு இன்னும் வியப்புண்டு. "ரெண்டு இடாலியன் டிலைட்" என, இவன் ஆர்டர் தந்தான். இரண்டையும் இவளே சாப்பிட்டாள். இவன் இவளையே பார்த்தவாறிருந்தான். இவள் கால்மேல் தன் காலை வைத்தழுத்தினான். ஒரு நொடி, கூந்தலை வருடிவிட்டுக் கையை எடுத்துவிட்டான். "என்ன கிடைக்குது இதில?" என்றாள். இவன் பதிலே பேசவில்லை. ஐஸ்கிரீமை இவள் நக்குவதையே ஆர்வமாய்ப் பார்த்துக்கொண்டிருந்தான். இவளைப் பார்க்கையில், இவனுள் நிறையும் அமைதியைப் புரிந்துகொள்ள, இவளால் முடியாது என்று தோன்றியது. இந்தச் சந்திப்போடு யாவும் முடிந்துவிடுமென்றும் யூகித்தான்.

"எனக்குக் கொஞ்சம் அன்பைக் கொடு"

"இதுக்குமேல, எப்பிடித் தரதுன்னே தெரியலியே! பிள்ளைகளக்கூட இப்பெல்லாம் நான் பாக்கறதில்ல. ஒருநாளுக்கு ரெண்டுமணி நேரம் உன்னோடத்தான் பேசறன். வாரம் மூணு தடவை பாக்கறன். நீ வாங்கிக் கொடுத்த புடவயத்தான் கட்டியிருக்கன். உங்கிட்டப் பேசாம, உன்னப் பாக்காம இருக்க முடியலன்னு ஆயிரம் முறை நான் சொல்லிட்டன். இன்னும் நான் என்ன செய்ய?"

"எல்லாம் சரிதான். ஆனா, எனக்கு இதெல்லாம் போதலயே. உன்னோட பிரிவை எனக்குப் பொறுத்துக்கத் தெரியலயே!"

"அதுக்கு நீ என்னைக் கல்யாணம் கட்டியிருக்கணும். உன் தப்பால எனக்கும் வேதனயத் தந்துட்ட!"

"எல்லாப் பழியையும் என் மேலயே தூக்கிப் போடு. நான் அயோக்கியன், நீ நல்லவ. சரி, அப்படியேதான் இருக்கட்டுமே. அதப் பேசிப் பேசி, இனி என்னாவப் போவுது?"

"இன்னும்என்ன? அதான் என்னை ஒதுக்கிட்டு, அவளோடயே நீ போயிட்டியே"

"நான் எங்கப்பா போனேன்? நீதானே என் கழுத்தப் பிடிச்சித் தள்ளிவுட்ட. அவ பாவம்! என்ன நம்பி வந்தவ மேலப் பழிப்போடாத"

"ஏன் உனக்குப் புத்தி எங்கப்பா போச்சு? ஒரு பேச்சுக்குச் சும்மா நான் சொன்னா, அத அப்படியே நீ பிடிச்சிக்கறதா? இப்ப அவ ஒசத்தியாப் போயிட்டாளா உனக்கு?"

"ஆமாம். நான்தான் உன் எதிரி நெம்பர் ஒன். உங்குடியக் கெடுத்த பாவி. என்ன பேச்சுப் பேசற நீ? இவ்வளவு நாளா இந்த விஷமெல்லாம் எங்க வெச்சிருந்த?"

“உனக்கு நான் நல்லதுதான் நெனச்சன். ஆனா அவ . . .”

“வேண்டாம். அவளப் பத்திப் பேசாத. அவ நியாயம் அவளுக்கு. போனது போகட்டும். ஸ்கூல் விடற நேரமாயிடுச்சி. கலைமகளக் கூட்டிப்போய்க் கிளாஸ்ல விட்டுட்டு வா. நான் இங்கியே நிக்கறன்”

“அதெல்லாம் ஒன்னும் தேவையில்ல. நீ பஸ் ஏறி, அங்க வந்து நில்லு. அவளை ஒரு ஆட்டோ புடிச்சு இறக்கி விட்டுட்டுத் திரும்பி வரன். ‘கிரேட் லஞ்ச் ஹோம்’ போகலாம்”

இவள் இப்படித்தான். இவளுக்குத் தோன்றியதையேதான் செய்வாள். பயமில்லை. இவள் மனசேதான் இவளுக்குப் பனைவெல்லம்; பிறர் பற்றியெல்லாம் இவள் யோசிப்பதில்லை. வேண்டுமென்றால் வேண்டும்; வேண்டாமென்றால் இவளுக்கு யாரும் வேண்டாம். பஸ் ஏறினான். இவள் வீட்டுக்கு முந்தைய ஸ்டாப்பில் இறங்கினான். பிறகு கிழக்கே திரும்பி, ஐந்து நிமிடம் நடந்தான். வழக்கமான சந்திப்பிடம்தான் அது. எதிரே இவள், ஒரு புதிய சேலையில், சிறிய மஞ்சள் குருவியாய், இன்னும் செழுமை பெற்றுத் தெரிந்தாள். அருகே இவள் வந்தவுடன், இவன் நெடுமூச்சு விட்டான். அந்தச் சுடுமூச்சில் ஓர் ஆற்றாமையிருந்தது. இவள் இவன் கைப்பற்றினாள். “கவலப்படாதடா. எல்லாம் சரியாயிரும்!” எனக் குரல் கம்மினாள். கலங்கிய இவள் கண்களைக் கைக்குட்டை எடுத்து இவன் ஒத்தினான்.

“ஏய், நீ என்ன, டச்சப் பாயா?”

“இல்ல, நான் ஒரு வெறி பிடிச்ச ஓநாய்!”

“அப்போ நான் என்ன ஆட்டுக்குட்டியா?”

“ஆமாம், ஆமாம். ஓநாயையே கடிக்கிற ஆட்டுக்குட்டில்ல நீ!”

“ஐயோ பாவம்! ஆட்டுக்குட்டி கிட்ட, ஓநாய யாரு கடிபடச் சொன்னா? முடிஞ்சா அது கடிக்கட்டுமே!”

“என்னால முடியலியே! இந்த அவஸ்தைய, இனி எனக்குத் தாங்க வேணாம். ப்ளீஸ், நீ என்ன விட்டுடு!”

“ரைட். இதயே தான், உங்கிட்ட நானும் கேட்க நெனச்சன். பீயிங் எ வெரி ஸ்மார்ட் பாய், இதிலயும் நீ முந்திக்கிட்ட. ஓகே, மை மேன்! லெட் அஸ் அக்சப்ட் த ட்ரூத்! மிருகம் ஆகறது கஷ்டம்; மனுஷன் ஆகறதோ ரொம்ப ஈசி. ஸோ, ஏய், மனுஷப்பயலே! இனி நீ எங்கிட்ட வராத, ஓடிப்போடா!”

“யுவர் பாயிண்ட் டேக்கன் மேடம். நன்றி வணக்கம் வாழ்த்து”

பின்திரும்பாது இவன் வெளிநடந்தான். தன்னுள்ளே ஏதோ சிரிப்பதை இவள் கேட்டாள்.

***பேசும் புதிய சக்தி*, மார்ச் 2019**

எதிரி

அது ஒரு ரயில்வே ஸ்டேஷன். இந்த ஸ்டேசன் வழியாகத்தான், எல்லா வண்டிகளும் நகரத்துக்குப் போயாக வேண்டும். ஆனால், நகரத்துக்கு வெளியே, பத்து இருபது மைல் சுற்றுவட்டாரத்திற்கு, பஸ்தான் வசதி. மாடிப்படியேறி, இடப்புறம் திரும்பினால், பஸ் ஸ்டாப். நடைபாதையின் இரு மருங்கிலும், கடைகள். இடப்பக்கக் கடைகளை ஒட்டியே, உள்ளடங்கினாற்போல், ஒரு பெரிய சைக்கிள் ஸ்டாண்ட். ரொம்பச் சௌகர்யம் அது. காத்திருக்கத் தேவையில்லை; ஜனக்கூட்டத்தில் நெரிபட்டுச் சாக வேண்டாம்; காசும் மிச்சம்.

என் சைக்கிள், இந்த ஸ்டாண்டிற்குள் விடப்படுவது இல்லை. ஆனால், தினந்தோறும் என் தம்பி வந்து அழைத்துப்போகிறவரை, இந்தச் சைக்கிள் ஸ்டாண்ட் அருகிலேயேதான், நான் காத்திருப்பேன். இந்நகரத்தை விட்டு வெளியேயும் உள்ளேயும் செல்லும் வாகனங்கள் எழுப்பும் பிளிறல்களும், மின்வண்டியிலிருந்து பிதுங்கி வரும் சக ஜீவன்களின் 'சவக்களை'யும், நடைபாதை வியாபாரிகளின் அடிவயிற்றுக் கூவல்களுமாய்... மாலை ஆறிலிருந்து ஒன்பதுவரை, இந்த இடம் அமர்க்களப்பட்டுக்கொண்டேதான் இருக்கும்.

ஒவ்வொரு நாளும், ஒரு பதினைந்து இருபது நிமிடங்களாவது, என் தம்பியின் வரவுக்காக, நான் இவ்விடத்தில் காத்திருக்க வேண்டியதாகி விடுகிறது. என் தம்பி தாமதிக்கிறான் என்பதில்லை; நானும் கொஞ்சம் முன்னதாகவே இங்கு வந்து விடுகிறேன்! இந்தச் சைக்கிள் ஸ்டாண்டிற்கு நேரெதிரேயே, ஒரு பழக்கடையும், இரண்டு

குளிர்பானக் கடைகளும், ஓரிரு காய்கறிக் கடைகளும்கூட இருக்கின்றன. இந்தப் பக்கத்தில், சைக்கிள் ஸ்டாண்டை ஒட்டினாற்போல், இப்போது புதிதாக முளைத்திருக்கிறது ஒரு சிறிய பழக்கடை. எதிர்ப்புறத்தில் இருப்பது போன்ற மேற்கூரை வேயப்பட்ட நிரந்தரமான ஒரு கடையில்லை இது. கூடைகளிலும் மரப்பெட்டிகளிலுமாய்ப் பழங்கள் அடுக்கப்பட்டு இருக்கும் மிகச் சாதாரணமான ஒரு நடைபாதைக் கடைதான். இந்த வரிசையில், இது ஒரு கடை தவிரப் பிற எல்லாம் பூ, பொரிகடலை, கண்ணாடி, கர்சீப், சீசன் கவர் பரப்பல்கள்தாம்.

வழக்கமாய் ஏழரை மணிக்கு, மின்வண்டி விட்டு நான் சட்டைக் கசகசப்போடும் மனப்பிடுங்கலோடும் இறங்குவேன். சரியாய் ஏழே முக்காலுக்குள், என் தம்பி வந்துவிடுவான். டைப்ரைட்டிங்கும் ஷார்ட் ஹேண்டும் படிக்கிறான். பக்கத்தில் தான் அவன் இன்ஸ்டிடியூட். என் சொற்ப ஊதியத்திலிருந்து நான், அம்மாவோடு சண்டை போட்டுக் கொண்டு, அவனுக்குப் பணம் கட்டுகிறேன். அதனால், ஏழே முக்காலுக்குள் பொறுப்பாகத் தம்பி வந்துவிடுவான். சில நாள், நான்தான், ஏழு ஏழரைக்கே வந்துவிடுகிறேன். முன்கூட்டியே நான் வந்துவிடும் நாளில், ஒரு சிறு குழந்தைபோல், என்னைச் சுற்றிலும் வேடிக்கை பார்த்தபடியே, நேரத்தைக் கடத்திக்கொண்டிருப்பேன். சிறிது 'பகோடா' வாங்கிக் கொறித்தபடியே, பூக்காரியின் விரல் நளினம் ரசிப்பேன். லாட்டரிச் சீட்டு விற்பவனைப் பார்ப்பேன். சைக்கிள் ஸ்டாண்டிலிருந்து வெளியேறுகிற அக்கூட்டத்தில், எனக்குத் தெரிந்தவர்களுண்டா எனத் தேடுவேன். கால் கடுக்க நிற்கும் சில கிழங்களைப் பார்வையிடுவேன். பஸ் ஸ்டாப்பில் நிற்பவர் நோக்கிக் கடலை 'சப்ளை' செய்யும் தள்ளுவண்டிக்காரனின் சுறுசுறுப்பை வியப்பேன் ... தம்பி வந்துவிடுவான். ஆனால், கொஞ்சம் கூடுதலாய், இன்று நான் காத்திருந்தாகவேண்டும். எட்டரைக்குத்தான் வரமுடியுமென மதியமே என் ஆபீசுக்குத் தம்பி பேசிவிட்டிருந்தான். இன்ஸ்டிடியூட்டில் ஏதோ டெஸ்ட்டாம். எட்டு மணிக்கே நான் வீட்டுக்குப் போய், என்ன பண்ணிக் கிழிக்கப்போகிறேன்? அதே மோர் சாதமும் ஞாரத்தங்காய் ஊறுகாயுந்தானே? "சரி, எவ்ளோ சீக்கிரம் முடியுமோ, அவ்ளோ சீக்கிரமா வாடா, காத்திருக்கன்!" என்று சொல்லிவிட்டேன்.

இவ்வளவு மனிதர்களா? வேர்க்கடலைக்காரனைச் சுற்றி ஒரு பெரிய கூட்டமே நின்றுகொண்டிருந்தது. மிளகாய்ப்பொடியை மிதமாய்த் தூவிப் பரபரக்கும் கரங்களுக்கு எதிரே, மின்னல் வேகத்தில் மாற்றி மாற்றி நீட்டினான் வெள்ளரிப் பிஞ்சுக்காரன். காணாததைக் கண்டதுபோல், அப்படி ஒரு போட்டி! வேர்க் கடலைக்கும் வெள்ளரிப் பிஞ்சுக்கும் அடித்துப் பிடித்துப் பறக்கிற ஜன ருசி! ஐயோ பாவம்! "மூணு ஆப்பிள் பத்து ரூவா சார். காஷ்மீர்

ஜாதி ஆப்பிள், பத்து ரூவாவுக்கு மூணு!" சைக்கிள் ஸ்டாண்டின் அருகில் கடை விரித்திருந்தவன் கூவிக்கொண்டேயிருந்தான். யார் கவனிக்கிறார்கள்? மிகவும் எடஞ்சலான இடத்திலிருந்தது, அவன் கடை. இது மாதிரி ஒரு பழக்கடை, இதற்கு முன்பு இங்கு இருந்தாற்போலவே எனக்கு நினைவிலில்லை. என் அனுபவத்தில், புதுசு புதுசாய்த் தோன்றும் பழக்கடைகள் எல்லாம், எதிர்ப்புறத்தில் அமைவதுதான் வழக்கம். இப்புறத்தில் பழக்கடை போடப்படுவது, நான் பார்த்து, இப்போதுதான் நடக்கிறது. ஒரு மாசம் முன்பு, இவ்விடத்தில் ஒருவன், குவியல் குவியலாகப் புத்தகங்களைப் பரப்பிப் போட்டு விற்று வந்தான். அதற்கு முன்பு வேறொருவன், இங்கு ஊசியும் கையுமாகச் செருப்புத் தைத்துக்கொண்டிருந்தான். அவனுக்கும் முன்னே, இதே இடத்தில் இன்னொருவன், லாட்டரிச் சீட்டு விற்றுக்கொண்டிருந்தான்...

இவன் முகம் இன்னும் எனக்குச் சரியாகப் பதியவில்லை. தள்ளுவண்டிக்காரனும் பூக்காரியும், எவ்வளவு எளிதாக என்னை அடையாளம் கண்டுகொண்டுவிடுகிறார்கள், இப்போதெல்லாம்? இந்த இடத்தில் நிலைத்திருப்பவர்கள் அந்த இரண்டுபேரும் தான். பிறரெல்லாம் மாறிக்கொண்டேயிருக்கிறார்கள்... பஸ் ஸ்டாப்பில் கூட்டம் வலுத்துக்கொண்டேயிருந்தது. ஒருவரை ஒருவர் அடித்துப் பிடித்துத் தள்ளிக்கொண்டுதான் ஏறவேண்டி வந்தது. இதெல்லாம் தினமுமே நடப்பதுதான்; நாள் தவறாதும் பார்ப்பதுதான். ஏன்? மின்வண்டியில் தொற்றியேறும்போது, இன்றும் அனுபவிப்பதுதான். மாசா மாசம், கொஞ்சம் கொஞ்சமாய்ப் பணம் சேர்த்து, இந்தப் புதுச்சைக்கிளை வாங்குவதற்குள் நான் பட்ட பாடு... அது எனக்கு மட்டும்தானே தெரியும்!

"மூணு ஆப்பிள் பத்து ரூவா சார். நல்ல காஷ்மீர் ஜாதி ஆப்பிள் சார், மூணு பத்தே ரூவா!"

நாலாபுறமும் சுழன்றுகொண்டிருந்த என் மனமும் விழிகளும், சடாரென இவனையே நோக்கித் திரும்பின. சில நொடி, இவன் கூவுவதையே பார்த்துக்கொண்டிருந்துவிட்டு, மெல்ல இவனருகே போய் நின்றுகொண்டேன். வாங்கும் நபர் தேடிக் கடந்துபோகும் கூட்டத்தைத் துளைத்துக்கொண்டிருந்தது அவன் கண். வாயோ, தன் பாட்டுக்குக் கீறல் விழுந்த கிராமஃபோன் ரிக்கார்டாய் மாறி மாறிப் பழைய பல்லவியையே கூவியது. என்னை ஒரே ஒரு முறை நேராகப் பார்த்தான். பிறகு பொருட்படுத்தாமல், தன் பாட்டுக்குக் கூவத்தொடங்கிவிட்டான். கெட்டிக்காரன்! பேர்தான் சைக்கிள் ஸ்டாண்ட். ஸ்கூட்டர், டி.வி.எஸ். ஃபிப்டி, ஹோண்டா, நோவா என்று விதம்விதமான ரகங்களில் வாகனங்கள் வெளிப்பட்டுச் சீறிக்கொண்டிருந்தன. சாலையில் பாயுமுன், ஒவ்வொரு வாகன ஓட்டியின் காதிலும் புகுந்து வெளிவந்துகொண்டிருந்தன, பழக் கடைக்காரனின் வார்த்தைகள்!

“தள்ளிப்போ, போன்னா, எங்கனப் போயி, நான் கடய விரிக்கிறதாம்? சுடுகாட்டுக்குப் பக்கத்தாப்லயா? இங்கப் பூக்காரி, அடுத்தாப்ல வெள்ளரிப்பிஞ்சு விக்கிறான், த்தோ... அங்க, பாவம் பொட்டக்கிழவி, பிச்சை எடுத்துக்கினு திரியுது! முனையில நொண்டிப் பய ஒருத்தன், சீசன் கவர் பரப்பிக்கினிருக்கான்... இத விட்டுப்புட்டுப் போ, போன்னா, எங்கனத்தான் போவுறதாம்?”

யாரிடமோ சொல்வதுபோல், என்னைப் பார்க்காமலே, வேறுபுறம் தலைதிருப்பிக்கொண்டு, இவன் புலம்பிக்கொண்டு இருந்தான். பக்கத்தில் கிடந்த ஒரு மரப்பெட்டி மீது, நான் அமர்ந்திருந்தேன். சாலை, சைக்கிள் ஸ்டாண்ட், இவன் என்று மாறி மாறிப் பராக்குப் பார்த்திருந்தேன். திடீரெனக் குரலெடுத்துக் கத்தினான்.

“ஏம்பா, சைக்கிளக் கொஞ்சம் தள்ளி வெச்சிக்கினு நிப்பியா? எருமை மாடு கணக்காக் குறுக்கால வந்து நின்னுக்கினா, என்னா அர்த்தம்?”

திட்டப்பட்ட இளைஞன், முகம் திரும்பி, பழம் விற்பவனையே முறைத்தான்.

“என்னடா மயிரு, என்ன முறைக்கிற? நீ பாட்டுக்குக் குறுக்கால வந்து நின்னுக்கினா, அல்லாரும் எப்பிடிப் போறதாம்? தள்ளிக்கினு தூரப் போடா கஸ்மாலம். டெய்லியே எல்லாப் பயலும் எங்கடயப் பாத்துப் பேஜாரு பண்ணிக்கினு கீறானுவோ. நடுவால நீ வேறயா?”

இளைஞன் அப்படியே நின்றுகொண்டிருந்தான். யாருக்கோ காத்திருப்பவனாக இருக்கவேண்டும். நல்ல உயரம். ஒருவேளை, இவ்விடத்தில் நின்று பார்த்தால், அழகான பெண்களைத் துல்லியமாக ரசிக்க முடிகிறதோ என்னவோ? இளைஞனின் மௌனம், பழக்கடைக்காரனைக் கோபப்படுத்துவதற்குப் போதுமானதாயிருந்தது. “த்தூ ... போடா, சோமாறிப்பயலே!” என்றான். தொடர்ந்து அங்கு நான் எதிர்பார்த்த ரசமான சண்டையேதும் நிகழவில்லை. இவனின் முரட்டு உருவத்துக்கோ, வேறு எதற்கோ பயந்து, அந்த இளைஞன், அங்கிருந்து நகர்ந்து விட்டான். ஏதோ முணுமுணுத்துக்கொண்டே, போகிறாற் போலிருந்தது. இவன் நிதானமாகத் தன் மடியிலிருந்து ஒரு பீடியை எடுத்து நெருப்புப் பற்ற வைத்தான். இரண்டு மூணு இருமலுக்கிடையே, சந்தோஷமாகப் புகைக்க, இவனுக்கு முடிந்தது. புகைத்துக்கொண்டிருந்தவனின் கண், எதிர்க்கடை மீதழுந்தியதும், ஒரே நொடியிலே, ரசவாதம்போல் இவன் முகம் மாறிற்று. இவனைப் பழக்கடைக்காரன் என்றதும் ஒரு பேச்சுக்குத்தான். உண்மையில் இக்கடையில், ஆப்பிளும்

வாழைப்பழங்களும் மட்டுமே இருந்தன. எதிரிலோ கொய்யா, ஆரஞ்சு, ஆப்பிள், பலா, திராட்சை, ப்ளம்ஸ், மலைப்பழம் என்று எல்லாமே அணிவகுத்திருந்தன.

மின்வண்டியிலிருந்து பொதுஜனங்கள் விடுபட்டு, இந்தச் சாலையைத் தொடவேண்டியதுதான். மறுநொடி, ஒரு விரைந்த பார்வையில் ஆள்களைத் தேர்ந்தெடுத்து, அவர்களது முகங்களைக் குறிவைத்து, "மூணு சார், மூணு ஆப்பிள் பத்தே ரூவா!" எனக் கூவத் தொடங்கிவிடுவான். அடிவயிற்று வலிதான் இவனுக்குப் பலன். பூக்காரிக்குத்தான் வியாபாரம் கொழிக்கும். அலுத்துப்போய் வெள்ளைத்துணி எடுத்து, காஷ்மீர் ஆப்பிள் துடைத்துத்துடைத்து, நன்றாக மெருகேற்றுவான். அந்த ராசியோ என்னவோ, கடைசியில் ஒரு கிராக்கி வந்து சேர்ந்தது. முழுக்கைச்சட்டையும், பெல்ஸ் பேண்டும் அணிந்திருந்த நடுவயதுக்காரர். இவன் சுறுசுறுப்பானான்.

"நல்லாயிருக்கும் சார். எடுத்துக்க"

"எவ்வளவுப்பா?"

"அதான், அப்பப் பிடிச்சிக் கூவிக்கினே இருக்கேனே சார்! பத்து ரூபாவுக்கு மூணு, மூணுன்னு"

"அட, அதயே நீ சொல்லிக்கிட்டிருந்தா? எனக்கு அரை டஜன் வேணும்பா. பாத்துச் சொல்லிக் கொடுப்பா"

"என்னாத்தச் சொல்லச் சொல்ற? சரி, நீ ஒரு டஜனாவே எடுத்துக்க சார். வெல என்னா சார், பெரிசா வெல? காஷ்மீர் ஆப்பிள் சார். மூணு பத்துன்னா, ஒரு டஜன் எவ்ளோ? சாருக்குத் தெரியாத கணக்கா?"

"டஜனுக்கு விலை கேக்கலப்பா. ஆறு பழம்தான் வேணும்..."

"இந்த ரவுசெல்லாம் உன் வூட்ல வெச்சிக்க சார். ஏதோ என்தல மேல எழுதிப்பிட்டான். ஆயுசுக்கும் இப்பிடியே குந்திக்கினு ஆப்பிள் வியபிடா நாயேன்னு. ஒன்னப் போல, போனஸா கீனஸா? என்னத்தக் கண்டன்?"

"ஆமாம் போ. போனஸ் மேல போனஸா வாங்கி, நான் மாடி வீடு கட்டிட்டன் பாரு, நீ ஏங்கறாப்புல. அடப்போப்பா! கொஞ்சம் உன் வெலயக் குறைக்கச் சொன்னா, நீ பாட்டுக்கு, எக்குத்தப்பாப் பேசிக்கிட்டுப் போறியே..."

"ஒரே வெலதான் சார், இருபது ரூவா!"

"சொன்னதயே நீ சொல்லிக்கிட்டிரு. உன் ஆப்பிள் நல்லா வித்துப்போகும்! நாலு ரூபா குறைச்சாத்தான் என்ன?"

"இன்னா சார்? ஒன்னோட படா பேஜாராப் போச்சே! பொம்பளப் போல மல்லுக்கு நிக்கிறியே. இன்னிக்குத்தான் இந்த

வெல. அடுத்த வாரம் நீ வந்தா, மூணு பதினைஞ்சு ரூவா விக்கும், பாத்துக்க..."

பேரம் பேசியவர் சலிப்படைந்து, நகர்ந்து போகப்போவதாய்ப் போக்குக் காட்டினார்.

"சரி, வா சார். ஒரு மூணு ரூவா, அட ஒரு ரெண்டு ரூவாத்தான் சேத்துத் தரமாட்டியா? இதிலப் போயிப் பெரிசா எனக்கு என்னா கெடச்சிரும்? இந்தா, சார் குந்திக்கினு இருக்காரே! அந்தப் பழப் பெட்டி, முந்தாநா நூத்தி அறுபது ரூவா. நேத்திக்கி நூத்தி எழுபது ரூவா. இன்னிக்கி நூத்தி எண்பத்தஞ்சு ரூவா. போனஸ் வேற குடுத்துப்பிட்டானுவளா, பாரு! நாளக்கி எரநூறு ரூவா விக்கும். சரி, சரி. எங்கத ஒனக்கெதுக்கு? பையக் காட்டு..."

அந்தப் போணி, இவனுக்கு ராசியாய்த்தான் போயிற்று. அதற்கப்புறம் வியாபாரம் கொஞ்சம் சூடுபிடித்தாற்போலிருந்தது. நான் மணிக்கட்டை உயர்த்திப் பார்த்தேன். இரு முறை நகம் கடித்துத் துப்பினேன். பிறகு நேரம் கடத்தத் தீர்மானித்து, விற்பனையற்ற சமயங்களில், இவனோடு பேச்சுக் கொடுக்கத் தொடங்கினேன்.

"ஆப்பிள் விக்கறதுல நல்ல லாபம் வருமாப்பா?"

"எங்கன சார்? நீதான் பாக்கிறியே! பேரம் பேசறவங்களோட கத்திக் கத்தி, எந்தொண்டத் தண்ணித்தான் வத்திப் போவுது!"

"கொய்யா, நல்லாப் போவாது? அதுவும் நீ வாங்கிப் போட வேண்டியதுதானே?"

"வாங்கி வெச்சா, எப்பிடியும் கொய்யா வித்துப் பூடுந்தான். ஆனா, வெறும் அற்ப லாபம் சார்! நம்ம கையக் கடிச்சுப் போடும். ஒருநாப்போல மறுநா நல்லாப் போவாது. ஆனா, போற போக்கப் பாத்தா, நாளக்கி, கொய்யாவத்தான் கொண்டாரணும் இங்க!"

"ரெயில்ல போனா, வரும்படி ஜாஸ்தியா வருமேப்பா. ஏன் நீ போறதில்லியா?"

"போய்க்கினுதான் சார் இருந்தேன், போன மாசம் வர. கவலை இல்லாத பொழப்புத்தான். ம்க்கூம்... அது ஒரு நேரம், நமக்குக் கொடுத்து வெக்கல சார்"

"ஏம்பா என்னாச்சு?"

"அந்தக் கதய ஏன் சார் கேக்கிற? நெனச்சாலே வவுறு எரியுது சார்..."

"..."

எதையோ தன் நினைவுக்குக் கொண்டுவருவதற்காகச் சிறிதுநேரம் பேச்சை நிறுத்திவிட்டுப் பின் இவனே தொடர்ந்தான். இவன் முகத்தில், அப்போது ரத்தச்சிவப்புத் தொற்றியிருந்தது.

"போனமாசக் கடைசியில, ஒரு நாள், வசமா மாட்டிக்கிட்டன் சார். தெரியாத்தனமா வந்துட்டன்யா, இந்த ஒரு தபா மாப்புத் தந்திரு. செத்தாலும் இனிம வரமாட்டன்னு, அந்த ஆபீசரு கால்ல வுழுந்து நாயாட்டம் கெஞ்சிப் பாத்துட்டன் சார். ஆனா, அந்தக் கயித, எதுக்கும் மசியல. நூறு ரூவா தீட்டிப்புட்டான் சார்"

"ரெயில்ல டிக்கெட் எடுக்காமப் போறது தப்பில்லையாப்பா?"

"தப்புத்தான் சார். ஆனா, ஒன்னப் போல வெச்சுக்கினேவா நான் டபாய்க்கிறன்? வவுத்துக் கொடும சார். ரெயில்ல வித்தா, டிக்கெட் எடுக்கலங்கிற. பிளாட்பாரத்துல வித்தா, பாதிப்பழத்த வக்காலி ஸ்டேஷன் மாஸ்டரே அள்ளிக்கிட்டுப் பூட்றான். எங்கனப் போயித்தான், என்னயப் பொழைக்கச் சொல்ற, பொறவு?"

நான் வாயடைத்துப் போய்விட்டேன். என் நினைவில் ஒரு பழைய நாள். நானும் என் நண்பனும், இதே ஸ்டேஷன் ஒதுக்குப் புறத்தில், கொஞ்சம் தள்ளித் தண்டவாள ஓரத்தில், பலரையும் போல் அவசரத்திற்குச் சிறுநீர் கழிக்கப்போய்ப் பாதியில் நாங்கள் மட்டும் ரயில்வே போலீஸ் கையில் சிக்கிப் பணம் அழுத வடுவை நீவிக்கொண்டேன். இவன் தொடர்ந்தும் பேசிக்கொண்டே இருந்தான். எதை எதையோ தொட்டு, எங்கெங்கோ போனது பேச்சு. அதில், யார் யாரோ தாக்கப்பட்டுக் கொண்டிருந்தார்கள், மிகச்சரியான, துல்லியமான வார்த்தைகளால்!

"சொன்னா நம்ப மாட்ட சார்! நாலு வருஷமா, தரையோடத் தரையா நாறிக் கெடக்கறா, வூட்டு மூதி. ஒருநாகூட, அவள நான், டாக்டரு கிட்டக் கூட்டிக்கினே போனதில்ல. மாத்துத் துணி இல்லாத மூணு பொட்டப் பசங்க, என்னய நம்பிக்கினு வூட்ல கெடக்குதுங்க. நெனச்சாலே நெஞ்சே வேவுது சார். நூறு ரூவாவ, எவ்ளோ ஈஸியா அவன் புடுங்கிப்புட்டான் பாத்தியா? அவன, எங்காளியாத்தா கொண்டு போவாமலா இருப்பா! ஒரு டஜன் வித்தா, எனக்கு எட்டு ரூவா வரும் சார். ஒரு நாளிக்கி எத்தினி டஜன் சார் விக்கும்? நான் வயிறு நிறையச் சாப்பிட்டு, எத்தினி மாசமாச்சின்னு, உனுக்கு என்னா சார் தெரியும்?"

கைக்கடிகாரத்தைத் திருப்பி, மீண்டும் ஒரு முறை நேரம் பார்த்துக்கொண்டேன். என்னை இவன் கவனிப்பது கண்டு, திடுக்கிட்டுத் தலைகுனிந்து கொண்டேன். சற்று வெட்கமாயிருந்தது எனக்கு. நான் ஏதேனும் சொல்வேன் என்று எதிர்பார்த்திருப்பான். என் மௌனம் தந்த ஏமாற்றத்தால் உந்தப்பட்டுத் திடீரென்று வெறி பிடித்தவன்போல் கத்தினான்.

"எத்தினி ரயில்வேக்காரன் பொண்டாட்டின்னு சொல்லிக் கிட்டுத் தங்கச்சியயும், தாய்னு சொல்லிக்கிட்டு மாமியாரயும் கூட்டி வாரானுவோ? பாஸ் ரூட்டயே நைசா எத்தினிப் பேரு

மாத்திப் போறான்? ஒனக்கு போனஸ் வேணும்னா, நீ அவனப் போய்ப் புடிடா. அவுனுவ கிட்டல்லாம் பல்ல இளிச்சிக்கினு வழியிறியே. ஸ்டாஃபுக்கு ஸ்டாஃப் செய்யிற ஒதவிங்கிறியே. நாயாப் பேயா ஒழைக்கிற ஏழை பாழைங்கள மட்டும் புடிச்சுக் குடுத்துப்புட்டு, 'அவார்டா' வாங்கற? டேய் ஆபீசரு, தேவடியாப் பையா! என் வவுத்து எரிச்ச, ஒன்னயச் சும்மா விடாதுடா. புத்து வெச்சி, அழிஞ்சி போவப் போறடா நீ, பாரு."

ஒரு கூட்டமே சடாரெனத் திரும்பி, இவனையே பார்த்தது. எனக்கே ஒரு முறை, முதுகில் சொடக்குப் போட்டுவிட்டது. நானும் ரயில்வேக்காரன்தான் என்பதை, ஒருவேளை இவன் தெரிந்துகொண்டுவிட்டானோ என்று ஒரு பயம்! மெல்ல அங்கிருந்து, நான் விலகி, அப்பால் வந்தேன். வேறு புறம் திரும்பி நின்றுகொண்டேன். கொஞ்சநேரம் போயிருக்கும். திடும் என, என் தோள் மேல், ஒரு கை விழுந்தது. தம்பி!

மறுநாள் காலை. வீட்டை விட்டுக் கிளம்பும்போதே, என் மனசு சரியாய் இல்லை. ப்ரிய மேரியின் நினைவு வந்துவிட்டது. எவ்வளவு காலம் அவளும் காத்திருப்பாள்? போன மாதம், இதே நாளில் அவள், பீட்டரோடு மோதிரம் மாற்றிக்கொண்டு விட்டாள். அன்று என் உலகமே கசந்தது. ஆனால், என்னால் என்ன செய்ய முடியும்? அம்மாவிடம் வேண்டுமானால், நான் எரிந்து விழலாம். அதற்காக அம்மா கேட்பதில் நியாயமில்லை என்று, என்னை நானே ஏமாற்றிக்கொள்வதா! அப்படி அவள், என்னதான் கேட்கிறாள்? உன் தங்கைக்கு ஒரு வழி சொல் என்கிறாள். செத்துப்போன அப்பா மிச்சம் வைத்துப் போயிருக்கும் ஹோம் லோனையே, இன்னும் நான் அடைத்த பாடில்லை. அதற்குள் . . . இன்னொரு மலையைப் புரட்டுவதெப்படி? ஒரே எரிச்சலாயிருந்தது. சீட்டில் இருப்புக் கொள்ளவில்லை. என்ன இத்தனை சிடுமூஞ்சியாய் இருக்கிறானே என, என் சகாக்கள் நினைத்திருக்கக்கூடும். யாரோடும் எனக்குப் பேசப் பிடிக்கவே இல்லை. தலைவலி என்று சொல்லிவிட்டு, மதியமே கிளம்பி விட்டேன். முன்னொரு நாள், ஃபோர்மேனுக்கும் அவருடைய மனைவிக்கும், ஒரு கலக்குக் கலக்கிய ரஜினி சினிமாவுக்கு, முதல் வாரமே நான் டிக்கெட் வாங்கித் தந்ததற்குக் காட்டப்பட்ட சலுகை அது. அட, இதுவாவது எனக்குச் சாத்தியப்பட்டதே!

எங்கெங்கோ சுற்றிக்கொண்டிருந்துவிட்டு, மாலைநேரக் காற்றை அனுபவிக்கக் கடற்கரைக்குப் போனேன். சீறி மோதித் திரும்பும் கடலலைகளையே சும்மா வெறித்திருந்தேன். வெகு நேரம், கடல்மணலைக் கைகளால் அளைந்திருந்துவிட்டுப் பின் அலுத்துப்போய்க் கிளம்பினேன். மனசில் ஒரு சிறு தெம்பு ஏறி இருந்தது. ஆனால் மீண்டும் நான், மின்வண்டிக் கூட்டத்தில்

சிக்கிக்கொள்ளத்தான் வேண்டியிருந்தது.நேற்று நான் பார்த்த பழக்கடைக்காரனின் முகத்தோடு, என் முகத்தையும் பொருத்தி, நானே ஒப்பிட்டுப் பார்த்துக் கொண்டேன். ரொம்ப ரொம்பச் சுவாரஸ்யமாய்ப் போனது அந்த விளையாட்டு. ஸ்டேஷனில் இறங்கியவன், விறுவிறுவென நடந்து, சைக்கிள் ஸ்டாண்டருகே வந்துவிட்டேன். ஆனால், அவ்விடம் வெறிச்சோடிப் போயிருந்தது. சுற்றிலும் எங்கும் இவனைக் காணோம். என்ன ஆனது? அந்த வேர்க்கடலைக்காரனைத் தேர்ந்தெடுத்தேன். அவனின் வியாபார வேகத்திற்கு ஈடு தந்தபடியே, நாங்கள் பேசினோம்.

"தோ... அங்கக் குந்திக்கிட்டு ஒருத்தன் ஆப்பிள் விப்பானே. எங்கப்பா அவன்?"

"யாரு வடிவேலா? அவனத்தான் விரட்டிட்டாங்களே!"

"..."

"காலையில ஒரு பத்து மணி இருக்கும் சார். மாமனுங்க நாலு பேராச் சேந்து வந்தானுங்க. 'பெரிய்ய மயிரானாடா நீ? போடா கயித, அப்பால!'ன்னு, வடிவேலு கழுத்தில, லத்தியக் குடுத்துத் தள்ளிப்புட்டானுங்க"

"போலீஸா?"

"அட, ஆமா சார். அவனுவ நாலு பேராச் சேந்து வந்ததில, இந்த இடமே, ஒரு கலங்கு கலங்கிப் போச்சு சார். என்னடா இது வெவகாரம்னு நடுங்கிட்டம்ல..."

அவனிடம் வாங்கிய கடலைகளைக் கொறித்துக்கொண்டே, நான் பேச்சைத் தொடர்ந்தேன்.

"எதுக்காக வெரட்டியடிச்சாங்க?"

"அது என்னென்னவோ சொல்லிக்கிறானுவோ சார்! ஆனா, மெயின் காரணம், சைக்கிள் ஸ்டாண்ட் வாசல்ல கட போட்டதாலதான்னு பேசறானுவோ. எதொன்னும் நம்பறாப்ல இல்ல. நேத்திக்கி இல்லியா? முந்தா நேத்திக்கி இல்லியா? ஏன்? நாளக்கித்தான், இதே எடத்துல வேற எவனும், கட விரிக்கப் போறதில்லியா? இத்தினி நாளாப் பேசாமப் பாத்துக்கிட்டிருந்த போலீஸ், இன்னிக்கி வந்து சட்டம் பேசறான்னா, யாரு காதுல பூ சுத்தற வேலை இது?"

"அப்பிடின்னா..?"

"எத்தினியோ தபா, படிச்சுப் படிச்சுச் சொன்னன் சார். வாரா வாரம், தப்பாம மாமூலத் தந்து தொலைச்சிருடான்னு. இந்த எடத்துக்கு நாம புதுசாச்சே, அப்படின்னு ஒரு பயம் வேணாமா

சார்? இந்தப் பாவிப் பய மவனுக்கு, வாய்த்துடுக்கு ஜாஸ்தி சார்! கடைக்காரனுவ அல்லாம் என்ன பேசிக்கிறானுவன்னா... நேத்தி எவனோ ஒரு பயலச் சைக்கிளத் தள்ளி நிறுத்தச் சொல்லி, இவன் சண்ட போட்டதுதான் காரணங்கிறானுவ. அவனா இருக்கலாம். இல்ல, போன வாரம், சைக்கிள் ஸ்டாண்டுக்காரனோட, இவன் போட்ட சண்டயினாலும் இது நடந்திருக்கலாம். ஏன்? இது எதிர்க் கடைக்காரன் வேலையாக்கூட இருக்கலாம். யாரு சார் கண்டது? எப்பிடியோ மாமனுக கிட்ட ரிப்போர்ட் பூடிச்சி. அவனுவ சும்மா வுட்டுறுவானுவளா? கூறு பிரிச்சி வச்சிருந்த பழத்த எல்லாம் நாலு பேருமாச் சேந்து அள்ளிக்கினானுவோ. நல்லவேளயா பொட்டி உள்ளாறக் கையப் போடல. வடிவேலுப் பய பொடரியில நாலு போடு போட்டு, நடபாதயிலயா கடை விரிக்கிற நாயேன்னு ஏசிப்புட்டுத் துரத்திப்புட்டானுங்க. ஏதோ போன சென்மத்துப் புண்ணியந்தான், ஆள உள்ளத் தள்ளாம அவனுவ வுட்டது! என்னாத்தச் சொல்ல, போ சார்!"

"இப்ப ஆளு எங்கப்பா இருக்கான்?"

"யாரு சார் கண்டா? குடிச்சுப்பிட்டுப் பய எங்க விழுந்து கெடக்கானோ? இல்ல, பழையபடி, ரெயில்ல பழம் விக்கிறன்னு கௌம்பியிருப்பான். அங்க மாட்டித் தண்டம் அழுதா, இதப்போல ஒரு ஸ்டேஷன்ல மறுபடியும் கடயப் போடுவான். அங்க இருந்தும் எவனாவது கௌப்புவான். திரும்பியும் ரெயிலுக்குள்ள ஓடுவான். அட, வாலிபத்துல நான் படாத பாடா சார்? சாவுற வர, இந்தப் பொழப்புத்தான் சார், நாதியத்த எல்லாப் பயலுக்கும்!"

வாயில் போடப் போன வேர்க்கடலைகள், தவறித் தரையில் சிதறி விழுந்தன. நான், என் தலையைக் கோதிவிட்டுக்கொண்டேன். கர்சீப் எடுத்து, முகத்தையும் அழுந்தத் துடைத்துக்கொண்டேன். ரொம்பச் சோர்வாயிருந்தது. சாலை வழியில் கிடந்த ஒரு கப்பிக் கல்லைத் தூரமாய் உதைத்துத் தள்ளினேன். யார் காலிலோ போய், அது மோதிற்று. சடார் என நான், என் முகம் திருப்பிக்கொண்டேன். அந்த இடம்விட்டு நழுவிச் சற்றுத் தள்ளிப்போய் நின்றேன். என் பெருவிரல் விண்ணென்றது. என் பார்வை, சாலையில் தூரமாகப் பதிந்திருந்தது. நேரம் நீண்டுகொண்டேயிருந்தது. என் துக்கமும் எரிச்சலும் வளர்ந்து கூடின. கரங்கள் கிடந்து துடிக்கத் தவிப்புடன் நான் நினைத்துக்கொண்டேன்.

'தம்பி வந்தவுடன், அவன் கழுத்தைத் திருகணும். குறைந்த பட்சம், இடிபோல் அவன் கன்னத்தில் ஓர் அறையேனும் விடணும்!'

***தமிழ் அரசி*, 1995**

மூளைப்பிளிறல்

அன்புள்ள வாசகர்களுக்கு,

வணக்கம். நான் நலமாக இல்லை. ஒரு மனவள மருத்துவரிடம், போன வாரம் நான் போயிருந்தேன். யாரிடமாவது அவ்வப்போது ஒளிவுமறைவில்லாது பேசுங்கள் அல்லது நெருங்கிய ஒருவருக்குக் கடிதம் எழுதி உங்களுக்குத் தோன்றுவனவற்றையெல்லாம் தயங்காமல் கொட்டிவிடுங்கள் என்றார் மருத்துவர். எனக்கு உள்மனம் நெருங்கியவர்களாக, இன்று யார் உள்ளார்கள்? அதனால்தான், இக்கடிதம்வழி, நான் உங்களுக்குக் கதையெழுதும் ஒரு முடிவெடுத்தேன். என் டைரியைப் படிப்பதைப் போல்தான், இதையும் நீங்கள் படிக்கப்போகிறீர்கள். இதைப் படித்தபின், உங்களுக்கு மனநலக்குறைவு ஏற்பட்டால், என்னைத் திட்டாதீர்கள். எனக்கும் வேறு வழியில்லை. வழி இருந்தால், உங்களை நான் ஏன் தொந்தரவு செய்யப் போகிறேன்? உங்களுக்கு, என் பெயர் என்ன என்றாவது தெரியுமா? நிமிஷன். இது நானே எனக்குச் சூட்டிக்கொண்ட ஒரு பெயர். சங்கரன் என்றுதான் எனக்குப் பெரும் பெயர் வைத்தார்கள். அந்தப் பெயர் எனக்குப் பிடிக்காமலும் இல்லை. சொந்தமாக எனக்கு ஒரு பெயர் வேண்டும், இரவல் பெயர் வேண்டாம் என நினைத்துச் சங்கரனை நான் நிமிஷனாக்கிக் கொண்டுவிட்டேன். நிம்மியின் பெயரைத் திரித்து உருமாற்றி, என் காதலியின் கள்ள நினைவில் நான்

உவப்பதாகச் சுசீலா என்ற என் மாஜி மனைவி குற்றஞ்சாட்டியது மெய்யா பொய்யா எனப் பொழுது போக்குக்காக நீங்கள் கண்டு பிடிக்கலாம். உங்களுக்கு என்னைப் பற்றித் தெரியாது; ஆனால் எனக்கு உங்களை நன்றாகத் தெரியும். தொடர்ந்து நீங்கள் இங்கே இருந்துகொண்டிருப்பவர்கள்; நான் எங்கேயுமே இல்லாதவன். உங்களுக்கு எந்தக் குழப்பமுமே வரவேண்டாம். இக்கடிதத்தையும், அதன்வழி என் வாழ்வையும், நீங்கள் படித்து முடிக்கும்போது, இந்த நிமிஷன் இங்கிருக்கமாட்டான். பயந்துவிடாதீர்கள். எனக்குத் தெரிந்தவர் எவர் ஒருவரின் பெயரையும் என் டைரியில் நான் எழுதிவிடவில்லை. இருக்கமாட்டேன் என்றால், நான் இறந்துபோகப்போகிறேன் என்றா நினைக்கிறீர்கள்? அதுதான் ஐயா இல்லை. உலக வரைபடத்தில் நீங்கள் அறியாத புதுத் தீவு ஒன்றிற்குப் (எவ்வளவுதான் வற்புறுத்தி, நீங்கள் அதன் பெயரை என்னிடம் கேட்டாலும், நான் அவ்வளவு சுலபத்தில், அதை உங்களுக்குச் சொல்லிவிடமாட்டேன். எதுவும் மறைந்தும் மூடியும் இருந்தால்தானே அழகு மிகும்! அந்த உங்கள் கற்பிதத்திற்கு, நான் ஏன் கேடு செய்யவேண்டும்?) பெயர் இல்லாத அல்லது இன்னும் பெயரிடப்படாத ஒரு நிலப்பரப்பிற்குத் துறவியாகப் புலம்பெயர்ந்துவிடப்போகிறேன் நான். துறவி என்ற சொல்லிற்குப் பொருள்தான் என்ன? உங்கள் பார்வை வேறு. எனக்குத் தீராப் பெருந்தனிமைக்குள் புகுகிறேன் என்பதே சாரம். ஏன் இந்த முடிவு? அதற்காகவே, அதை உங்களுக்குச் சொல்வதற்காகவே, இக்கடிதம் எழுதப்படுகிறது. எதற்காக அதைக் கூறவேண்டும்? யாருக்கும் கூறாமல் துறப்பதுதானே மரபு! அதுவும் மெய்யே. ஆனால் ஐயா, நான் அப்படி இல்லையே! பதினெட்டு வயதிலேயே, நான் ஓர் எதிர்ப்பாளனாகி விட்டேனே. சிகரெட் ஊதித் தண்ணி அடித்தால்தானா? குடும்பப்பாசமே இன்றி ஊர் மேய்வது, சாதி நியதிகளைப் புறந்தள்ளுவது, பெரியவர்களைப் பல்மேல் தீநாக்கிட்டுப் பழிப்பது, சதை வெறிப்பது, ரம்மியாடுவது, வலுச் சண்டைக்கிழுப்பது, வீணில் திரிவது... இன்னும் சொல்வதற்கு என்ன மிச்சமிருக்கிறது?

என் குடும்பம் பாரம்பரியமான ஓர் ஆதி சைவக் குடும்பம். சிவனும் முருகனும் காமாட்சியும் மீனாட்சியும் எப்போதும் வீட்டில் தியானிக்கப்பட்டார்கள். திருமுறைகளை ஓதாத நாளே கிடையாது. பட்டை பட்டையாய் விபூதியை மேனி முழுதும் பூசிக்கொள்ளாமல், என் தந்தையார் வெளிச்செல்லார். சிவபுராணம் சொல்லியே, என் அம்மா என்னை வளர்த்தாள். ரெண்டாந்தாரம் அவள். இருவருக்கும் இருபது வருஷம் இடைவெளியாம். அதைப் பிறகுதான் நான் அறிந்தேன். எனக்கு மூன்று அண்ணன்கள்; இரண்டு அக்காக்கள்; இரு தங்கைகள்; இரு தம்பிகள். அம்மாவுக்கு நான்தான் முதல் பையன். நாங்கள் எல்லாரும்

சேர்ந்தேயிருந்தோம். பள்ளியிறுதியை நான் எட்டியபோது, மூத்தோர் வேலை கிடைத்துக் கல்யாணமாகி... ஊரிலிருந்து வெளியேறிவிட்டார்கள். கல்லூரியில் நான் காலெடுத்து வைத்த போது, எங்கள் குடும்பத்துக்குப் பெரிய பிள்ளையானேன். மூத்த தாரத்தின் பிள்ளைகளை, என் அப்பா, நன்கு செட்டில் செய்துவிட்டதாகப் பேசிக்கொண்டார்கள். என் பதினெட்டாம் வயதில், என் அப்பா தற்கொலை செய்துகொண்டார். காரணம், மிகச்சிறியதாய் உங்களுக்குத் தெரியலாம். இடையிடையே உங்களையும் இப்படிக் கலப்பது உங்களுக்குப் பிடிக்கிறதோ இல்லையோ, அப்படிச் செய்யாது, எனக்கு என்னைப் பகிர முடியவில்லையே? நான் என்ன செய்வேன்? பெரிய மனது வைத்துக் கொஞ்சம் பொறுமையாய்க் கேளுங்களேன்.

அப்பாவின் முழங்காலில் ஒருசிறு காயம் ஏற்பட்டது. பின், அது பெரிய புண்ணாயிற்று. பக்கத்தூரில், என் அப்பாவுக்குப் பல வருஷமாய்த் தெரிந்த ஒரு கைராசிக் கம்பவுண்டர் இருந்தான். பேண்டேஜ் கட்டித் தன்னை அவன் குணப்படுத்திவிடுவான் என்று என் அப்பா நம்பினார். அவர் இஷ்டப்படியே, அவனும் கட்டுப்போட்டு அனுப்பினான். இரண்டே வாரத்தில், தம் காயம் ஆறிவிட்டதாகச் சந்தோஷப்பட்டார். ஆனால், கட்டுப் பிரிக்கப் போனபோதுதான், அதன் விபரீதம் தெரிந்தது. சதையோடு ஒட்டிய பேண்டேஜைப் பிரிக்க முடியாமல், கம்பவுண்டர் கஷ்டப்பட்டான். பெரிய டாக்டர் வந்து பார்த்துவிட்டு, "பேண்டேஜ, இப்பிடியாப் போடுவ? இதப் பிரிச்சா, காயம் இன்னும் பெரிசாயிருமேடா கருமூதி!" என்றார். பெரிய ஆஸ்பத்திரிக்கும் கொண்டுபோகச் சொன்னார். அது கேட்காத அப்பா, முரட்டுத்தனமாய்ப் பேண்டேஜைப் பிடித்திழுத்தார். உடன்கொட்டிய ரத்தப்பெருக்கில் மூர்ச்சித்துவிட்டார். பெரிய ஆஸ்பத்திரியில் சேர்த்த பின்தான், சர்க்கரைநோய் முற்றியுள்ளது கண்டறியப்பட்டது. இருமாதத் தொடர்சிகிச்சைக்குப் பின்னும் அந்தக் காயம் ஆறவில்லை. இடதுகாலை எடுப்பது தவிர வேறு வழியே இல்லை என்றனர். என் அப்பா யோசிக்கவேயில்லை. நள்ளிரவில், தூக்க மாத்திரைகளை அளவுக்கு மீறி விழுங்கிவிட்டுத் தற்சாவைத் தேடிக்கொண்டார். அம்மாவுக்கும் தங்கைகளுக்கும், எதற்கும் பொறுப்பேற்கத் தகுதியற்ற கயவனாகவே நான் தெரிந்தேன். அதை மறுக்க நானும் முனையவில்லை. என்னைக் கேட்காமலேயே, நிலபுலங்களைக் குத்தகைக்கு விட்டார்கள். நான் குடும்பத்திற்கே வேண்டாதவனாக ஒதுக்கப்பட்டேன். அப்பா வைத்துப்போன சில வீடுகளிலிருந்து வாடகை வந்துகொண்டிருந்தது. பின் நான் எதற்கு? மூன்றுவேளையும் போடப்படும் சோற்றைத் தின்றுவிட்டுப் பேசாதிருக்கத்தானே வேண்டும்?

ஒரு தோட்ட வீட்டில் நாங்கள் இருந்தோம். எங்களைப்போல் இன்னும் பத்து இருபது குடும்பங்களும் அப்படியேதானிருந்தன. ஊரில் நாங்கள் பெருங்குடியும் இல்லை; சிறுகுடியும் இல்லை. எங்கள் தாத்தா, பிரிட்டிஷ் ராணுவத்தின் உலகப்போரில் பங்கு பெற்றிருந்தார். போர் முடிந்ததும், இவ்வூருக்கு அவர் குடிபெயர்ந்து கொண்டார். அன்று எளிதாக நிலபுலங்களைத் தாத்தாவால் வாங்க முடிந்தது. பாட்டன் சொத்தை அப்பா அனுபவித்தார் என்றுதான் சொல்லவேண்டும். என் அப்பாவின் வாழ்வை இரண்டாகப் பகுக்கவேண்டும். நாற்பதுவரை முரட்டுத்திமிர் வாழ்க்கை; அதன்பின் இருபது வருஷம் ஒடிந்து அடங்கிய வாழ்க்கை. முதல் வாழ்வில் பாட்டி இருந்தாள். மூத்த தாரத்தின் பிள்ளைகளைக் கவனித்துக் கரையேற்றினாள். ஏனோ அவளுக்கு என் தாயைப் பிடிக்காது. அவளுக்கு மட்டுமா? அவளால் வளர்க்கப்பட்ட அண்ணன்களுக்கும் அக்காக்களுக்குமே அம்மாவைப் பிடிக்காது. என்ன நடக்கிறது என்று எங்களுக்குத் தெரியாத வயதிலேயே, அவர்களுக்குச் சாதகமாகச் சொத்துகளை விற்று, மூத்தோரைப் பாட்டி வெளிமாநில வேலைகளில் பூட்டினாள். அவள் உள்ளவரையில், அவ்வப்போது எட்டிப் பார்த்திருந்தவர்கள், மூப்பேறி அவள் செத்தபின், வருகையை நிறுத்திக்கொண்டார்கள். அப்பாவுக்குத் தம் பிள்ளைகள்மீது எப்போதுமே பாசம் பொங்கி வழிந்ததில்லை. அவருண்டு; அவர் திளைப்புண்டு என்ற சுயம்தான் அவரது பிடிமானம்.

எதிர்த்தோட்டத்தில் ஒரு நர்ஸ் இருந்தாள். முப்பதுமைலில் இருந்த சிறிய அரசு ஆஸ்பத்திரிக்குத் தினமும் அவள் செல்வாள். அவள் மகள் ராணி என்ற சிவப்பி என்னோடுதான் படித்தாள். நெடுநெடுவென உயரம். அரபிக்குதிரைபோல் திண்மையான நடை. நானும் அவளும் எத்தனையோ நாள் பள்ளிக்கு மட்டம் போட்டுவிட்டுப் பாழ்கோவில் கடந்து ஆற்றங்கரைத் தோப்பில் எங்கள் பகல்களைக் களிப்புடன் கழித்திருக்கிறோம். மனித வாசனை அதிகம் வீசாத அந்த இடத்தில், நாங்கள் எத்தனை கதைகள் பேசியிருக்கிறோம்? என் வீட்டில் கிட்டாத ஏதோ ஒன்றை அவ்வயதில் எனக்கு அவள் கொடுத்திருக்கக்கூடும். ஏதேதோ பேசிப் பரிமாறியிருக்கிறோம். இப்போது ஏதும் நினைவில் இல்லை என்பதைவிட, ஓர் ஆச்சர்யம் உண்டா? அப்பாவுக்குத் தெரிந்தபோது எல்லாம் முடிவுற்றது. அவர் என்னிடம் எதுவுமே கேட்கவில்லை. நர்ஸிடம் ஏதோ பேசினார். பணம் தந்தார். மறுமாதமே ராணி மணமேடை ஏறிவிட்டாள். தலைப்பிரசவத்திற்கு அவள் தாய்வீடு வந்தபோது, ரகசியமாக ஆற்றங்கரையில் என்னைச் சந்தித்தாள். "மறுபிறவி உண்டா? நான் காத்திருப்பேன்!" என்றாள். அச்சொற்கள் எவ்வளவு இனித்தன!

என் பால்யத்தை நினைத்துப் பார்க்கிறேன். அதில் உங்கள் பால்யமும் உங்களுக்குத் தெரியலாம். இந்த மண்ணுடன் எவ்வளவு ஒட்டுதலிருந்தது அப்போது! அந்த இனிய நாள்களை, என்னோடு சேர்ந்துகொண்டு, கொஞ்சம் நீங்களும்தான் பாருங்களேன். கீழே கண்ணன் நின்றான். அருகில் ரேகா. மேலேறிக் கொடுக்காப்புளியைக் கடல்மணி உலுக்கினான். விழுந்ததைப் பொறுக்கியெடுத்துத் தன் மடிநிறையக் கட்டிக்கொண்டு வீட்டுக்குள்ளே ஓடினாள் பத்மா. வேறுபிள்ளைகளைக் கொல்லைக்குள்ளே நுழையவிடாமல் விரட்டிக்கண்காணித்தாள் செல்வி. "அட்டூழியம் பண்ணாதீங்கடா. அப்பா கிட்டச் சொல்லிடுவன்" என்றோர் அதட்டல். கரண்டிக் கையுடன், அம்மாதான் பயங்காட்டினாள். அவளுக்குப் பின்னால் மோகனும் வந்துவிட்டான். அப்பாவின் பெயரைக் கேட்டவுடனே, சகலரும் நடுங்கினர். "ஏய்! போதுண்டா குரங்கு. கீழிறங்கு" எனக் கத்தினான் மோகன். "இதோ எறங்கறன் கொழந்த", மரத்திலிருந்து வேகமாகக் குதித்தான் கடல்மணி. "சங்கரனக் காணலியே, எங்கடா அவன்?" அம்மாவின் கேள்விக்குப் பதிலாய், உச்சி மாங்கிளையை விட்டு, நான் தரைக்கு வந்தேன். "மாமரமா ஏர்ற நீ? இருடா, அப்பா வரட்டும்" சீறினான் மோகன். "வேணாம் தம்பி. கோபத்துல உனக்கும் சேர்த்து அடி விழுந்திரப் போவுது. பேசாம இருடா, இந்த ஒரு மொற அவன மன்னிச்சிடு" என்று அம்மாதான் அடக்கினாள்.

பத்துப் பதினைந்து கொடுக்காப்புளியைச் சத்தம் கேட்டுக் கொல்லைப்படலுக்கு வெளியே கூடிவிட்ட ஊர்ப்பிள்ளைப் பட்டாளங்களுக்கு தலைக்கொன்றாய்ப் பகிர்ந்தான் கண்ணன். "இப்பப் போங்கடா. அப்பறமா வெளயாட வாங்க" என்றான் மோகன். தெருக்கூட்டம் கலைந்துவிட்டது. செல்வியிடம் நாலுகாய் நீட்டித் தின்னச் சொன்னான் கடல்மணி. பத்மாவும் மோகனும் வீம்பு பிடிக்கக் கடல்மணியை இளநீர் பறிக்கக் கண்ணன் உந்தினான். "அப்பா வர நேரம்!" எனச் சங்கரன் தடுத்தான். அது சரிதான். வீட்டுவாசலில் கூண்டுவண்டி வந்து நிற்கும் ஓசை கேட்டது. அடுத்த நொடியே, குழந்தைகள் சிதறி ஓடினர். அவர்கள் கையில் புத்தகங்கள் ஏறின. ஆளுக்கு ஒரு மூலையில் அமர்ந்து தீவீர பாவம் காட்டினர். "இந்தாங்கடா கடல உருண்ட" என்றார். ஐவரும் ஓடிவந்து அப்பாவைச் சூழ்ந்தார்கள். "தின்னுப்புட்டுத் தண்ணி குடிங்க. அதுக்குப் பின்னப் பேசாமப் படிக்கணும்", சொல்லிவிட்டு உள்ளே போனார். அடுத்த இரண்டுமணி நேரம், ஒரு சிறு சத்தமும் எழவில்லை. புதுவேட்டியுடன் அப்பா வெளிப்போனதும், மீண்டும் ஆரம்பித்துவிட்டது அட்டகாசம். அதன் சுவடுகள், இப்போதும் என்னிடம் மிஞ்சியுள்ளன. அந்தக் காலத்திற்கு, நான் மட்டுமா, நீங்களும் இனி எப்போதும் போக முடியாதுதானே!

என் கதையைக் கேட்க, உங்களுக்குப் பொறுமை வேண்டும். நேரில் நின்று நான் பேசினால்கூடக் கேட்பது சலித்துவிடலாம். அதனால்தான், என் கதையை நான் கடிதமாக எழுதுகிறேன். இப்போது கடிதமேது? நீங்கள் கதறுவதும் எனக்குக் கேட்காமலா போகும்? இவ்வளவு நீண்ட கடிதத்தை, உங்களில் பலர், இப்போதுதான் படிக்கிறீர்கள் என்பதும்கூட எனக்குத் தெரியும். ஆனால், நான் உங்களிடம் மன்றாடுகிறேன். என் நேசத்திற்குரிய நண்பர்களே, இதைச் சிறு கசப்பும் காட்டாமல் முழுவதுமாகப் படித்துவிடுங்கள். ஒரு மனிதன் உங்களிடம் என்னென்னவோ பேசுகிறான்; ஏதோ சில சொல்ல அவன் விழைகிறான்! அவை எல்லாமே அற்பமாக உங்களுக்குப் படலாம். ஆனால், எனக்குப் பெரிய விஷயமாகப் படுகிறதே! சின்ன வயதில் ஒருமுறை, உறவுகள்கூடிப் பேரருவிக்குப் போயிருந்தோம். அருவி பாலாய்ப் பொழிந்திருந்தது. வட்டமாய் அமர வைத்துப் பெரியவர் முதல் சிறுவர் வரையில் சகலருக்கும் எண்ணெய் தேய்த்துவிட்டாள் அம்மா. நான் முடியாது என அடம் பிடித்தேன். ஒரே முறைப்பில், என்னைப் பணிய வைத்தார் அப்பா. எண்ணெய்த்தேய்ப்புகள் முடிந்ததும், “கொஞ்சநேரம் நீ, எருமையாட்டம், எங்காவது போய் அமர்ந்து ஊறிட்டு வாடா!” எனச் சிரித்தாள். மேலே போய்த் தனியே பாறையில் சாய்ந்தேன். முன்காலை நேர வெயில் பிடித்திருந்தது. சிரிப்பும் குதிப்புமாய்ச் சூழல் பரபரப்புற்றிருந்தது. என்னால்தான் ஒன்ற முடியவில்லை. ஏதோ துக்கம் மனதில் முட்டிக்கொண்டிருந்தது. வார்த்தைப்படுத்தத் தெரியவில்லை. உறுத்தியது இதுதான். எனக்கு மாமா பரிசளித்த ஓர் அழகிய வெளிநாட்டுப் பேனாவைக் கல்லூரிக்குப் போகும் என்னுடைய அண்ணன் பிடுங்கிக்கொண்டுவிட்டான். அது ஏதோ என் உடல் உறுப்பொன்றை நான் இழந்துவிட்டதாய்த் துன்புறுத்தியது.

பாறைக்கு மேலே ஒரு பெரிய மேடு. அதில் ஒரு பூமரம். அதன் கீழே ஒரு பெண்ணும் ஆணும் இருந்தார்கள். அவள் அழ அழ, அவன் சமாதானப்படுத்தினான். திடீரென அவள் எழுந்து, அருவியின் உச்சிக்கு ஓடினாள். பெரிய உருண்டைக்கல்மீது ஏறிக் கத்தினாள். “கிட்ட வராத. நான் குதிக்கப்போறன். நீ எவளோட வேணும்னாலும் போடா. எனக்கு உன்னப் பிடிக்கல. என்னயுமே பிடிக்கல. எத்தினி பொய்! எத்தினி ஏமாத்து! இனிமத் தாங்க முடியாது சாமி. நான் போறன்; நீ சந்தோஷமாயிரு!” அழுகையும் சீறலும் ஆத்திரமும் உறுமலுமாய்க் குரல் தீப்போல் எரிந்தது. எல்லா விழியும் அவள் மீதே திரும்பின. உச்சி நோக்கிக் கூட்டமாய் மனிதர்கள் ஏறப் பார்த்தார்கள். செய்வதறியாத ஒரு கொலைக் குற்றவாளியாய் அவன் திகைத்திருந்தான். “வேண்டாம் ப்ரியா. கீழ வா. நீ எனக்கு முக்கியம். உனக்குப் பிடிக்காதத, இனி நான் செய்ய மாட்டன். என்ன நீ மன்னிச்சிடு. குதிச்சிடாத ப்ரியா”

எனக் கதறினான். என் பாறையில் சாய்ந்தவாறே, நான் சுற்றி நடப்பதைக் கேட்டேன்; பார்த்தேன். ஒருநொடி, அவள் தயங்குவது போல் தெரிந்தது. "ஐயோ! வேண்டாம்மா. எதுனாலும் பேசித் தீக்கலாம்மா. ஆம்பளய விட்டுத்தாம்மா நீ பிடிக்கணும்" என, ஒரு கிழவர் கெஞ்சினார். அக்கணத்தில் அவள், தன் முடிவை உறுதி செய்துவிட்டாள் போலும். கண்மூடித் தலைமேல் கையைத் தூக்கி, "போதும், விட்டுடுங்க!" என அலறியபடியே, கீழே அவள் குதித்துவிட்டாள். யாரும் எதிர்பார்த்திருக்கவில்லை. அவ்வளவு விரைவாக அது நடந்தேறிவிட்டது. நானே கீழே விழுந்ததுபோல் எழுந்தோடினேன். 'இங்கே வர அனுமதி இல்லை', பலகை வைத்திருந்த பள்ளத்தைக் குறிவைத்தே அவள் பாய்ந்திருந்தாள். அருவி பாயும் அசுர வேகப்பாதையின் குத்துப்பாறை மோதி, ரத்தவெள்ளத்தில் அவள் அடித்துச் செல்லப்பட்டதாகப் பேசினர். தன்னருகழைத்து, என்னை இறுக்கிக்கொண்டாள் அம்மா. என் கண்ணில் அன்று பயங்கர பயம் தெரிந்ததாகப் பெரியக்கா சொன்னாள். இன்னும் அந்தப் பயம், என் மனதிலிருந்து நீங்கிப் போய்விடவில்லை.

ஹைதராபாத் கல்லூரியில் மூத்த சகோதரர் பேராசிரியராக இருந்தார். என் மேற்படிப்புக்காக, அவரைத் தேடிப்போகச் சொல்லி, அம்மாதான் தூண்டினாள். தன் தம்பியை அண்ணன் வெறுக்கமாட்டார் என்று அவள் நம்பினாள். அங்குப் போய் மூன்று வருஷங்கள் இருந்தேன். முதல் மூன்று மாதங்கள் மட்டும் அண்ணன் வீட்டில். பிறகு அவர், என்னை ஒரு ஹாஸ்டலில் சேர்த்துவிட்டார். மாலை முழுவதும் ஒரு துணிக்கடையில் வேலை செய்தே, என் படிப்பை நான் முடித்தேன். அண்ணன் கறாரானவர். எவர் வாழ்விலும் தன் மூக்கை நீட்டாதவர்! விசித்திரமாகச் சிந்திப்பவர். எதிலும் தனக்கு என்ன என்பதைக் கவனிக்கும் நுண்புத்திக்காரர். ஒரு சம்பவம் சொல்கிறேன், கேளுங்கள். நான் யூ.ஜி. தேர்ட் இயர் படித்தபோது, ஒருநாள் அண்ணனின் அழைப்பின் பேரில், அவர் வீடு சென்றிருந்தேன். அங்கு நிலாவும் அருணனும் இருந்தார்கள். இருவரும் அவரது ஆய்வு மாணவர்கள். பிரபலமான காதலர்களாகக் கல்லூரியில் அறியப்பட்டிருந்தார்கள். அவர்களுக்குள் ஒரு சிறிய அல்லது பெரிய பிளவு சமீபமாய் ஏற்பட்டிருந்தது. அது குறித்துக் கலந்து ஆலோசிக்கவே வந்திருந்தனர். அப்படித்தான் அண்ணன் எனக்குச் சொன்னார். அவர்கள் அங்கு என்னை எதிர்பார்த்திருக்கவில்லை.

"இவனைச் சிறிது கவனியுங்கள். இவன் என் தம்பி. ஆனால் இவனை நீங்கள் கேட்டுப் பாருங்களேன். இவன் வாழ்விற்குள், எதிலாவது நான் தலையிட்டிருக்கிறேனா என்று. என் அப்பா, அழகாகச் சங்கரன் என வைத்த பெயரைக் கோரமாக நிமிஷன்

என இவன் மாற்றிவிட்டதைப் பற்றி, இதுவரை நான் ஒரு சொல் சொன்னதில்லை. இவனே சம்பாதித்து, இவனே, இவன் படிப்புச் செலவைப் பார்த்துக்கொள்கிறான். ஐரோப்பாவில், பதினாறாம் வயதில், தம் வீடு விட்டுப் பிள்ளைகள் வெளியேறி விடுகிறார்கள். அவரவர்களின் வாழ்வை அவரவர்களே பார்த்துக் கொள்கிறார்கள். உங்கள் பிரச்னைக்கு நான் என்ன தீர்வு சொல்ல? நீங்கள் போய் வாருங்கள். நல்லதே நடக்கும் உங்களுக்கு!" எனச் சுருக்கி முடித்துவிட்டார். அவர்கள் போனபின், அண்ணனிடம் நான் கேட்டேன். "இப்படிச் சொல்லலாமா நீங்கள்? உங்களிடம் எவ்வளவு நம்பிக்கையோடு அவர்களிருவரும் வந்திருப்பார்கள்! பட்டும் படாமலும் பேசி, அவர்களை நீங்கள் குழப்பலாமா?" நெற்றிக்கண்ணனாய்ப் பார்த்தார். "இந்தக் காதல் கீதல்ல எல்லாம் எனக்கு நம்பிக்கை கிடையாது சங்கரா. ஏதோ காளிதாசன் கம்பன் ஷெல்லி பாரதின்னு பலதயும் பத்திப் பேசறோம். சரி. இதெல்லாம் ரியல் லைஃப்புக்கு ஒத்து வராதுடா. எனக்கு இவங்க கல்யாணம் பண்ணிக்கிட்டா நல்லதுன்னுதான் தோணுது. எதுக்குத் தெரியுமா? தனித்தனியா செஞ்சா, ரெண்டு தடவை போய் ரெண்டு மொய் எழுதணும். இவங்க சேந்தா, ஒரு மொய் எழுதினாலே போதுமே. என்னடா அண்ணன் இவ்வளவு கேவலமாப் பேசறானேன்னு நினைக்காத. என் கவல எனக்கு; உன் கவல உனக்கு. அவுங்க கவலய நானும் நீயும் பட்டு என்ன ஆகப்போகுது? போய் வேலயப் பாருடா சங்கரா"ன்னார். இது கனிந்த ஞானமா, கடைந்தெடுத்த அற்பமா என இன்னும் எனக்குப் பிடிபடவில்லை.

இதை எல்லாம் யோசிக்கத் தெரியுதே. எதை ஆழமா நான் யோசிச்சிருக்கணுமோ, அதச் செய்யாமத் தான்தோன்றியாக் கிறுக்குப்பிடிச்சு ஏதேதோ உளறிட்டேனே. என்னென்னவோ அதனால நேர்ந்திடுச்சே. எதயுமே மனுஷன் தவிர்க்க முடியாதா? தவிர்க்கக்கூடியதை வளர்த்துப் பெரிய வலியைச் சுமக்கிறதா? முதலிரவு அறைக்குள் ஜோதி ராமலிங்கம் திருவாசகத்துடன் நுழைந்ததாகப் படித்ததால், அதன் எதிர்ச்சாயலில் நானும் ஏன் அந்தரங்க சுத்தியோடு என் மனைவியோடு பேசவேண்டும் என நினைத்தேன்? இந்தக் கேள்விக்கு உங்களிடம் பதில் இருக்கலாம்; என்னிடம் கிடையாது. எவ்வளவு எதிர்பார்ப்புடன், பூமுடித்த கூந்தலுடன், குறுகுறுக்கும் விழிகளுடன், பட்டுச்சேலையில் தயக்க பாவனையுடன் அடிமீது அடிவைத்து அவள் வந்தாள்? பால்சொம்பைக் கையில் வாங்கிக் குடிக்காமல், அதைக் கீழே வைத்துவிட்டு, "இப்ப எதுவும் வேணாம். அவள நான் மறக்கணும். சில நாள் போகட்டுமே" என்றேனே! தொண்டைக்குழியில் நான் செருகிய சுவர்ங்கத்தியைச் சிறிதும் வெளிக்காட்டாது ஒரு கைதேர்ந்த

நடிகையாய் சிரித்தாளே! அப்போதாவது பேசாதிருந்திருக்கலாம். என் பூர்வக் கதையை, அதன் ருசியுடன், அவ்வளவு விளக்கமாக ஏன் சொன்னேன்?

கைகால் நகங்களை அவள்தான் வெட்டிவிடுவாள், எவ்வளவு கும்பலிலும் எனக்கெனத் தனியே சிரிப்பாள், பெட்டிப்பாம்பாய் அவளின் இருப்பில் நான் மடிசுருண்டிருப்பேன், மெய் தொட்டுப் பயிறலைக் கற்றுத் தந்தவளே அவள்தான் என்றெல்லாம் ஏன் நான் நாக்கட்டின்றிப் பிதற்றினேன்? என்ன ஒரு தன்மறதி அது! சக மனுஷியைக் கஷ்டப்படுத்தும் உணர்வின்றிப் பேசிக்கொண்டே போக எப்படி முடிந்தது? உங்களுக்குப் புரியும் என நினைக்கிறேன். தம்முலகிலேயே எல்லாரும் திளைக்கிறார்கள். அது எத்தனை சிறியதாயினும், ஹிம்சையாயினும், சொறிந்துகொள்வதாயினும், பொதுமை விரோதமாயினும்... யாருக்கும் கவலையில்லை. நினைப்பதை உணர்வதை அறிந்ததை உற்றதைப் பேசவேண்டும். எல்லாவற்றையும் கல்போல் அசையாதிருந்து கேட்டபின் அவள் முனகினாள். “ஐ வாஸ் லாங்கிங் ஃபார் லவ். என் சின்ன வயசுல இருந்தே, அதுக்காக நான் தவிச்சிக்கிட்டிருக்கன். என்னை ஏன் இப்படி ஏமாத்தணும்? நீங்க ரெண்டு பேரும், ஏன் கல்யாணம் பண்ணிக்கல?” இதற்குப் பதில் எனக்கே தெரியாதே. நீங்களாவது என்னை நம்புவீர்களா? அது பற்றி அவள் பேசி, நான் கேட்டதே இல்லையே. டைம்பாஸை நாங்கள் நினைக்கவில்லை. ஆனால், அது அப்படித்தான் நடந்துவிட்டது. என் முகத்தில் நீங்கள் காறித் துப்பக்கூடும். இதெல்லாம் அவளுக்கு ஒரு பொருட்டேயில்லை.

என்னை அவள் உதறிக்கடந்துவிட்டாள்; காயப்பட்டவன் நானே. இவள் எதிர்வினையே இனி முக்கியம். இரண்டே வருஷம். ஒரு குழந்தைக்குப்பின் பிரிந்துவிட்டோம். அக்காலம், பைத்தியம் மட்டுமே எனக்குப் பிடிக்கவில்லை. காண்பவருக்கு நான் ஆள் நன்றாயிருப்பதாகவே தெரியும். உள்முறிவைச் சிலரே கண்டுபிடிக்க முடியும். ஓரிடத்தும் ஒருபொழுதும் நான் நிற்கமாட்டேன். நான் தேடிச்சென்ற நண்பர்கள், நாள் போகப்போக ஓடி ஒளிந்தனர். அப்போது என் தங்கை புருஷன் மட்டும் பரிவு காட்டியிராவிடில், இன்று நான் உயிரோடு இருந்திருப்பேனா? அவருக்குப் பிள்ளை இல்லாத மனக்குறையாலோ என்னவோ, என்னைத் தன் சொந்த மகனாய்ப் பேணிக்கொண்டார்.

என் தங்கை கூப்பிடுவதுபோல், அவரை நானும் அத்தான் என்றே விளிப்பேன். அவர் என்னை எப்போதும் எந்தக் கேள்வியும் கேட்டதில்லை. என்ன சாப்பிடற, பணம் வேணுமா, உடம்பக் கவனிச்சுக்க, ராத்திரி ரொம்ப நேரம் கண் முழிக்காத, முடிஞ்சவர சந்தோஷமா இருங்கறதத் தவிர அவர் அதிகம் பேசிக்கேட்டதில்லை.

ஒருகட்டத்தில் உள்ளூரில் என்னால் குப்பை கொட்ட முடியாததை அத்தான் புரிந்துகொண்டார். அவர் தயவில் மைசூர் போனேன். மரச்சாமான்கள் விற்கும் ஒரு கடை வைத்திருந்தார். அக்கடையில் நான், ரெண்டு வருஷங்கள் இருந்தேன். காலையில் அத்தானோடு உண்டு, பின்கிளம்பிக் கடைக்குப் போய்விட்டால், இரவாகிவிடும் வீடு திரும்ப. எத்தனையோ மனிதர்கள் வருவார்கள்; போவார்கள். அவர்களைப் பார்த்துப் பலதும் பேசியவாறே, தன் வணிகத்தையும் அத்தான் பொறுப்பாய்க் கவனிப்பார். வெளிவேலைகளை அவரே தூக்கித் தலைமேல் போட்டுக்கொள்வார். நான் கடையிலிருந்தால் போதும் அவருக்கு. நான் இருக்கிறேன் என்ற ஒரு நினைவின் களிப்பில் ஆர்டர் பிடித்துவரப் போய்விடுவார். எல்லாவற்றையும் கடைச் சிப்பந்திகளே பார்த்துக்கொள்வார்கள். கல்லாவிலிருந்து பணத்தை வாங்கிப் போடுவதே என் வேலை.

மன உலகில் நான் பாட்டுக்குத் தீவிரமாய்ப் பயணிப்பேன். பகல்கள் ஓடுவதே தெரியாது. மதிய உணவு வீட்டிலிருந்து வந்து விடும். மாலை ரவா தோசைக்கும் காப்பிக்கும், பட்ஸ் ஹோட்டல். என் தங்கையைச் சும்மா ஏதும் சொல்லக்கூடாது. ஒரு சொல், என் மனம் கோண அவள் சொல்லாள். "இன்னொரு கல்யாணம் பண்ணிக்கடா" எனத் திரும்பத் திரும்பச் சொல்வாள். என் உறுதி தளர்ந்துவிடும் போலிருந்தது. எனக்காக இல்லையென்றாலும் கூட, அவர்களின் அன்புக்காகவே, நான் நார்மலாகி விடவேண்டும் எனத் தோன்றியது. அப்போது அக்குறுக்கீடு மீண்டும் நிகழ்ந்தது. சிறுவயது முதல் நான் பார்த்தும் அனுபவித்தும் வருவதுதான். எது நமக்குப் பிடிக்கிறதோ, அதை நாம் நன்கு தெரிந்துகொள்ளும் தருணத்தில், எப்படியோ அது, நம்மிடமிருந்து, நாம் நன்றாகப் பார்த்திருக்கையிலேயே, வேரோடும் வேரடி மண்ணோடும் பிடுங்கப்பட்டுவிடுகிறது. தை மாசம். கடை வியாபாரம் ஜோராக நடந்து, அதிக லாபமும் கைக்கு வந்திருந்தது. அந்த மகிழ்ச்சியில், ரொம்பநாளாகத் தள்ளிப்போட்டு வந்த காசி யாத்திரை போகத் தங்கையும் அத்தானும் தீர்மானித்தனர். அதற்கு முன்னே, குலதெய்வக் கோவிலுக்குப் படையலிடக் காரில் புறப்பட்டனர். கார்ப் பயணம் பெரும் விபத்தில் முடிந்தது. தேசிய நெடுஞ்சாலையில் லாரி மோதி, கார் நொறுங்கியது. தங்கையும் அத்தானும் முகம் சிதைந்தனர். எனக்கு அழுகைகூட வரவில்லை. கருகிய டயர் நாற்றம், இன்னும் என் நினைவை அரிக்கிறது.

மைசூரிலிருந்து கிளம்பிக் காசிக்குப் போனேன். யாரிடமும் ஏதும் சொல்லவில்லை. எல்லா உறவும் அறுந்தாற்போலிருந்தது. அம்மாவைப் பார்க்கவும் தோன்றவில்லை. இனி அலைவுதான், ஊரே இனி வேண்டாம் என்று தீர்மானித்திருந்தேன். நாம்

நினைப்பதா நம் வாழ்வில் நடக்கிறது? நமக்கு நடப்பதைத்தானே நாம் நினைத்துக்கொள்கிறோம்! காசியில் சாமியார்களோடும் பக்தர்களோடும் வெளிநாட்டு ஹிப்பிகளோடும் நன்றாக நான் ஒட்டினேன். அருவியாய் ஆங்கிலம் கொட்டப் பழகினேன். ஒரு திட்டமும் எனக்கில்லை. எப்படியோ பத்து நாளுக்கு ஒருமுறை, ஒருவனைப் பிடித்துவிட முடிந்தது. சடங்குகளும் சம்பிரதாயங்களும் யோகவித்தையும் தோஷப்பரிகாரங்களும் என்னைப் பிச்சை, பட்டினியிலிருந்து காத்தன. மூன்றாமாண்டில் ஒரு ஜிப்சி வந்தான். அவனுக்கு என்னைப் பிடித்தது. அவனின் கூரிய வினாக்களுக்குச் சாமியார்களிடம் கேட்டுப் பதில் சொன்னேன். அவ்வளவு எளிதாக அவனுக்குத் திருப்தி எதிலும் ஏற்படவில்லை. அவர் சொன்னார், இவர் கேட்டார்னு எல்லாம் வேண்டாம், நீ யோசிச்சியா, உனக்கு என்ன தோணுதுன்னு கேட்டு, அவன் என்னையும் தூண்டினான். தேசம் முழுக்க அவன் காசில் சுற்றினேன்.

ஜோஸ்யன், ஆயுர்வேதி, நம்பூதிரி, சித்தன், தாந்திரிகன், ரசவாதி, பண்டிட், பூர்வ குடி, குறிசொல்லி, மாந்திரி, பிணந்தின்னி, செம்மூதி, கணிச்சி, வெறியாட்டி, சக்தி தேவி, பலிக்கன்னி, மலைக்குறத்தி, பெருங்குடிச்சி எனப் பெருஞ்சுற்றாய்ச் சுற்றி விட்டான். ஓராண்டுக்கு மேல், நான் திக்குமுக்காடியிருந்தேன். அமெரிக்கா மீள்கையில், அரிய பழம்பொருள் சேகரிக்கும் சென்னைக் கிளையில், ஒரு மதிப்புரை நிபுணனாக, என்னைப் பணியமர்த்திப் போனான். அதற்காகப் பல்வேறு நவீனமான வாசனைகளை, எனக்கு அவனே பழக்கியிருந்தான். விற்க வருபவனின் உடல்மொழியைக் கண்டு பொருட்தரமறியும் நுட்பத்தையும் கற்பித்திருந்தான். அதுதான் அங்கு என் வேலை. ஐம்பொன் சிலையா இல்லையா என்பதைச் சோதித்தறிய வேறு நபர்கள் உண்டு. சிலை கொணர்பவன் மனத்திலுள்ள விலையை ஏகதேசமாக யூகித்துக் கூறுவதற்குத்தான், எனக்குச் சம்பளம்! அதைத் திறனுடன் நான் செய்தேனா என, எனக்குத் தெரியவில்லை. ஆனால், என் மேலாளர்களுக்கு, என்மீது பூரண நம்பிக்கை இருந்தது. என் விலைப்புள்ளி தாண்டி, விற்க வந்தவன் எவனும், என்னிடம் அதிகப்பணம் கேட்டதில்லை.

என் மனத்துள் ஜிப்சியை நான் பூஜித்தேன். என்னையும் ஓராளாய்ச் செய்தானே! இப்படிக் காலம் போனபோது, அழகிய கண்ணாடிகளை எங்களிடம் மூல விலையில் வாங்கிப் புறநகரில் மேல் லாபத்திற்குக் கடை போட்டு விற்கும் ஒரு பார்சிக்காரியை, ஒருநாள் அதிர்ஷ்டவசமாய் எதிர்ப்பட்டேன். அவள் கதை, நிறையச் சிராய்ப்புள்ள ஒரு சோகக் காவியம். அவளை நம்ப வைத்துக் கழற்றி விட்டவன் சாதாரண ஆள் இல்லை. ஜெட்

ஏர்வேஸில் அவன் பெரிய பைலட். "அவன் சொல்றது பொய்யா மெய்யாங்கறத யாரும் ஈசியா தெரிஞ்சிக்க முடியாது. பொய்ய உண்மையப் போலச் சொல்வான். உண்மையப் பொய்யப் போலச் சொல்வான். கேக்கக் கேக்கச் சுவாரஸ்யம் ஜாஸ்தியாகுமே ஒழியக் குறையாது. அவன் மேல வந்த நம்பிக்கயும் போகாது. அவனுக்கு ஒரு கவர்ச்சி உண்டு. நம்மள மயக்கிப்புடும் அது. பக்கத்திலயே இருக்கணும்னும் தோணவைக்கும். நிஜம் நமக்குப் புரியறப்ப, நம்ம கிட்ட மிச்சம் மீதின்னு எதுவும் நிக்காது. நல்ல ரத்தம் முழுக்க உறிஞ்சிப்புடுவான்" என்றாள்.

அவளுக்கு நிறைய வெளிநாட்டுத் தொடர்புகள் இருந்தன. பிரான்ஸ் வேலை வேண்டியே, அவள் காத்திருந்தாள். அவள் மாமாவும் தம்பியும் அங்கிருந்தார்கள். ஒரு சில சந்திப்புகளிலேயே எங்களுக்குள் பிடிப்புக் கூடிவிட்டது. எங்களுடையது பன்னாட்டுக் கம்பெனி என்பதால், மேலதிகாரி மூலமாகப் பிரான்ஸ் வேலைக்கு ஏதாவது உதவ முடியுமா எனக் கேட்டுத்தான் என்னிடம் வந்தாள். ஆனால், அது ஒரு சாக்குதான் என, எனக்கும் அவளுக்கும் தெரிந்திருந்தது. இந்த மாதிரி உறவுகள் எல்லாம் எவ்வளவு வேகமாக நேர்கின்றன? ஒரு பிம்பத்திற்கு இன்னொரு பிம்பத்தைப் பிடித்துப் போவதில், நாம் அறியாத ஏதோ ஒன்றுள்ளது. எத்தனைமுறை பார்த்தோம் பழகினோம் பேசினோம் புரிந்துகொண்டோம் என்பன எல்லாம் அதில் பெரிதாகப் பங்களிப்பதாகத் தெரியவில்லை. ஒரே கணத்தில் ஒரே பார்வையில் அது எவ்வாறோ நேர்ந்துவிடுகிறது. மீள மீளவும் வாழ்வு நம்மை முட்டாளாய் அடிக்கும்போது, இப்படியும் நாம் உளறத்தானே வேண்டியிருக்கிறது! ஒரு விடியலில் நான் கிளம்பிப் புறநகரில் அவள் வீடு தேடிப்போனேன். இன்னும் எங்கும் வாசலே தெளிக்கவில்லை. அது ஒரு தனி வீடு. மாடியை அவள் வாடகைக்கு விட்டிருந்தாள். கதவைத் திறந்தவள் திடுக்கிட்டு, "நீயா! என்ன விஷயம்?" என்றாள். "நிறையப் பேசணும்!" என்றேன். "இங்க வேணாம்; கிழக்குக் கடற்கரைக்குப் போகலாம் வா!" என்றாள்.

ஏறுவெயில் முகத்தில் வீசுகையில், நாங்கள் பீச்சில் இருந்தோம். என்னை அவள் ஏற்காவிட்டால், கடலுக்குள்ளே குதிக்கப்போவதாய்ப் பயமுறுத்தினேன். நமுட்டுச் சிரிப்புச் சிரித்தாள். "எங்கே? குதி பாக்கலாம்!" என்றாள். ஆனால், என்னைப் புரிந்துகொண்டாள். "உன்னை எனக்கும் பிடித்திருக்கிறது. இன்னும் கொஞ்சநாள் வேண்டுமானால் நாம் சேர்ந்து சுற்றலாம். ஆனால், நிச்சயமாக நீயும் நானும், நீ நினைப்பதுபோல் கல்யாணம் கில்யாணம்னு எதுவும் செய்யமுடியாது. எனக்கு, ஒரு வெறும் கனவுநிலம் இல்லை பிரான்ஸ்; அது என் ஜென்மப்பலன். அங்கு நானும் தம்பியும், ஒரு பெரிய கலைப்பொருள் கூடம்

நிறுவப்போறோம். புரிந்துகொள் அன்பே!" என்றாள். என்னடா பெரிய கரடி விடுகிறாய்? என்ற உங்கள் கேள்வி, எனக்குப் புரிகிறது. உண்மையை அப்படியே மெய்யாகவே எழுதிவிட முடியுமா என்ன? நீங்கள்தான் புத்திசாலியாயிற்றே. என்ன நடந்திருக்கும் என்பதைப் புரிந்துகொள்ள, உங்களால் முடியாதா என்ன?

ஐம்பதை நெருங்கிவிட்டேன். இன்னும் உடம்பில் சிறுவலு மிச்சமிருக்கிறது. மனதில் வலுவே இல்லை. கண்ணுக்குத் தெரியா நோயால் சிதைக்கப்பட்டிருக்கிறேன். எங்கு நீ செத்தால் என்ன? சாவிலேனும் உனக்கு நிம்மதி கிடைக்கட்டும் என நீங்கள் என்னை ஆசீர்வதிக்கலாம். எனக்கு என்ன தோன்றுகிறது தெரியுமா? ஒரு புதிய ஐயம் இந்நொடி எனக்குத் தோன்றிவிட்டது. இது என் கதையா இல்லை உங்கள் கதையா? என் கதையை, உங்களின் கதைபோல் படிப்பதும் உங்களுக்குச் சாத்தியமெனில், இது நிஜத்தில் உங்களுடைய கதையுந்தானே! சில சம்பவங்களும் பெயர்களும் இப்படி அப்படித் தடம் மாறியிருக்கலாம். மற்றபடி உங்களுக்கும் எனக்கும் பெரிய வித்தியாசம் இருக்கிறதா என்ன? அட, அப்படியே இருந்தாலும், என் மறுபக்கம் நீங்கள் அல்லது உங்கள் முதுகுதானே நான்! நான் என்ன செய்யட்டும்?

என் மூளையைத் துருவிக் குடைந்தபின், ஒரு துறவியாகத் தீர்மானித்துவிட்டேன் நான். இப்போதே நீ ஒரு துறவிதானே என, நீங்கள் என்னைக் கேட்கலாம். அதிலும் இப்போது ஒரு புதுப் பிரச்சனை. இக்கடிதமே, அதனால்தான் உங்களுக்கு, என்னால் இவ்விதம் எழுதப்படுகிறது. நான் முன் பேசிய என் மண உறவின் விலகலில், எனக்கு ஒரு குழந்தை பிறந்ததாகச் சொன்னேனே, நினைவிருக்கிறதா? இப்போது அவள், பதினெட்டாம் வயதில், அப்பாவைச் சொந்தம் கொண்டாடிக்கொண்டு வந்துவிட்டாள். அவள் தாய்க்குப் புற்றுநோயாம். பரிதாபமாயிருக்கிறது. அவளைப் பார்த்து நானும், என்னைப் பார்த்து நீங்களும் பரிதாபப்பட்டுப் பிரயோஜனமென்ன? எனக்கு என் அத்தான் எழுதிவைத்துப்போன மைசூர் வீட்டையும் கடையையும் எப்போதோ விற்று வங்கியில் டெபாசிட்டாகப் போட்டு வைத்திருந்தேன். அதை இப்போது, என் மகள் பேருக்கு, நான் மாற்றிவிட்டேன். சிரிக்காதீர்கள்.

நீங்கள் யாரும் அறியாத, உங்கள் யாருக்கும் புரியாத ஒரு கதை எங்கே இருக்கிறது? ஒரு கதையை நான் எழுத, அதை வேறு கதையாக நீங்கள் வாசிக்கும் சுதந்திரமும், இப்போது உங்களுக்கு நன்றாகப் பழகிவிட்டதுதானே! உங்கள் இஷ்டப்படி நீங்களும், என் புத்திப்படி நானும் கதையைத் தெரிந்தேதான் திரிக்கிறோமா? நீங்களும் நானும் நம்புவதுபோல், அப்படி எதுவுமே இதில் நடக்கவில்லையா? இல்லை, இதை மட்டும் கேளுங்கள்! "ஒரே ஒரு முறை, அம்மாவ வந்து, நீ பாருப்பா!"

எனக் கூப்பிட்டாள் என் மகள். "நான் வரமாட்டேன்!" எனப் பிடிவாதமாய் மறுத்துவிட்டேன். இவ்வளவு சொல்லியும், எனக்குத் திருப்தியே வரவில்லையே, ஏன்? முடிவில் பசியும் ருசியும், எப்போதும்போல் எதிரெதிர்த் திசைகளில்தானா? பார்சிக்காரியைத் தேடிக்கொண்டு, மீண்டும் போய் நான் பார்க்கவா? எனக்கு ஏதும் தெளிவாய் விளங்கவில்லை. எனக்குப் பதில் சொல்லுங்கள் ஐயா!

உங்கள் பதில் எப்போது வருமோ? அதுவரை நான் என்ன செய்வது? அதனால், என் செல்வழிக்குத் திசை கேட்டு, என் ஜிப்சி நண்பனுக்கு, அந்தரங்கமாய் ஒரு கடிதம் எழுதினேன். அவனிடமிருந்து நான் எதிர்பார்த்த பதில் வந்துவிட்டது. "கவலப்படாத. வட பசிபிக் கடலோரம், என் முதலாளிக்குச் சொந்தமா ஒரு தீவு இருக்கு. இப்ப நான் அங்கேதான் இருக்கன். நீயும் வேணும்னா கிளம்பி வாயேன். ராஜா போலிருக்கலாம். ஆனா, ஒரு புதிய வாழ்வுக்குத் தயாரா நீ?" எனக் கேட்டிருக்கிறான். 'இது சித்தம் போக்கோ, ஏன் சிவம் போக்கோ இல்லை. என் தப்பிக்கும் போக்கு!' என்று நீங்கள் என்னைக் கடுமையாக விமர்சிக்கலாம். அந்த உங்கள் விமர்சனம் சரியாகவும் இருக்கலாம். நண்பன் சொன்ன அந்தத் தீவை நோக்கி, சிறிதும் முன்பின் யோசியாமல், என் இயல்புப்படி, இதோ நான் கிளம்பிவிட்டேன்!

இப்படிக்குத் திரும்பவும் சங்கரனாகிவிட்ட
உங்கள் நிமிஷன்